चार परम रहस्ये

चार परम रहस्ये

प्रेम, समृद्धी आणि सुंदर-स्थितीत जगण्याचा मार्ग

प्रीताजी

आणि

कृष्णाजी

अनुवाद : मीना शेटे-संभू

MANJUL

मंजुल पब्लिशिंग हाउस

MANJUL

मंजुल पब्लिशिंग हाउस

पुणे संपादकीय कार्यालय
फ्लॅट नं. 1, पहिला मजला, समर्थ अपार्टमेंट्स,
1031 टिळक रोड, पुणे - 411 002

व्यावसायिक आणि संपादकीय कार्यालय
दुसरा मजला, उषा प्रीत कॉम्प्लेक्स, 42 मालवीय नगर, भोपाळ - 462 003

विक्री आणि विपणन कार्यालय
सी-16 सेक्टर 3, नोएडा, उत्तर प्रदेश - 201301, भारत
www.manjulindia.com

वितरण केंद्रे
अहमदाबाद, बेंगलुरू, भोपाळ, कोलकाता, चेन्नई,
हैदराबाद, मुंबई, नवी दिल्ली, पुणे

प्रीताजी आणि कृष्णाजी लिखित द फोर *सेक्रेड सिक्रेट्स* फॉर *लव्ह अँन्ड प्रोस्पेरिटी, अ गाइड टू लिव्हिंग इन अ ब्युटिफुल स्टेट* या मूळ इंग्लिश पुस्तकाचा मराठी अनुवाद

The Four Sacred Secrets For Love and Prosperity, A Guide to Living in a Beautiful State by Preethaji and Krishnaji – Marathi edition

एट्रिया बुक्स (सायमन अँन्ड शुस्टर, इनकॉर्पोरेटेडचा विभाग)
यांच्या सहयोगाने प्रकाशित

प्रस्तुत मराठी आवृत्ती 2022 साली प्रथम प्रकाशित

ISBN : 978-93-90924-44-8

मराठी अनुवाद : मीना शेटे-संभू

मुद्रण व बाइंडिंग : पार्कसन्स ग्राफिक्स प्रा. लि.

समस्त प्राणिमात्रांप्रति एकत्वभाव जागृत व्हावा यासाठी
मानवी चैतन्याच्या परिवर्तनाला समर्पित...

अनुक्रमणिका

प्रस्तावना

प्रीताजी

मी दरवाजा उघडून व्हरांड्यात पाऊल टाकल्यावर मला कोरडी हवा दमट झाल्याचं जाणवलं. वाऱ्याच्या झुळकीनं स्वतःबरोबर दूरवरचा ओला मृद्‌गंध वाहून आणला होता. दोन मोठे काळे ढग वर जमा झाले होते, त्यांनी आपलं ओझं हलकं केलं आणि आपल्या मार्गानं ते पुढे निघून गेले. घराच्या छपरावरून वाहणारं पाणी बागेत ओहोळांच्या स्वरूपात साचलं होतं. एक बेडूक जोरजोरात ओरडत होता आणि दुसरा त्याला प्रतिसाद देत होता. लवकरच तिथे त्यांच्या ओरडण्यातून एक स्वरमेळ तयार झाला. माझ्या चित्तवृत्ती अत्यानंदानं प्रफुल्लित झाल्या. प्रशांत स्थितीत जाण्यापूर्वी सर्व बाजूंनी माझ्यावर परमानंदाचा वर्षाव होत होता. लॉस एंजलिसवरून माझ्या सीएफओचा फोन आला. त्यांना आमच्या ध्यानधारणे संदर्भातल्या आगामी ॲपविषयी चर्चा करायची होती. आंतरिक निश्चल स्थिती आमच्या संभाषणातून तशीच पुढे जात राहिली... आणि शब्द तसेच प्रवाहित होत राहिले.

आयुष्य नेहमीच असं सहज सोपं असल्यासारखं का वाटत नाही?

आपल्या नातेसंबंधांमध्ये असे गाढ, समृद्धीचे आणि तृप्ततेचे क्षण एवढे कमी का असतात? एखादी गोष्ट मिळवण्यासाठी आपण प्रयत्न करत असतो, त्या वेळी आपली प्रगती एवढ्या मंद गतीनं का होते आणि त्या मार्गावरचे अडथळे एवढे मोठे का असतात? आनंद एवढा क्षणभंगुर का असतो? आपली मुलं स्मित करतात, आपल्या प्रिय व्यक्तींना आपण जवळ घेतो, चांगल्या पद्धतीनं केलेल्या कामासाठी आपली प्रशंसा केली जाते, अशा सगळ्या प्रसंगी आपल्या मनात आनंदाची तिरीप

चमकून जाते. मात्र आपला हा उत्साह एवढ्या झटपट का झाकोळून जातो आणि चिंता, काळजी किंवा शंका या गोष्टींनी आपलं मन का भरून जातं?

हजारो वर्षांपासून मनुष्य या प्रश्नांची उत्तरं शोधत आहे. अधिक सुंदर अस्तित्वाविषयी जागृती होण्यासाठी आजवर आपण असंख्य योजना आखून पाहिल्या आहेत. आपल्या कौशल्यांना धार यावी; प्राचीन शास्त्रांवर व विविध विषयांवर प्रभुत्व मिळवतानाच अगदी साध्या गोष्टींवरही आपण प्रभुत्व मिळवावं यासाठी आपण खूप मेहनत घेतली आहे.

पण या सगळ्या योजनांमुळे आपल्या स्वप्नातील आयुष्याच्या आपण थोडेसे तरी अधिक जवळ पोहोचलो आहोत का की त्यांच्यामुळे फक्त तात्पुरती फलितंच मिळतात?

एक गोष्ट मात्र नक्की आहे. ती म्हणजे योजनात्मक दृष्टिकोनांचा वापर करण्यात काहीही चुकीचं नाही; पण आम्ही तुम्हाला साधारण बाबींच्या पलीकडे घेऊन जाऊ इच्छितो. तुम्ही ज्या तंत्रांवर प्रभुत्व मिळवण्यासाठी इतके प्रयत्न करताय, त्या तंत्रांपेक्षा कित्येक पटींनी ताकदवान असलेल्या शक्तीविषयी तुम्हाला जागृत करणं, हेच आमचं उद्दिष्ट आहे. एक अशी शक्ती, जी तुम्हाला महान प्रेमानं आणि समृद्धीनं भरलेलं जीवन निर्माण करण्यास साहाय्यक ठरेल.

ही शक्ती आहे, परिवर्तित चैतन्याची!

दुसऱ्या पद्धतीनं हे मांडायचं झालं, तर आपण मनाला पुनर्प्रशिक्षित करण्याविषयी किंवा अधिक चांगल्या सवयी अंगी बाणवून घेण्याविषयी बोलत नाही, तर सत्याचा अनुभव घेण्याच्या तुमच्या पद्धतीचं परिवर्तन करण्याविषयी बोलत आहोत. तुम्ही स्वतःचा, तुमच्या भोवतीच्या जगाचा आणि अगदी प्रत्येक गोष्टीचा ज्या पद्धतीनं, ज्या मार्गानं अनुभव घेत आहात, त्या पद्धतीचं, त्या मार्गाचं परिवर्तन करण्याविषयी आपण बोलत आहोत.

क्षणभर त्याचा विचार करा.

आयुष्याचा अगदी पूर्णपणे वेगळ्या पद्धतीनं अनुभव घेणं, याचा काय अर्थ असेल? जणू काही तुमच्या मेंदूचे नवीन भाग सक्रिय झाले आहेत आणि त्यांची गती वाढली आहे, अशी जाणीव होण्याचा अनुभव कसा असेल? जिथे तुम्हाला आधी फक्त अडथळेच अडथळे दिसले होते, तिथे संधी दिसणं कसं असेल? अखेरीस वेळ आणि दैव या दोन्ही गोष्टी तुमच्या बाजूनं आहेत, अशी जाणीव होणं कसं असेल?

अशा प्रकारच्या शक्तिशाली चैतन्य-स्थितीमुळे काय करणं शक्य होईल?

गेल्या तीस वर्षांत आम्हाला भेटलेल्या अनेक लोकांसारखे तुम्ही असाल तर तुम्हाला असं ज्ञान मिळवण्याची आस लागली असेल. तीस वर्षांपूर्वी माझे

सासू-सासरे श्री अम्मा आणि श्री भगवान यांनी लोकांना आला दिवस ढकलत जगण्याऐवजी खऱ्या अर्थाने भरभरून जगण्यासाठी साहाय्य करण्याच्या हेतूनं *वननेस* ही आध्यात्मिक संस्था स्थापन केली. त्यानंतर वीस वर्षांनी माझे पती कृष्णाजी आणि मी मिळून, मानवी चैतन्यात परिवर्तन घडवण्यासाठी तत्त्वज्ञानाची व ध्यानसाधनेची *वन वर्ल्ड ॲकॅडमी* स्थापन केली.

माझ्या सासू-सासऱ्यांनी कृष्णाजींकडे वननेसची धुरा सोपवली आणि आम्ही त्या दोन महान संघटनांचं विलिनीकरण करून ओ अँड ओ ॲकॅडमीची स्थापना केली. या घटनेला आता दोन वर्षे झाली. आमच्या अभ्यासक्रमाने अनेकांना नातेसंबंधांतील कटुता नाहीशी करून नात्यांचं भरणपोषण करण्यासाठी, आक्रमक न होता यशस्वी होण्यासाठी आणि भयमुक्त जगण्यासाठी मदत केली आहे. विभक्ततेतून परस्परसंबंधाकडे, विभाजनाकडून एकत्वाकडे आणि तणावापासून प्रशांत-स्थितीकडे जाण्यासाठी काय करावं, हे या अभ्यासक्रमांत शिकवलं जातं. हा प्रवास करताना एक व्यक्ती, एक कुटुंब आणि एका संघटनेचा सदस्य म्हणून परिवर्तन कसं करावं, हेसुद्धा या अभ्यासक्रमानं शिकवलं.

ओ अँड ओ ॲकॅडमी हा तिथे राहायला येणाऱ्या लोकांसाठीचा आश्रम नाही, तर ओजस्वी अध्ययनासाठी आपल्या विद्यार्थ्यांना प्रेरणा देणारी ती एक संघटना आहे. तुम्ही इथे जे शिकता ते बरोबर नेता आणि तुमच्या दैनंदिन आयुष्यात त्याचा वापर करता. ज्यांना 'उच्च चैतन्य-स्थितीत' पोहोचण्याची इच्छा असेल, अशा किशोरवयीन मुलांसाठी, तरुणांसाठी, प्रौढांसाठी, कुटुंबांसाठी, आध्यात्मिक साधकांसाठी, समृद्धीच्या सजग निर्मात्यांसाठी आणि नेत्यांसाठी... अशा सर्वांसाठी इथे अभ्यासक्रम आहेत.

मी आताच ज्या योजनात्मक सल्ल्याविषयी लिहिलं आहे, अगदी तशाच प्रकारच्या सल्ल्यासाठी अनेक लोक सुरुवातीला कृष्णाजींकडे आणि माझ्याकडे येतात; परंतु चैतन्याच्या निखालस शक्तीची त्यांच्या आयुष्यात जी किमया घडून येते, त्यांना जो ज्ञानबोध होतो त्याच्या तुलनेत इतर सगळ्या योजना फिक्या आहेत, हे त्यांना अल्पावधीतच कळून चुकतं.

मानवी चैतन्याची विलक्षण क्षमता खुली करणारं गाइड म्हणून या पुस्तकाचा विचार करा. एक दुःखद गोष्ट म्हणजे आपल्यापैकी बहुतेक जणांना कधीही प्रज्ञेच्या या सखोल स्त्रोतावर साधी थाप मारण्यासही शिकवण्यात आलेलं नसतं. साहजिकच आनंद मिळवण्यासाठी किंवा एखादी गोष्ट संपादित करण्यासाठी योजना आखण्यात आणि नियोजन करण्यातच आपण बराचसा वेळ घालवतो. जणू काही या गोष्टी म्हणजे कपभर चहासाठीसुद्धा आपण ज्यांना राजी करू शकत नाही, असे पाहुणे असतात!

चैतन्याच्या महान शक्तीशी तुमचा मेळ साधणारी चार **परमरहस्यं** या पुस्तकाच्या पुढच्या पानांतून आम्ही तुम्हाला सांगणार आहोत. तुमची स्वप्नं ओळखण्यापासून, व्यापक चैतन्य-स्थिती प्राप्त करण्यापासून आणि तुमच्या प्रिय व्यक्तींशी तुम्हाला खरोखरच संलग्न करण्यापासून तुम्हाला अनेक गोष्टी रोखत असतात. प्रत्येक रहस्य सांगितल्यानंतर तुम्हाला प्रतिबंध करणाऱ्या या सगळ्या गोष्टींपासून तुम्हाला मुक्त करण्यासाठी आखण्यात आलेला जीवनप्रवासही देण्यात आला आहे. तुमचे चैतन्य-परिवर्तन झाल्यानंतर जणू एक महान पारितोषिक तुम्हाला मिळणार आहे.

कृष्णाजी आणि मी ज्याला 'सुंदर-स्थिती' म्हणतो, त्या स्थितीत जगण्याचा मार्ग तुम्ही अनुभवणार आहात... हे ते पारितोषिक आहे. या स्थितीतून आयुष्य आनंददायक आणि सहजसुंदर असल्यासारखं वाटू लागतं. तुमच्या आयुष्यात सहजतेनं संधींचा प्रवाह वाहण्याची सुरुवात होते. कोणत्याही अनोळखी व्यक्ती मित्र आणि पाठीराखे बनतात. प्रवासाच्या प्रत्येक पावलावर तुम्हाला मदत मिळते. आपण कुठेतरी अडकून पडलो आहोत, अशी भावनाही तुम्हाला त्यापुढे जाणवणार नाही आणि तुमची अंतःप्रेरणाही जागृत होईल.

या पुस्तकाचा गाभा असलेला ज्ञानबोध तसा साधाच आहे : चैतन्याच्या फक्त दोन स्थिती असतात - एक असते दुःख-स्थिती आणि दुसरी असते सुंदर-स्थिती. एक स्थिती तुमच्याभोवती गोंधळाचं ऊर्जाक्षेत्र निर्माण करते. दुसरी स्थिती तुमच्या आयुष्यात सुसंवादपूर्ण घटनांचं स्वागत करते म्हणून 'मला कोणत्या स्थितीत जगायचं आहे?' ही आपल्यापैकी कोणीही कधीही करू शकणारी सर्वांत महत्त्वाची निवड असते.

पण ही संकल्पना एक प्रश्नही समोर आणते. तो असा : एकदा का आपण निर्णय घेतला की त्या सुंदर-स्थितीत आपण नेहमीच राहू शकतो का?

नाही. आपण तसे राहू शकत नाही. फक्त निर्णय घेणं, एवढी एकच गोष्ट पुरेशी नसते. दुःख-स्थिती नेहमीच सुप्तावस्थेत आणि सखोल रुजलेल्या असतात, ही गोष्ट आपण पहिल्यांदा समजून घेतलीच पाहिजे. या स्थिती गर्भावस्थेत, बाल्यावस्थेत सुरुवातीच्या काळात किंवा अगदी नंतरच्या काळातही रुजतात.

आपल्या दुःख-स्थिती आपल्याला पूर्णत्वाच्या, शांततेच्या, आनंदाच्या आणि धैर्याच्या संवेदनेची जाणीव होऊ देत नाहीत. ही जाणीव होण्यापासून या स्थिती आपल्याला रोखतात; पण त्यांच्यावर मात करणं शक्य असतं.

दुःख-स्थितींमधून आपण मुक्त होण्यास शिकलो नाही, तर आपली मूलभूत मनःस्थिती दुःखी, त्रस्त किंवा रागीट बनेपर्यंत त्या सतत वरचेवर परत येत राहतात. अशा आघातांमुळे आपण चिरकाल टिकणाऱ्या आनंदाची, नातेसंबंधांची किंवा ऐश्वर्याची निर्मिती करू शकत नाही. अगदी आपल्याला पुढे नेण्यासाठी आपल्या नैराश्याचा आपण वापर करून घेतला तरीही आपली कामगिरी, आपलं कर्तृत्व

यांमुळे आपल्याला अत्यल्प काळ टिकणारं समाधानच मिळतं किंवा त्याहूनही वाईट गोष्ट म्हणजे आपण सर्वोच्चपदी पोहोचतो त्या वेळी त्याची एवढी किंमत आपल्याला चुकवावी लागलेली असते की, आपण स्वतःलाच विचारतो की, ही गोष्ट एवढं मूल्य देण्याच्या योग्यतेची होती का?

इथे आपल्याला ध्यानधारणा, जप किंवा सुट्ट्या या गोष्टी म्हणजे ज्वालामुखीत बर्फाचा तुकडा टाकल्यासारख्या वाटू शकतात.

पण, आपल्याला तात्पुरत्या वेदनाशामकापेक्षा चैतन्यातील परिवर्तनाची गरज असते.

या पुस्तकाचं सहलेखन करण्यामागे सुंदर-स्थितीच्या शक्तीचे आमचे स्वतःचे अनुभव सांगणं हा आमचा उद्देश आहे. त्याबरोबरच स्वतःच्या आयुष्याचे अंतर्बाह्य परिवर्तन केलेल्या आणि समाधानकारक, यशस्वी कारकिर्दींसाठी चिरंतन नातेसंबंध तयार केलेल्या आमच्या साधकांचेही असे अनुभव आम्हाला मांडायचे आहेत. या साधकांच्या ज्ञानबोधाच्या आणि परिवर्तनाच्या अनुभवांचा अस्सलपणा जपत असतानाच त्यांचा खाजगीपणा जपण्यासाठी आम्ही जाणीवपूर्वक त्यांची नावं, त्यांच्या देशांची नावं आणि त्यांच्या पार्श्वभूमी बदलल्या आहेत.

तुमचं चैतन्य-परिवर्तन करण्याची जिज्ञासा तुम्हाला असेल, तर या कथांमधून उलगडत जातं त्याप्रमाणे तुम्हालाही जगण्यात, प्रेम करण्यात आणि विविध कामगिरी करण्यात, यश संपादन करण्यात अगदी सहजता आल्याची दृढ भावना जाणवेल. एकदा का ही परमरहस्यं तुम्ही तुमच्या हृदयाशी घट्ट जपून ठेवण्यास सुरुवात केली की, संपूर्ण विश्व तुमचा एक प्रेमळ मित्र बनेल आणि संपूर्ण मार्गभर अद्भुत-चमत्कारिक घटना तुम्हाला पाठबळ देत राहतील.

आता या प्रवासाला एकत्रितपणे सुरुवात करू या.

पण सुरुवात करण्यापूर्वी आम्ही तुम्हाला एक सूचना करू इच्छितो : या पुस्तकाची पानं भराभरा चाळत पुढे जाऊ नका. *चार परमरहस्ये* या पुस्तकाकडे तुम्हाला पुनःपुन्हा वळावंसं वाटत राहील. ते तुमच्या आत्म्याशी संवाद साधेल. उलटणाऱ्या प्रत्येक दिवसाबरोबर या शब्दांमागचं सत्य तुमच्यासमोर अधिकाधिक परिपूर्णतेनं स्वतः प्रकट होत राहील. दैनंदिन ध्यानाचा सराव म्हणून तुम्हाला यातले काही विभाग वाचावेत, असं वाटू शकेल किंवा जीवनाच्या अनेक दैनंदिन आव्हानांच्या दरम्यान मनात स्पष्टता येण्यासाठी मदत व्हावी म्हणून तुम्हाला हे पुस्तक स्वतःबरोबर सगळीकडे न्यावं, असं वाटू शकेल. तुम्ही ते वाचत असताना टीपा लिहून घ्या, प्रश्न टिपून ठेवा आणि तुमच्या प्रतिक्रियाही लिहा आणि हे पुस्तक तुमचं स्वतःचं पुस्तक बनवा. दर वेळी तुम्ही या शब्दांकडे परताल त्या वेळी तुम्हाला त्यांच्यातून नवीन धडे मिळतील.

प्रत्येक संकल्पनेला प्रतिसाद देण्यासाठी क्षणभर थांबा. तुम्हाला होणाऱ्या कोणत्याही ज्ञानबोधाची किंवा भावनेची दखल घ्या. त्याबरोबरच चैतन्य–परिवर्तनामुळे घडणाऱ्या कोणत्याही योगायोगांचीही जरूर दखल घ्या.

८

माझी जागृती

कृष्णाजी

एकदा प्रीताजी आणि मी असेच कॅलिफोर्नियातील बिग बेअर लेकवर फिरायला गेलो होतो. आमच्याबरोबर लोका ही आमची मुलगीही होती. त्या वेळी ती पाच वर्षांची होती. २००९ सालचा तो वसंत ऋतूचा काळ होता. आम्ही सुट्टी घालवण्यासाठी तिथे गेलो होतो. खरं तर या सुट्टीची आम्ही गेले काही दिवस आतुरतेनं वाट पाहत होतो. आम्ही तिघंही त्या पर्वताच्या शिखरावर उभे होतो आणि आमच्या सभोवताली पसरलेल्या निसर्गसौंदर्याचा यथेच्छ आस्वाद घेत होतो.

त्या विस्तीर्ण तलावातील स्फटिकासारखं स्वच्छ, निळंशार पाणी अगदी अथांग म्हणावं असं भासत होतं. पाण्याच्या हिरव्या आणि पांढऱ्याशुभ्र रंगछटांचं प्रतिबिंब पृथ्वीवर आणि आकाशात पसरलं होतं. जलाशयाच्या विशुद्ध, ताज्या पृष्ठभागाचा एकसंधपणा भंग करणाऱ्या प्रकाशलहरींमुळे जणू वितळलेल्या चांदीच्या आणि सोन्याच्या सूक्ष्म रेषा ठिकठिकाणी झळाळत असल्याचा भास होत होता. त्यांची झाक पाण्यावर सर्वत्र पसरली होती. त्या आल्हादक, शीतल हवेच्या खुल्या, थेट स्पर्शानं माझी फुप्फुसं भरून गेली होती आणि माझ्या मनात प्रसन्नतेचे कारंजे नाचत होते. पर्वतावर एवढ्या उंचीवर तापमानात बदल होणार हे आम्हाला अपेक्षितच होतं; पण त्या बर्फाच्छादित तलावावरून आलेली झुळूक एवढी बोचरी असेल असं मात्र आमच्यापैकी कोणालाही वाटलं नव्हतं. त्या झुळकीमुळे मात्र माझं शरीर आणि मन पूर्णपणे जागृत झालं.

काही क्षणांनंतर लोकाच्या खळाळत्या उत्साहानं तिथल्या शांततेचा भंग केला. ''नाना, नाना, ते, तिकडे बघा ना!'' ती हरखून ओरडत होती. 'डॅड' या शब्दासाठी

दक्षिण भारतात वापरला जाणारा शब्द तिनं मला हाक मारताना वापरला होता. माझा हात घट्ट पकडून तिनं नौकाविहारासाठी तयार करण्यात आलेल्या बंदरवजा जागेकडे बोट दाखवलं. तिथे दोन जेट-स्की बंदरात खेचून आणल्या जात होत्या. प्रीताजी आणि मी एकमेकांकडे पाहिलं. एवढ्या उसळत्या उत्साहाला आम्ही 'नाही' कसं म्हणणार होतो?

लोकाचा उत्साह हा खरोखरच सांसर्गिक होता. स्की इन्स्ट्रक्टरही तसाच उत्साही, आनंदी स्वभावाचा होता. त्यानं आम्हाला स्किइंगच्या काही प्राथमिक गोष्टी सांगितल्या आणि आम्हाला विचारलं, ''मग... तुम्हाला खरंच लाइफ जॅकेट्स हवी आहेत?'' त्यानं हे इतक्या सहजपणे विचारलं की, मी जवळजवळ लगेच उत्स्फूर्तपणे म्हणालो, ''नाही, नाही. आम्हाला ती नसली तरी चालतील.'' मात्र जेमतेम अर्ध्या मिनिटातच प्रीताजींनी मला कोपरानं ढोसत सांगितलं की, 'आपण ती घेऊ या.' क्षणार्धात मला जाणवलं. अर्थातच आम्हाला त्यांची गरज होतीच. प्रीताजींना पोहता येत नाही. आम्ही ती लाइफ जॅकेट्स घातली आणि जेट-स्कीकडे गेलो.

मी इंजिन सुरू केलं, त्या वेळी इन्स्ट्रक्टरनं घाईघाईनं इंजिनाच्या आवाजातून आणि लोकाच्या आनंदी चीत्कारांतूनही आम्हाला ऐकू यावं, एवढ्या मोठ्या आवाजात आम्हाला अंतिम सूचना देण्यास सुरुवात केली. त्यानं आम्हाला वेगाकडे लक्ष ठेवण्यासाठी आणि जागेवर न वळण्यासाठी सांगितलं. त्यानंतर आम्ही किनाऱ्यापासून दूर निघालोच होतो, तेवढ्यात तो ओरडला, ''बोट उलटलीच तर सात मिनिटांच्या आत ती सरळ करा, नाहीतर ती बुडेल.'' हे ऐकत असतानाच आम्ही जोरात पुढे निघालो होतो.

''नाना, आणखी जोरात, आणखी जोरात,'' आम्ही हसत, खिदळत चाललो होतो आणि लोका आणखी जोरात जाण्याचा मला आग्रह करत होती. आम्ही आधीच बऱ्यापैकी अंतर कापलं होतं, तरीही आम्ही त्या तलावातून आणखी मैलोगणती प्रवास करू शकलो असतो, असं मला वाटत होतं.

लोकाला आणि प्रीताजींना कायम लक्षात राहण्याजोगा विलक्षण अनुभव मिळवून देण्याची माझी इच्छा होती म्हणून मी बोटीचं स्टिअरिंग खूप जोरात फिरवलं. मी ते झपाट्यानं मागे-पुढे फिरवू लागलो, त्यामुळे छानशी, भली मोठी लाट निर्माण करता येईल, असा माझा कयास होता; परंतु झालं उलटंच, जेट स्की चक्क उलटली, पाण्यात उपडी झाली आणि आम्ही बाहेर फेकले गेलो.

आमच्या डोळ्यांसमोर सगळीकडे अंधार पसरला होता. आम्ही सगळे जण पाण्याखाली होतो. प्रीताजी जीवाच्या आकांतानं माझे कपडे ओढत असल्याचं जाणवल्यामुळे माझ्या शरीरातून नखशिखांत भितीची लहर दौडत गेली. लोका कुठे होती? कसाबसा हातपाय मारत मी पाण्याच्या पृष्ठभागावर पोहोचलो आणि

सुरक्षितपणे घट्ट बांधलेल्या लाइफ जॅकेटमुळे त्या दोघीही अलगद वर येऊन तरंगत असल्याचं मला दिसलं.

प्रीताजींच्या नाका-तोंडात शिरलेलं पाणी त्यांच्या फुप्फुसात गेलं होतं आणि त्या श्वास घेण्याची धडपड करत होत्या. त्या तोल सावरण्याचा निकराचा प्रयत्न करत असल्याचं मला दिसलं आणि माझ्या मनात झपाट्यानं भलतेसलते विचार येऊ लागले. त्यांना काही झालं असतं तर? लोकाला काही झालं असतं तर? थोडंसं स्थिरस्थावर होऊन त्यांना धीर देण्यास मला काही मिनिटं लागली. प्रीताजींच्या तुलनेत लोका लवकर सावरली.

''कन्ना? आता ही बोट आपण कशी काय सरळ करणार आहोत?'' प्रीताजी ओरडल्या.

त्या वाढत्या तणावग्रस्ततेतच इन्स्ट्रक्टरचे शब्द माझ्या कानांत जोरजोरात घुमू लागले. त्यानं सांगितल्याप्रमाणे बोट सात मिनिटांच्या आत सरळ केली नाही तर? तोपर्यंत सात मिनिटं होत आली होती, याचा अर्थ आता कोणत्याही क्षणी बोट बुडाली असती.

ओल्याचिंब झालेल्या फोनसह आम्ही त्या बर्फाळ पाण्यात किनाऱ्यापासून दूरवर अडकलो होतो. सुरक्षिततेच्या प्रक्रियांविषयी एवढ्या सहजपणे, बेफिकिरीनं बोलणारी ती व्यक्ती आम्हाला आतापर्यंत विसरूनही गेली असेल हे समजण्यासाठी फार मोठा गहन विचार करण्याची गरजच नव्हती. *आमची सुटका करायला कोणीच आलं नाही तर...?* अत्यंत विव्हळ अवस्थेत माझ्या मनात हा आर्त विचार आला. त्या थंडगार, बर्फाळ पाण्यात आम्हीही गोठून गेलो असतो. जेट-स्की सरळ करणं मला शक्य झालं नसलं तरी सुदैवानं अद्याप ती तरंगत होती, तरीही आमची सुटका करण्यासाठी आम्हाला कोणाची तरी वाट बघणं भागच होतं; परंतु त्या क्षणी तरी असं वाटत होतं की, एक भयंकर संकट दूर झालं होतं.

दरम्यानच्या काळात माझं मन सुसाट धावत सुटलं होतं. विचारांचं नुसतं थैमान माजलं होतं. काठावर आम्हाला देण्यात आलेल्या सूचना नेमक्या तर नव्हत्याच, शिवाय सगळ्या सूचनाही दिल्या गेल्या नव्हत्या, त्यामुळे माझ्या मनात येणारा संताप मी रोखू शकलो नव्हतो. जेट-स्की इन्स्ट्रक्टरवर जोरात ओरडावं, असं मला वाटत होतं. माझा क्रोध अनावर झाला होता. त्याच वेळी मुळातच हे सगळं का घडलं होतं हे जाणून घेण्यासाठी मी धडपडत होतो. माझ्या मनात अनेक उलटसुलट प्रश्नांचं काहूर माजलं होतं.

माझ्या कुटुंबाच्याच बाबतीत हे का घडलं होतं? नकारात्मक कर्मांचा हा परिणाम होता का? एखाद्या दैवी योजनेचा भाग म्हणून हे घडणं अटळच होतं का?

या प्रसंगातून मी कोणता धडा शिकणं अपेक्षित होतं?

माझ्या मनात या प्रश्नांची जी उत्तरं निर्माण झाली होती, त्यांच्यापैकी एकाही उत्तरानं माझं समाधान झालं नव्हतं आणि मला बरं वाटलं नव्हतं. जर या अपघाताला मी कर्मावर, दैवी योजनेवर किंवा मी शिकणं आवश्यक असलेला एक धडा या विचारावर... यांपैकी कशावरही ढकललं असतं तरी त्यामुळे नक्कीच माझा राग शांत झाला असता आणि माझ्या मनाला थोडीफार शांतता लाभली असती हे मला माहिती होतं, त्यामुळे माझ्या मनात उसळणारे प्रश्नही शांत झाले असते; पण त्याऐवजी माझा संताप आणि माझे प्रश्न तसेच जोरजोरात उसळ्या मारत राहिले होते.

नेमकं काय चाललं होतं? माझ्या अंतःकरणात दाटून आलेली ती वेदना कसली होती?

अशा प्रकारचे मोठमोठे प्रश्न विचारताना मला नेहमीच निश्चिंत झाल्यासारखं, दुःखापासून, वेदनेपासून दिलासा मिळाल्यासारखं वाटत असे. खरं तर फक्त हेच करण्यासाठी मला वाढवलं गेलं होतं, असंही तुम्ही म्हणू शकता. श्री भगवान हे माझे वडील. ते आध्यात्मिक गुरू आणि 'वननेस' या आध्यात्मिक संघटनेचे संस्थापक होते. दीक्षेची प्रक्रिया, द *वननेस ब्लेसिंग* हा या चळवळीचा गाभा होता. माझे वडील लहान असताना त्यांच्यासमोर प्रचंड मोठं सोनेरी प्रकाशाचं गूढ वलय (हिरण्यगर्भ) अवतरत असे. हा हिरण्यगर्भ त्यांना मानवाच्या मुक्तीसाठी मंत्रपठण आणि ध्यान करण्यास प्रवृत्त करत असे. त्यानंतर त्यांनी पारंपरिक शिक्षणाबरोबरच मुलांना आनंदी नातेसंबंधांची कला शिकवणारं शिक्षण देणारी शाळा स्थापन केली. मी त्या शाळेचाही विद्यार्थी होतो.

माझ्या वडिलांना मिळणारे हे दृष्टांत थांबल्यानंतर पंधरा वर्षांनी उत्स्फूर्तपणे मला ते मिळू लागले. मी अकरा वर्षांचा होतो, त्या वेळी मला जागृतावस्थांचे अनुभव येऊ लागले. त्यांच्याविषयी मी पूर्वी कधीही ऐकलं नव्हतं किंवा त्यांचा अनुभवही घेतला नव्हता. त्यानंतर अचानकच या स्थिती माझ्याकडून माझ्या मित्रांकडे आणि माझ्या अनुयायी विद्यार्थ्यांकडेही प्रवाहित होऊ लागल्या.

माझ्या वडिलांनी मला एके दिवशी विचारलं की, मला येणारा अनुभव मी जाणीवपूर्वक दुसऱ्यांशी वाटून घेऊ शकतो का, त्यावर मी त्यांना 'होय' असं उत्तर दिलं. ज्या वेळी ही स्थिती मी दुसऱ्यांकडे प्रवाहित करत असे, त्या वेळी त्यांनाही तेच सोनेरी प्रकाशाचं तेजोवलय दिसू लागत असे.

काही जणांनी त्याला ईश्वर म्हटलं होतं, काही जणांनी प्रेम, तर काही जणांनी त्याला पवित्र गोष्ट म्हटलं होतं.

माझ्या अशा विलक्षण बालपणामुळे आयुष्यातील परमरहस्यांचा, गूढ गोष्टींचा शोध घेणं मी कधीही टाळलं नव्हतं आणि तरीही आध्यात्मिक प्रश्न इतक्या तातडीनं सोडवण्याची गरज कधीही निर्माण झाली नव्हती.

दुर्दैवानं, त्या थंड पाण्यात मी निराधारपणे अडकून पडलेला असताना माझ्या लक्षात आलेल्या कोणत्याही स्पष्टीकरणानं मला अधिक बरं वाटलं नव्हतं. माझं मन शांत करण्यास मला त्या कशाचीही मदत झाली नव्हती. त्या निरुपयोगी इन्स्ट्रक्टरचा विचार मनात आला की, संतापानं माझी लाही लाही होत होती. आम्ही पाण्यात फेकले गेलो, तर उलटलेली जेट-स्की सरळ कशी करायची हे त्यानं आम्हाला मुळीच सांगितलं नव्हतं. एवढी महत्त्वाची माहिती सांगण्यास तो कसा विसरला होता? एखादी व्यक्ती एवढी निष्काळजी कशी काय असू शकते?

माझा संताप मी तसाच सोडून देऊ शकलो नव्हतो. मी विचारांच्या वावटळीत भिरभिरत होतो. ही गोष्ट माझ्या दृष्टीनं आश्चर्यकारक होती. कारण, अगदी बालपणापासूनच माझ्या मनात मी कधीही त्रस्ततेला, अस्वस्थपणाला थारा दिला नव्हता.

आंतरिक गोंधळामुळे अत्यंत अस्वस्थ झालेला असतानाच मी अगदी ठाम निश्चयानं माझं लक्ष माझ्या अंतर्मनाकडे वळवलं. क्षणार्धात माझ्या समोर एक सत्य अवतरलं. माझ्या लक्षात आलं की, मी जगावर किंवा जीवनावर किंवा त्या इन्स्ट्रक्टरवर रागावलोच नव्हतो, मी खरं तर माझ्यावरच रागावलो होतो.

काहीही झालं तरी तलावाच्या काठावर असताना माझ्या अतिउत्साहाच्या भरात मी म्हणालो होतो की, 'आम्हाला लाइफ जॅकेट्स नको आहेत.' प्रीताजींनी कळकळीनं सांगितल्यामुळेच आम्ही ती घातली नव्हती का? त्या दिवशी माझ्या कुटुंबाला मी गमावून बसलो असतो.

हे सत्य स्पष्टपणे समोर आल्यावर माझा आंतरिक गोंधळ पूर्णपणे निमला.

पुढे काय झालं याचं वर्णन 'रिक्ततेची एक महान प्रक्रिया' असंच करता येईल.

दुःख-स्थितीमध्ये तोपर्यंत मी घेत असलेला प्रत्येक आश्रय, दुःखी असताना माझं सांत्वन करणारी मला सापडलेली प्रत्येक तात्त्विक कल्पना अदृश्य होत चालली होती. सांत्वन, दिलासा आणि सुरक्षितता हे आता यापुढे पर्यायच उरले नव्हते.

मी अकल्पित वेगानं सुसाट पुढे निघालो होतो... कशाच्या रोखानं? मला ते माहिती नव्हतं. आंतरिक सखोल शांततेत मी तोपर्यंत अनुभवलेल्या सगळ्या वेदनामय, दुःखी क्षणांचं खरं स्वरूप माझ्या लक्षात आलं. माझ्या अस्तित्वाच्या समग्रतेच्या आरपार हा साक्षात्कार, हे भान उत्सर्जित होत होतं. आत्मकेंद्रित उन्मादी विचार हे सर्व दुःखांचं मूळ कारण आहे, हा तो साक्षात्कार होता. ही ती जाणीव होती.

मला अंतिमतः जे समजलं होतं ते फक्त माझं स्वतःचं दुःख नव्हतं. मी संपूर्ण मानवतेच्या दुःखाचा साक्षीदार होतो. त्या एका क्षणात सर्व मानवी दुःखांचं मूळ कारण अगदी शब्दांत न मांडता येण्याजोग्या निःसंदिग्ध स्पष्टतेनं माझ्या

लक्षात आलं. *मी, मी आणि मीमध्ये* असलेली झपाटल्यासारखी गुंतवणूक, हेच ते मूळ कारण होतं. काळजी, चिंता, दुःख, असमाधान, राग, एकाकीपणा आणि प्रत्येक रूपातील मानवी दुःख हे ज्या वेळी सातत्यानं त्यांचे विचार 'स्व'भोवती फिरू लागतात, त्या वेळी निर्माण होतं.

झपाटून टाकणारं आत्म–गुंतवणुकीचं मायाजाल तोडणं हाच तणावापासून आणि दुःखापासून आपल्याला मुक्त करण्याचा एकमेव मार्ग आहे, ही जाणीव मला प्रकर्षानं झाली. तिच्या साक्षात्कारानं माझ्या शरीरातील प्रत्येक ज्ञानतंतू स्पंदन पावत होता.

त्या टप्प्यावर मी स्वतःला 'अनुभव घेणारा' समजत होतो, ती जाणीव पूर्णपणे नाहीशी झाली. त्यानंतर त्यापुढे ना तिथे कोणी दुःख भोगत असलेली किंवा भोगत नसलेली व्यक्ती होती, ना कोणी त्या दुःखाला कारणीभूत असणारी व्यक्ती होती. तिथे आपल्या कुटुंबाच्या सुटकेसाठी कोणाची वाट पाहणारा कृष्णाजीही नव्हता. तिथे कोणतंही अलग, वेगळं स्वत्व नव्हतं.

मी असीमित होतो. प्रीताजी, लोका आणि माझ्या सभोवताली असलेल्या प्रत्येकाशी एकत्व साधल्याच्या महान जाणिवेचा मला अनुभव आला. माझ्यात आणि त्यांच्यात भिन्नत्व असल्याचं मला जाणवत नव्हतं. पृथ्वी आणि तिच्यापासूनच निर्माण झालेल्या या देहातही मला भिन्नत्व जाणवत नव्हतं.

मी ज्याला स्वतःचं असं म्हणत होतो, त्या शरीरावर मी अगदी जवळून नजर टाकली, त्या वेळी माझी आई, वडील, माझे आजोबा आणि त्यांचे पालक अशा माझ्या आधी इथे येऊन गेलेल्या सगळ्या पिढ्या माझ्यासमोर अवतरल्या. काळाचा प्रारंभ झाल्यापासूनच्या मानवतेला माझे पूर्वज म्हणून मी पाहू शकत होतो.

कोणीही सजीव, कोणतंही अस्तित्व स्वतंत्र नव्हतं. कोणत्याही गोष्टी स्वतंत्र नव्हत्या. कोणत्याही घडामोडी, घटना स्वतंत्र नव्हत्या. कोणत्याही स्वतंत्र शक्ती नव्हत्या. माझ्या अंतर्यामीच मला महासागराचा व आकाशाचा विशालपणा दिसला आणि प्रत्येक गोष्ट त्या दोहोंमध्येच होती. मीच विश्व होतो. संपूर्ण विश्व हाच एक महाकाय जीव होता. त्या एका मोठ्या प्रक्रियेत प्रत्येक जणच प्रत्येक दुसरी गोष्ट होता.

जे अस्तित्वात होतं, ते फक्त 'एक' होतं. ते पवित्र. हिंदू धर्मात आपण त्याला 'ब्रह्मन्' म्हणतो किंवा आपण त्याला 'ईश्वरी' अगर 'दैवी'ही म्हणू शकतो.

परंतु ती ईश्वरी गोष्टही माझ्यापासून स्वतंत्र असल्याचा अनुभव मला येत नव्हता.

तिथे वियोग किंवा विभक्तता नव्हती. काळ नव्हता.

सुटकेसाठी मदत पथक येण्यापूर्वी फक्त पंचवीस मिनिटंच आम्ही त्या पाण्यात असलो तरीही तो संपूर्ण अनुभव आयुष्यभर टिकून राहील, असं दिसत होतं. माझ्या

कुटुंबाला सुरक्षित ठिकाणी नेण्याची मी वाट पाहत असताना माझ्या मनात एक खूप मोठी तळमळ निर्माण झाली होती. मी नुकताच जो अनुभव घेतला होता तो प्रत्येक व्यक्तीला घेता यावा, यासाठी लोकांना मदत करण्याची, लोकांना विमुक्त बनवण्यासाठी साहाय्य करण्याची तळमळ माझ्या मनात निर्माण झाली होती.

आपण एकमेकांपासून स्वतंत्र आहोत या कल्पनेपासून आपण मुक्त व्हावं, असं मला वाटतं. आपल्या अंतःकरणातील संघर्षाशी आणि आपल्या सभोवतालच्या जगाशी आपण लढा देत आहोत, असं जे आपल्याला वाटतं, त्या भावनेपासून आपण मुक्त झालं पाहिजे. आपली आयुष्यं लहान आणि निरर्थक आहेत, असं वाटायला लावणाऱ्या दुःखापासून आपण मुक्त झालं पाहिजे.

अस्तित्वाच्या एका अलौकिक स्थितीत मला जगता आलेलं सुंदर जीवन ही प्रत्येकाची दैवगती होती हे मला माहिती होतं. दुःखातून बाहेर पडण्याचा मार्ग मला दिसला होता. हा मार्ग अगदी स्पष्ट होता.

१

पहिलं परमरहस्य :
आध्यात्मिक ध्येयासह जीवन

∞

पहिलं परमरहस्य : आध्यात्मिक ध्येयासह जीवन

कृष्णाजी

तुमच्या प्रवासाला सुरुवात करण्यापूर्वी कृपया इथे काही क्षण थांबा.
तीन वेळा दीर्घ श्वास घ्या.
मनातल्या मनात म्हणा,
'ती उत्तरं सापडू देत, ज्यांचा मला शोध आहे,
त्या उपायांचा शोध लागू दे, ज्यांची मला गरज आहे,
माझं अवघं आयुष्य सुंदर होऊ दे.'

चला, सुरुवात करूया...

अनेक धर्मं, अनेक संस्कृती-सभ्यता आल्या आणि गेल्या; पण संपूर्ण इतिहासभर परिवर्तित चैतन्य-स्थितीचा शोध तसाच अखंड राहिला आहे. भव्यदिव्य, उदात्त स्थितीतून आयुष्याचा अनुभव घेण्याची ही तळमळ सर्वच धर्मांमध्ये, वंशांमध्ये आणि सर्व संस्कृतींमध्ये दिसून येते. या ग्रहावरच्या प्रत्येक मानवाच्या गाभ्यात, केंद्रस्थानी परिपूर्णपणे, समग्रपणे जगण्याची, सखोलपणे संलग्न होण्याची, संपूर्ण प्रेम करण्याचीही आध्यात्मिक तळमळ आहे, मग त्याविषयी त्यांच्या मनात जागृती असो वा नसो.

परिवर्तित चैतन्य-स्थितीचे अनंत अनुभव आहेत. शुद्ध परमानंद, निःस्वार्थ प्रेम, प्रसन्नात्मक धैर्य किंवा तटस्थ उपस्थिती अशा स्वरूपाचे हे अनुभव असतात.

पारंपरिकरीत्या विचार करता परिवर्तनाची ही स्थिती नेहमीच हिप्पींशी म्हणजेच स्वच्छंद वागणाऱ्या लोकांशी किंवा ज्या लोकांनी आयुष्याचा त्याग केलेला असतो, त्याच्यातून निवृत्ती पत्करलेली असते, त्यांच्याशी संलग्न असते. ज्या लोकांना आयुष्यात रुची उरलेली नाही किंवा ज्यांचा आयुष्याविषयी भ्रमनिरास झालेला असतो, फक्त त्यांच्यासाठीच हा परिवर्तनाचा विभाग राखीव असतो, अशीही एक समजूत आहे. परिवर्तित चैतन्य-स्थिती हाच शेवट आहे, असं युगांयुगांपासून समजलं जातं; परंतु प्रीताजी आणि मी या संदर्भात स्पष्ट तफावत करतो. आमची अशी धारणा आहे की, या संकल्पनेहून वेगळं असं कोणतं सत्य नाहीए. आमची स्वतःची आयुष्यं हा त्याचा पुरावा आहे. प्रीताजी आणि मी आयुष्यात पूर्णपणे गुंतून गेलो आहोत. आम्ही पती आणि पत्नी म्हणून जगत आहोत. एका किशोरवयीन मुलीचे आम्ही पालक आहोत आणि आमच्या पालकांच्या आरोग्याची आम्ही अत्यंत सक्रियपणे काळजीही घेत आहोत. चैतन्याच्या अभ्यासासंदर्भात आम्ही आंतरराष्ट्रीय ख्यातीची एक ॲकॅडमी चालवतो. गेल्या एकाच वर्षात जगभरातील अनेक देशांतील सुमारे ६९,५०० विद्यार्थ्यांपर्यंत ही ॲकॅडमी पोहोचली होती. या ॲकॅडमीत आम्ही अनेक गोष्टी करतो. फॅकल्टीजना प्रशिक्षित करण्यापासून ते अभ्यासक्रमांची रचना करणं आणि उच्च वर्गांना शिकवणं अशा सगळ्या गोष्टी आम्ही पार पाडतो. याखेरीज आम्ही दोन व्यापक कार्य करणारी चॅरिटेबल फाउंडेशन्स स्थापन केली आहेत. त्यांच्यामार्फत आमच्या ॲकॅडमीच्या सभोवताली असलेल्या एक हजाराहून अधिक गावांमधील सुमारे पाच लाखांहून अधिक ग्रामस्थांच्या आयुष्यावर मोठा परिणाम घडवून आणण्यात आला आहे. भारतातील विविध शाळांमधील आणि महाविद्यालयांमधील आमचा अभ्यासक्रम पूर्ण केलेल्या दोन लाख वीस हजारांहून अधिक तरुणांच्या आयुष्यावर आम्ही लाभदायक परिणाम घडवून आणले आहेत. याखेरीज आम्ही पाच जागतिक व्यवसायांची स्थापना केली असून, तिथे आम्ही द्रष्टे आणि मार्गदर्शक म्हणून अलीकडच्या काही वर्षांत काम करत आहोत.

आम्ही ज्या सगळ्या गोष्टी करत आहोत, त्यांच्यामुळे आम्हाला पूर्ण समाधान मिळत असून आम्ही त्यात यशस्वी झालो आहोत, हे सांगणं ही अतिशयोक्ती ठरणार नाही. बाहेरून आमचं निरीक्षण करणाऱ्या बहुतांश लोकांना आम्ही एवढ्या सगळ्या गोष्टी कशा काय पार पाडू शकतो, याचं आश्चर्य वाटतं.

आम्ही त्यांना सांगतो की, ही आमच्या चैतन्याची शक्ती आहे.

आपल्यापैकी प्रत्येक जण हा आपल्या सीमित मनाहून खूप मोठा, व्यापक आहे. आपल्या शरीरांहूनही आपण खूप अधिक काहीतरी आहोत. आपण अलौकिक जीव आहोत. तुमच्या चैतन्यशक्तीला तुम्ही जितकं अधिक जागृत कराल, जेवढं

अधिक सचेतन बनवाल, तितके तुम्ही अधिक शक्तिशाली बनाल. तितकंच अधिक सहजतेनं विश्व तुमच्या मदतीसाठी तुमच्याकडे धावून येईल, तुमचं आयुष्यही तितकंच अधिक अद्भुत, चमत्कारिक बनेल. आम्ही तुम्हाला आता जी रहस्यं सांगणार आहोत, त्याची हीच गुरूकिल्ली आहे. तुमच्या समस्यांवर उपाययोजना शोधण्याची तुम्हाला गरज असेल, जर तुमच्या इच्छांची तुम्हाला परिपूर्ती करायची असेल, तर तुमची स्वतःची चैतन्यशक्ती जागृत झालीच पाहिजे.

आम्ही आता तुम्हाला जे सांगणार आहोत, त्याच्या साहाय्यानं तुमचे अगदी मनापासूनचे हेतू साध्य करण्यासाठी तुमची चैतन्यशक्ती तुम्हाला सामर्थ्यशाली बनवेल. आमच्या आयुष्यातल्या अनुभवांतूनच ही चार परमरहस्ये तुमच्यासमोर आली आहेत. आणि आम्ही ज्यांना ज्यांना ती शिकवली, त्या प्रत्येक व्यक्तीच्या आयुष्यात त्यांनी मोलाची भूमिका बजावली आहे.

तेव्हा आता खुल्या दिलाने या **परमरहस्यांपैकी** प्रत्येक रहस्य वाचा, ते आत्मसात करा. मग जीवनाचा प्रवाह अलौकिकतेकडे वळत असल्याचं तुम्हाला आपोआप जाणवेल.

पहिलं परमरहस्य शोधा.

पहिलं परमरहस्य : आध्यात्मिक ध्येयासह जीवन

तुम्ही कोणत्या स्थितीत जगत आहात?

प्रीताजी

ही प्राचीन बोधकथा तुम्हाला पहिलं परमरहस्य समजून घेण्यास मदत करेल. ती अगदी हळूहळू वाचा.

येस्मी आणि नोमी नावाचे दोन संन्यासी जवळपासच्या एका गावातील लोकांना उपदेश करून झाल्यानंतर त्यांच्या आश्रमात परतत होते. परतीच्या मार्गावर त्यांना एक नदी पार करायची होती. ते नदीत प्रवेश करणारच होते, तेवढ्यात त्यांच्या कानांवर एका स्त्रीच्या रडण्याचा आवाज पडला.

येस्मी त्या स्त्रीकडे गेला आणि त्यानं तिच्या रुदनाचं कारण विचारलं.

''मला माझ्या लहान मुलाकडे जावंच लागणार आहे. नदीच्या पलीकडच्या गावात तो माझी वाट पाहत आहे; पण आज नदीला पूर आल्यामुळे मी परत जाऊ शकत नाही,'' ती स्त्री उत्तरली. तिचं मूल तिच्यासाठी संपूर्ण रात्रभर रडेल, या कल्पनेनं ती दुःखी झाली होती.

येस्मीनं स्वेच्छेनं तिला नदी पार करायला मदत केली. त्यानं तिला उचलून पलीकडच्या काठावर नेल्यावर तिनं त्याचे आभार मानले आणि ती निघून गेली.

ते दोन्ही संन्यासी त्यांच्या आश्रमाच्या दिशेनं चालू लागले. बराच काळ काहीही न बोलता अस्वस्थपणे चालल्यानंतर अखेरीस न राहवून नोमी बोलला. त्यानं संतप्त स्वरात विचारलं, ''तू आताच जे काही केलंस त्याचं गांभीर्य तुझ्या लक्षात येतंय का?''

येस्मीनं स्मित केलं आणि तो म्हणाला, ''होय.''

नोमी पुढे बोलू लागला, ''आपल्या गुरुजींनी सांगितलं होतं की, कधीही स्त्रीकडे बघू नका आणि तू तर तिच्याशी चक्क बोललास! गुरुजींनी सांगितलं होतं की, तुम्ही कधीही स्त्रीशी बोलू नका आणि तू तर तिला स्पर्श केलास! त्यांनी सांगितलं होतं की, स्त्रीला कधीही स्पर्श करू नका आणि तू तर तिला उचलून घेतलंस.''

येस्मीनं शांतपणे उत्तर दिलं, ''हे खरं आहे; पण मी तर तिला अर्ध्या तासापूर्वीच खाली उतरवलंय; पण तू तर तिला अजूनही घेऊनच फिरतोयस. हो की नाही?''

या कथेतील दोन संन्यासी मानवी चैतन्याच्या त्या दोन स्थितींचं प्रतिनिधित्व करतात, ज्यांचा प्रत्येक जीव अनुभव घेतो – पहिली, दुःखस्थिती किंवा दुसरी, दुःखरहीत स्थिती.

या दुःखरहीत स्थितीला आपण 'सुंदर-स्थिती' म्हणू या. कारण, ज्या वेळी आपल्याला दुःख होत नसतं, त्या वेळी आपल्याला आयुष्य असंच असल्यासारखं वाटतं.

तुम्हाला जर 'दुःख' हा शब्द वापरणं बरोबर वाटत नसेल, तर त्याऐवजी 'तणाव' हा शब्द वापरा. सर्वसामान्यपणे तणावाचा संबंध ताणाशी असतो; परंतु राग, भीती, एकाकीपणा, नैराश्य या सगळ्याच तणावग्रस्त स्थिती असतात की नाही? 'दुःख' या शब्दात या सगळ्या स्थिती अंतर्भूत असतात.

सुंदर-स्थितींमध्ये शांतता, संलग्नता, उत्कट इच्छा, हर्षोल्हास आणि आंतरिक शांतता यांचा समावेश होतो. ज्या वेळी आपण सुंदर-स्थितीत नसतो, त्या वेळी तणावाची किंवा दुःखाची स्थिती ही आपल्याला आपोआप प्राप्त होणारी स्थिती असते.

आपल्या आयुष्यात किंवा आपल्या सभोवतालच्या जगात घडणाऱ्या प्रत्येक गोष्टीकडे आपण पाहिलं, तर आपल्या अस्तित्वाला या दोन स्थितींकडे नेणाऱ्या शक्ती आपल्याला दिसतील. युद्ध किंवा शांतता, व्यसनं किंवा सामाजिक ऐक्य, यश किंवा अपयश, दयाळूपणा किंवा क्रौर्य, सहकार्य किंवा हानिकारक राजकारण आणि अखेरीस आनंदी मुलं किंवा त्रस्त पिढी यांच्यामागे दुःख-स्थिती किंवा सुंदर-स्थिती यांपैकी एक स्थिती असते.

येस्मी आनंदी स्थितीचं आणि नोमी तणावग्रस्त, दुःख-स्थितीचं प्रतिनिधित्व करतो, हे लक्षात ठेवून आता पुन्हा आपल्या कथेकडे वळू या.

नोमीनं त्याच्या मनात मुळात अस्तित्वातच नसलेल्या समस्येची निर्मिती केली होती आणि ती सोडवताना तो तणावग्रस्त बनला होता; पण येस्मीनं आपल्या समोरच्या माणसाची प्रत्यक्ष समस्या सोडवली होती आणि तो शांतपणे पुढे चालत होता.

नोमी त्या घटनेपूर्वी, त्या घटनेदरम्यान आणि त्या घटनेनंतरही संतप्त झाला होता. त्याच्या आंतरिक संतप्तपणामुळे त्यानं सगळ्या गोष्टी विलक्षण गुंतागुंतीच्या बनवल्या होत्या आणि त्यामुळे तो अव्यवहार्यपणे, तर्कहीनतेनं वागत होता.

काम किंवा कृती करताना येस्मीनं तिच्यात स्वतःला पूर्णपणे झोकून दिलं होतं; पण एकदा ते काम किंवा ती कृती संपल्यानंतर तो त्या परिस्थितीपासून पूर्णपणे अलिप्त बनला होता. सुंदर-स्थितीत भूतकाळाविषयी प्रबळ चिंतन केलं जात नाही किंवा भविष्याची चिंताही केली जात नाही. आपण आंतरिक साधेपणाचा आणि गोंधळरहीत मनाच्या अलौकिक बुद्धिमत्तेचा अनुभव घेत असतो आणि वर्तमानाशी जोडले गेलेलो असतो.

तणावग्रस्त स्थिती विभाजित करते म्हणून नोमी हरवून गेला होता. आपण ज्या वेळी नोमी असतो, त्या वेळी आपण उत्साही, आनंदी लोकांमध्ये उभे असतो आणि तरीही आपल्याला आपण तिथे नसल्यासारखं वाटतं. आपण जिवलग मित्रांबरोबर असतानाही आपल्याला एकाकीपणा जाणवतो.

येस्मीची स्थिती भिन्न होती. तो तिथे उपस्थित होता. त्याला नोमीच्या स्थितीची जाणीवही झाली आणि विद्वत्तापूर्ण प्रश्न विचारून त्यानं त्याला त्या स्थितीतून बाहेर काढण्याचा प्रयत्नही केला.

आपण सुंदर-स्थितीत असतो, त्या वेळी स्वतःला आणि इतरांनाही मदत करण्याएवढे आपण सुज्ञ असतो. आपल्या कृती ठाम आणि शक्तिशाली असतात.

आपण काही वेळा येस्मी असतो आणि काही वेळा नोमी असतो. आपण सर्व जण तणावात, संलग्नताहीन अवस्थेत राहिलो आहोत आणि आपल्या स्वतःच्या व आपल्या सभोवतालच्या माणसांच्या आयुष्यांतील गोंधळाला आपण हातभारही लावला आहे. शिवाय आपण संलग्नतेच्या सुंदर स्थितींमध्येही जगलो आहोत आणि जगाच्या व आपल्या कल्याणामध्ये सहभागी झालो आहोत.

चैतन्याच्या आणि आयुष्यातील त्याच्या प्रकटीकरणाच्या आमच्या वर्षानुवर्षाच्या निरीक्षणांत आम्हाला एक आवर्ती संरचना दिसली आहे. दुःख विनाशक आहे आणि सुंदर-स्थिती या संजीवनी देणाऱ्या व आयुष्य मिळवून देणाऱ्या आहेत, यात शंकाच नाही. कालौघात आमच्या असं लक्षात आलं आहे की, माणूस जितका अधिक दुःख-स्थितीत जगतो, तितकं त्याचं आयुष्य एखाद्या सुटका होऊ न शकणाऱ्या जाळ्यात अडकल्यासारखं बनतं. समस्यांचा डोंगर साचतो. गोंधळ वाढत जातो. संभ्रमांचा ढीग साठतो. मग आयुष्य हे अंतहीन युद्ध बनतं.

ज्या वेळी आपण नैराश्य, अपेक्षाभंग, असूया किंवा तिरस्कार या दुःख-स्थितींचा कालावधी वाढवतो, त्या वेळी आपल्या आयुष्यांचा प्रत्येक अंश नियमित, अपेक्षित किंवा अचूक अवस्थेत नसल्यासारखं आपल्याला वाटू लागतं. आपल्या कुटुंबांशी आपण भांडत बसतो, आपल्या कामाशी संघर्ष करतो, सरकारशी संघर्ष करतो. दुःख-स्थितींमध्ये आपल्याला विश्वातील सगळ्या शक्ती आपल्याशी शत्रुत्वानं वागत आहेत, असं वाटू लागतं. आपण कोणताही निर्णय घेतला किंवा काहीही केलं तरी आपल्या आयुष्यात अधिकाधिक गोंधळच निर्माण होत असल्याचं आपल्याला दिसतं.

आम्हाला असंख्य प्रसंगी असंही दिसून आलं आहे की, ज्या वेळी आपण सुंदर स्थितीत जगत असतो, त्या वेळी आपल्यासमोर एकापाठोपाठ एक अनेक चमत्कारिक घटना साकार होऊ लागतात. इथे तुम्हाला या सुसंगत घटनांचा, सिंक्रॉनिसिटीचा नेमका अर्थ काय असं वाटू शकेल. यांचा इथे अर्थ आहे अर्थपूर्ण योगायोग. त्या अनुकूल आणि एकसंध घटना किंवा प्रसंग असतात आणि तुमच्या संकल्पाशी सुसंगतपणे त्या घडून येतात. स्वैरपणे फिरणारं विश्व जणू काही तुमच्या मनोकामनेसाठी तुम्हाला पाठबळ पुरवण्यासाठी स्वतःला संरचनाबद्ध करत आहे, असं वाटू लागतं.

सुंदर-स्थितीत आपण अधिक सर्जनशील बनतो आणि समस्यांवरच्या अविश्वसनीय वाटाव्यात, अशा उपाययोजना आपल्यासमोर येतात. आपले दुभंगलेले नातेसंबंध सुदृढ होतात. आपली विचारसरणी अधिक स्पष्ट, स्वच्छ बनते. आपल्या बुद्धिमत्ता अधिक प्रखर बनतात. आपली मनं अधिक शांततापूर्ण होतात आणि आपली हृदयं संलग्नतेच्या अवकाशात फिरू लागतात.

सुंदर-स्थितीच्या संकल्पनेनं तुमचं मन दडपून गेलंय, असं तुम्हाला वाटत असेल किंवा तुम्हाला ती संकल्पना अचूकपणे समजली आहे का याविषयी खात्री वाटत नसेल, तर एक गोष्ट लक्षात ठेवा की, सुंदर-स्थितीचा संदर्भ अनुभवांच्या समृद्ध मालिकेशी आहे. त्या स्थितीची सुरुवात प्रसन्नता, आनंदीपणा, कृतज्ञता, प्रेम किंवा धैर्य या स्वरूपात होते. संघर्षमय अंतर्गत गोंधळ नष्ट होणं, जीवनाशी अधिक संलग्न होणं आणि तुमच्या सभोवतालच्या लोकांशी अधिक समृद्ध संलग्नता असणं हे सुंदर-स्थितीचं सार आहे. तुम्ही अधिक प्रगती करता तशा शांतता, स्तब्धता, करुणा, हर्षोल्हास आणि निर्भयता या अलौकिक स्थिती जागृत होऊ शकतात. या स्थितींमध्ये तुम्ही आयुष्याच्या प्रवाहाबरोबर असता. तुमच्या मनात एकत्वाविषयीची आणि संपूर्ण अस्तित्वाशी तुमचा परस्पर-संबंध असल्याची जागृती होते. ही स्थिती जितकी अधिक शक्तिशाली असेल तितक्या अधिक सहजतेनं तुमच्या उत्कट इच्छांच्या प्रकटीकरणासाठी तुम्ही चैतन्य-पटलावर परिणाम करू शकता.

शब्द उलगडताना...

कृष्णाजी

आपल्याला परिपूर्णपणे जगायचं असेल, तर मृत्यूची भीती संपवावीच लागेल.

परिपूर्णपणे प्रेम करायचं असेल, तर अपेक्षाभंगाला पूर्णपणे दूर करावंच लागेल.

सुंदर-स्थितीचा अनुभव घेण्यासाठी दुःखांकडे पाहण्याची आणि भेदक अशी मर्मदृष्टी आपल्याकडे असावीच लागते. अशा प्रकारे दुःखापासून आपण मुक्त होऊ शकतो.

आपण दुःख हा शब्द कशा पद्धतीनं वापरत आहोत हे आतापर्यंत बहुधा तुमच्या लक्षात आलं असेल. अगदी साध्या शब्दांत सांगायचं झालं, तर त्याचा अर्थ त्रासदायक, अस्वस्थ किंवा बेचैन करणारा भावनिक अनुभव असा होतो आणि त्याची व्याप्ती मोठी आहे. दुःखाचा सर्वांत सौम्य आणि सहसा नेहमीच दुर्लक्ष केला जाणारा अनुभव हा चीड किंवा क्षोभ, भीती किंवा काळजी आणि निराशा किंवा अपेक्षाभंग या स्वरूपात असतो. एकदा का तुम्ही त्यांना कुरवाळत राहिलात की, या भावना संताप, चिंता आणि दुःख या पुढच्या टप्प्यावर पोहोचतात. या भावना कशा प्रकारे दूर कराव्यात हे तुम्हाला शिकवलं गेलं नसेल तर त्या तीव्र क्रोध किंवा सूडबुद्धी अगर आकस, व्याकूळता, भीती किंवा नैराश्य यांच्यात रूपांतरित होतात. दुसऱ्या शब्दांत त्या अत्यंत धोकादायकपणे पछाडून टाकतात.

तुम्ही कुठल्याही पातळीवरच्या दुःखात गुंतला असाल तरी त्यानं काहीही बिघडत नाही. दीर्घकालीन दुःख हानिकारक असतं हे समजून घेणं ही गोष्ट अगदीच महत्त्वाची आहे. दुःख-स्थिती ही तुमच्या प्रत्येक स्वप्नाचा नाश करणारी प्रमुख, मूलभूत विनाशक गोष्ट आहे.

आणखी एका अतिशय परिचित अशा शब्दाचा आम्हाला तुमच्यासोबतच शोध घ्यायला आवडेल, त्यामुळे तुम्हाला *दुःख* हा शब्द बहुधा खऱ्या अर्थानं समजू शकेल. तो शब्द आहे - समस्या.

आता हा शब्द उलगडण्यास सुरुवात करू या.

'समस्या' म्हणजे काय, हे पाहू या.

दुःख आणि *समस्या* यांच्यातील मध्यवर्ती फरक असा आहे की, दुःख हा आंतरिक अनुभव असतो, तर समस्या हा बाह्य अनुभव असतो. किरकोळ गैरसोईपासून टोकाच्या कठीण अडथळ्यापर्यंत समस्येची व्याप्ती असू शकते; परंतु ती समस्या कशी सोडवावी हे तुम्ही ठरवता म्हणून ती कशी सोडवायची हे तुमच्यावर अवलंबून असतं. तुम्ही ती दुःख-स्थितीतून सोडवता की आनंद-स्थितीतून हे सर्वस्वी तुमच्यावर अवलंबून असतं.

समजा तुम्ही मार्शल आर्ट शिकत असताना तुमचा अस्थिबंध तुटला आणि तुम्ही ठरवलेल्या साहसी क्रीडाप्रकारासाठी सुट्टीत तुम्ही जाऊ शकला नाहीत तर काय होईल? तुम्ही अनेक महिने केलेली तयारी वाया जाईल. ही समस्या आहे.

किंवा समजा तुमची नोकरी गेली. तुम्हाला तुमच्या कुटुंबाची व्यवस्थित काळजी घेता येत नसेल किंवा तुमची बिलं भरता येत नसतील. तुम्ही राहत असलेलं अपार्टमेंट तुम्हाला खाली करावं लागलं असेल. ही गंभीर परिणाम असलेली समस्या आहे.

समजा तुमच्या वृद्ध आईला गंभीर आजार झाला असेल आणि तुम्हाला तिच्याकडेच संपूर्ण लक्ष द्यावं लागत असेल तर? तुमच्या शहरात येण्यास तिनं नकार दिल्यामुळे तुम्हाला आपल्या मूळ गावी जावं लागलं तर? जर त्यामुळे तुम्हाला एका अतिशय आकर्षक नोकरीची चालून आलेली संधी नाकारावी लागली तर? तर ही समस्या आहे.

या आव्हानांना किंवा समस्यांना तुम्ही कोणत्या स्थितीतून तोंड देता हा तुमच्या भविष्यकालीन घटना कशा प्रकारे आकार घेतील या संदर्भातील सर्वांत निर्धारक घटक असतो.

अशा प्रकारच्या समस्यांकडे तुम्ही बारकाईनं पाहिलं, तर तुमच्या लक्षात येईल की, या समस्या वनस्पती, माणूस आणि प्राणी यांच्या आयुष्यात प्रत्येक टप्प्यावर सतत येत असतात. दर वेळी वादळ होतं, शेकडो वनस्पती आणि वृक्ष समूळ उखडले जातात. त्यांच्यापैकी अनेक मरतात. वन्य प्राण्यांना त्यांची हद्द सोडावी लागते आणि त्यांना अन्नाची कमतरता भासते. काही वेळा अकस्मात उद्‌भवलेल्या आपत्तींमुळे त्यांना त्यांचे अधिवास सोडावे लागतात.

माझी टीम सन २०१०मध्ये *टायगर क्वीन* हा प्राण्यांवरचा अनुबोधपट तयार करत होती. त्या वेळी जंगलातील वाघांना तोंड द्याव्या लागणाऱ्या समस्या आपल्या समस्यांशी किती मिळत्याजुळत्या असतात ते बघून मला धक्का बसला होता. त्या अनुबोधपटात मछली नावाच्या भल्या मोठ्या वाघिणीला तिचंच पिल्लू असलेल्या आणि नंतर मोठ्या झालेल्या वाघिणीसमोर हरल्यानं तिची हद्द सोडून जावं लागलं, त्यामुळे तिला जबरदस्तीनं बरीचशी मोठी जागा सोडून बाहेर पडावं लागलं. अखेरीस तिला जंगलातील कमी सुपीक भागात स्थलांतरित व्हावं लागलं.

सुदैवानं मछली आपल्यासारखा विचार करत नव्हती. तिनं तसा केला असता तर त्या राणी वाघिणीला उर्वरित आयुष्य नैराश्यावस्थेत काढावं लागलं असतं!

आव्हानं ही गोष्ट मानवी प्रजातीसाठी आगळीवेगळी नाही; पण त्या आव्हानाचा अनुभव आपण कशा पद्धतीनं घेतो, ही गोष्ट आपल्यापैकी प्रत्येकाच्या बाबतीत वेगळी असते.

तुमची नोकरी गेली, तर तुम्ही पूर्ण वेळ अंथरुणात पडून राहता आणि स्वतःला अपयशी समजता की, तुमच्यासमोर नवीन संधीचा रस्ता उमलत आहे, बहरत आहे, अशा दृष्टीनं तुम्ही याकडे पाहता? भूकंपाचा किंवा त्सुनामीचा धक्का बसला तर तुम्ही अशी शोकांतिका पुन्हा घडू शकेल म्हणून थरकाप उडवणारी भीती मनात बाळगून तो भाग तुम्ही सोडाल की आयुष्याची पुनर्उभारणी करण्यासाठी आणि तुमच्या समाजाला पाठबळ देण्यासाठी शांत-स्थितीतून किंवा तळमळीने काम कराल?

आपण आयुष्याला कसा प्रतिसाद देतो, याची निवड आपण कशामुळे करतो? आपल्या अस्तित्वाच्या स्थितीमुळे.

आपल्याला सर्वांनाच आयुष्यात आव्हानांना तोंड द्यावं लागतं आणि आपल्यापैकी अनेकांच्या समस्यांची तीव्रता ही गरिबी, राजकीय अस्थैर्य, पद्धतशीरपणे केली जाणारी दडपशाही आणि नैसर्गिक आपत्ती यांच्यामुळे वाढते.

आमच्याकडे विविध सामाजिक-आर्थिक पार्श्वभूमीतून विद्यार्थी येतात. काही विद्यार्थ्यांच्या आयुष्यांवर खूप मोठ्या शोकांतिकांचाही परिणाम झालेला नव्हता, तर काहींची आयुष्यं हिंसाचारानं आणि आजारांनी सैरभैर झालेली होती.

पण आम्हाला असं दिसून आलं आहे की, कोणत्याही प्रकारचं आयुष्य जगलेले लोक दुःखावर मात करण्यास शिकतात आणि सुंदर-स्थितीत जगतात.

फक्त एवढंच नव्हे, तर सुंदर-स्थितीच्या सामर्थ्यामुळे त्यांच्या समोरचे अडथळे दूर झाल्याचं आणि त्यांच्यासाठी नवीन प्रवेशद्वारं उघडल्याचंही आम्हाला दिसून आलं आहे, त्यामुळे त्यांच्या समोरच्या अडथळ्यांवर मात करण्यास त्यांना साहाय्य झालं आणि अगदी खूपच मोठ्या समस्यांवरच्या सर्जनशील उपाययोजनाही त्यांच्या समोर खुल्या झाल्या.

पण तुमच्या चैतन्याची खरी शक्ती शोधण्यासाठी तुम्हाला या रस्त्यावरून चालावंच लागेल आणि या रस्त्यावर पहिलं पाऊल टाकण्यासाठी तुम्हाला एक महत्त्वाची भूमिका घ्यावी लागेल : तुम्ही अगदी एक दिवसही दुःख-स्थितीत राहण्यास 'नाही' म्हटलं पाहिजे आणि सुंदर आंतरिक-स्थितीत राहण्यास 'होय' म्हटलं पाहिजे.

तुम्ही अशी बांधिलकी पत्करू शकता का?

अशा प्रकारचं आयुष्य शक्य आहे, अशी कल्पना तुम्ही करू शकता का?

दुःखात घालवलेला प्रत्येक दिवस म्हणजे दिवस वाया घालवणं आहे आणि आयुष्याच्या सुंदर-स्थितीत जगलेला प्रत्येक दिवस म्हणजे खऱ्या अर्थानं आयुष्य जगणं आहे.

आध्यात्मिक ध्येय म्हणजे नेमकं आहे तरी काय?

मूलभूतपणे विचार करता आयुष्याची दोन अंगं आहेत. करणं आणि असणं. करण्यात आपण यशप्राप्तीसाठी करत असलेल्या सगळ्या गोष्टींचा समावेश होतो. संपर्क निर्माण करणं, नातेसंबंध विसरणं आणि संपवणं, चांगल्या जीवनशैलीसाठी आवश्यक सवयींचा स्वीकार करणं या सगळ्या गोष्टी यात येतात. हा बाह्य जगाला आपण दाखवत असलेला चेहरा असतो आणि सहसा नेहमीच आपण या पैलूवरच सर्वाधिक लक्ष केंद्रित करत असतो.

असणं म्हणजे आयुष्याचा आपल्या स्वतःसाठी आपण कसा अनुभव घेतो तो अनुभव असतो. तुम्ही मीटिंगसाठी जाता त्या वेळी तुमच्या चेहऱ्यावर कदाचित स्मित असू शकेल. उदाहरणार्थ, तुम्ही आत्मविश्वासू आहात हे दाखवण्यासाठी तुम्हाला हे करावंच लागणार आहे, असं तुम्हाला वाटत असेल; पण तुमच्या आंतरिक विश्वाचा विचार केला तर ही गोष्ट पूर्णपणे वेगळी असेल. तुम्हाला कदाचित भीती वाटत असेल, तुम्ही नर्व्हस असू शकाल किंवा जवळच्या लोकांपासून आपण दूर आहोत, असं तुम्हाला वाटत असेल.

आपला समाज करण्यावर भर देतो. मात्र आपल्या अस्तित्वाच्या, असण्याच्या आंतरिक स्थितीकडे अत्यल्पच लक्ष दिलं जातं. आपल्यापैकी थोडेच जण खऱ्या अर्थानं आपल्या आयुष्यांमध्ये सुंदर आंतरिक अनुभवाची निर्मिती करण्यास प्राधान्य देतात. बाकीचे सगळे त्याऐवजी आपल्या करिअर, कामगिरी, दिसणं, दर्जा किंवा आर्थिक सुरक्षितता या सगळ्या महत्त्वाच्या गोष्टींसह जगण्यास प्राधान्य देतात.

आपण आंतरिक स्थितीकडे दुर्लक्ष करतो आणि जगाला मात्र सर्व काही आलबेल असल्याचं दाखवतो. परिणामी, आपल्या जीवनात तीव्र असमतोल निर्माण होतो आणि अकल्पित अडथळ्यांच्या वावटळीत आपण अक्षरशः अडकतो.

चिकन सूप फॉर द विमेन्स सोल : 101 स्टोरीज टू ओपन द हार्ट्स अॅन्ड रिकिंडल द स्पिरिट्स ऑफ विमेन या उत्तम खपाच्या पुस्तकाच्या सहलेखिका जेनिफर रिड हॉथोर्न यांच्या मते, बहुतांश माणसांच्या मनात रोज सरासरी १२,००० ते ६०,००० विचार निर्माण होतात. त्यांच्यापैकी बहुसंख्य विचार पुनःपुन्हा निर्माण झालेले असतात. यातली धक्कादायक बाब म्हणजे आपल्या सर्वसामान्य वायफळ विचारांपैकी ८० टक्के विचार नकारात्मक असतात. याचा अर्थच असा की, बहुतेक लोक हे नकळतपणे ८० टक्के वेळा दुःख-स्थितीत राहतात आणि फक्त २० टक्के वेळाच आनंदी-स्थितीत राहतात.

आपल्याला खरोखरच जगायचं असेल, तर हे गुणोत्तर बरोबर विरुद्ध असलं पाहिजे.

हळूहळू हे आनंदी-स्थितीत राहण्याचं प्रमाण २० टक्क्यांवरून ४० टक्के, ५० टक्के, ६० टक्के, ७० टक्के, ८० टक्के किंवा त्याहूनही अधिक टक्क्यांपर्यंत पोहोचले पाहिजे.

आपल्याला हे करण्यास साहाय्य व्हावं अशा पद्धतीनं पहिलं परमरहस्य तयार करण्यात आलं आहे : तुमच्या स्वतःसाठी आध्यात्मिक ध्येय मनात बाळगून तुमच्या आंतरिक विश्वात तुम्ही परिवर्तन करू शकता.

आध्यात्मिक ध्येयाची ताकद समजून घेण्यास तुम्हाला मदत व्हावी, यासाठी इथे माझा एक अनुभव सांगतो. अकराव्या वर्षी मला आलेल्या पहिल्या आध्यात्मिक अनुभवापासून मला सातत्यानं उच्च चैतन्यस्थिती प्राप्त होत राहिल्या होत्या. आश्चर्याची गोष्ट म्हणजे, यांपैकी कोणत्याही अनुभवाचा माझ्या खेळकरपणावर आणि गमतीजमती करण्यावर कसलाही परिणाम झाला नव्हता.

मी एकोणीस वर्षांचा असताना माझ्या मनाला वाढत्या संख्येनं येणाऱ्या साधकांसाठी एक केंद्र तयार करावं, अशी तळमळ लागून राहिली. मी याचा विचार केला त्या वेळी माझ्या लक्षात आलं की, मला केवळ केंद्राहूनही अधिक कशाची तरी उभारणी करायची होती. जो कोणी इथे येईल त्याच्या जीवनात परिवर्तन घडवण्यासाठी काम करणारी आणि त्याला पाठबळ देणारी यंत्रणा मला उभारायची होती. मी या प्रकल्पासाठी माझ्या पालकांची मान्यता आणि आशीर्वाद मिळवले. जिथे मानवी चैतन्यावर परिणाम केला जाईल आणि लोक चैतन्याच्या उच्च स्थितीत प्रवेश करतील, याविषयी माझ्या वडिलांच्या काही कल्पना होत्या.

माझं ध्येय निश्चित होतं. मला असे शक्तिक्षेत्र निर्माण करायचे होते, जिथे प्रवेश करताच केवळ तिथे येणाऱ्या लोकांच्याच नव्हे, तर समस्त मानवी चैतन्यावर परिणाम होईल. मी या प्रकल्पात अविश्वसनीय वाटावा, अशा उत्साहानं उतरलो. हा हेतू मनात निश्चित केल्यानंतर महिन्याभराच्या आतच या प्रकल्पाच्या सुरुवातीसाठी आवश्यक असलेले लोक आणि संसाधनं प्रत्यक्षात येण्यास सुरुवात झाली. आमच्या सभोवताली लहान-मोठ्या सुसंगत गोष्टी निर्माण होऊ लागल्या.

पवित्र वास्तुशास्त्राच्या प्राचीन गूढ तत्त्वांची माहिती असलेला वास्तुविशारद आम्हाला मिळाला त्या वेळी पहिली सुसंगत गोष्ट समोर आली होती. या पवित्र ध्येयाची परिपूर्ती करू शकेल, असा अद्भुत भूखंड आम्हाला सापडला ही दुसरी सुसंगत गोष्ट होती. विलक्षण भासणाऱ्या डोंगररांगांच्या पायथ्याशी आणि जंगलाच्या मध्यभागी, ऊर्जा प्रवाहित करणारा एक चव्वेचाळीस एकरांचा भूखंड आम्हाला मिळाला. या प्रकल्पाची त्या पवित्र जागी अंमलबजावणी करण्यासाठी बांधकाम कंपनी म्हणून मी लार्सन अँड टुब्रोची निवड केली. या जागेवर 'एकम्' या तिमजली संगमरवरी वास्तूची १८४ चौरस फुटांच्या गाभाऱ्यासह उभारणी झाली. मला हजारो वर्षं टिकून राहणारं आणि मानवी चैतन्यावर परिणाम करणारं एक गूढ आश्चर्य

उभारायचं होतं. आज एकम् एखाद्या रत्नासारखं अ‍ॅकॅडमीच्या मध्यभागी झळाळत उभं आहे.

या प्रकल्पाच्या कामाला चार महिनेच झाले होते, तेवढ्यात वन विभागाकडून आम्हाला एक नोटीस आली. 'तुमच्या प्रकल्पाचं काम सुरू असलेल्या स्थळाचा ताबा तुमच्याकडे नाही. तुमचा भूभाग राष्ट्रीय जंगलाच्या मध्यभागी आहे,' असं त्या नोटिशीत म्हटलं होतं. आम्ही आमचं काम तत्काळ थांबवावं, असा आदेशही त्यांनी दिला होता. बांधकामाच्या सर्व वाहनांना बांधकाम स्थळी प्रवेश करण्यास मनाई करण्यात आली.

मला धक्का बसला. कारण, आम्ही इमारतविषयक सर्व संबंधित अधिकाऱ्यांकडून त्यासंदर्भात मान्यता मिळवल्या होत्या. इमारतीच्या आराखड्यांना मान्यता मिळाली होती. तिथे रस्ता असल्यामुळे आम्हाला तिथला ताबा मिळाला आहे, असं आम्हाला वाटलं होतं; पण गृहनिर्माण आणि नागरी विकास विभागानं आमच्याकडे त्या भागाचा ताबा नसल्याचं कळवण्याकडे दुर्लक्ष केलं होतं.

दरम्यानच्या काळात बांधकाम कंपनीनं मला सांगितलं की, आमच्या कामाचा खर्च वाढला आहे. कारण, त्यांना त्यांच्या कामगारांना आणि सगळ्या साधनांना हलवावं लागलं होतं. आता त्यांच्या कामाचा खर्च गगनाला भिडला होता.

मी अनेक चौकश्या केल्या; पण प्रत्येक चौकशीतून एकच गोष्ट निष्पन्न होत होती. ती म्हणजे, भारताचे वनविषयक कायदे अत्यंत कडक असल्यानं राष्ट्रीय वनाच्या मध्यभागी इमारत बांधण्यास आम्हाला परवानगी मिळणार नव्हती. मी जरी न्यायालयात दाद मागितली असती तरी त्याचा निकाल लागायला पाच-सहा वर्षं लागली असती. हे संकट वाढू लागलं तसा माझ्या आध्यात्मिक ध्येयात मी अधिक सखोल शिरलो. दुःख-स्थितीला बळी पडायचं नाही, असा मी ठाम निर्धार केला. आम्हा कोणाहीपेक्षा 'एकम्'चं ध्येय अधिक मोठं होतं. या पवित्र जमिनीचा वापर लाखो जणांच्या चैतन्य-परिवर्तनासाठी झाला पाहिजे, या माझ्या श्रद्धेवर मी ठाम होतो, त्यामुळे ते होणं भागच होतं. माझ्या चैतन्यात अविश्वसनीय वाटाव्यात अशा शक्तिशाली स्थिती उलगडू लागल्या. माझ्या चैतन्यात तो प्रकल्प आकाराला येत असल्याचं मी पाहिलं. तिथे भूतकाळ आणि भविष्यकाळ यांच्यामध्ये बिलकूल फरक नव्हता. ती वास्तविकता बनणार होती.

राष्ट्रीय वन विभागाकडून रस्त्याचा वापर करण्यास परवानगी मिळावी, यासाठी माझी टीम सातत्यानं परिश्रमपूर्वक प्रयत्न करत राहिली आणि मग चमत्कारिक, अद्‍भुत घटना होण्यास सुरुवात झाली. नव्वद दिवसांच्या आत आमचा अर्ज विविध पातळ्यांवरच्या मान्यतांसाठी वीसहून अधिक डेस्कवर फिरला. आम्हाला रस्त्याचा वापर करण्याची परवानगी मिळाली. जे घडलं होतं ते ऐतिहासिक आणि नक्कीच

आगळंवेगळं होतं आणि त्याहूनही महत्त्वाची गोष्ट म्हणजे, या गोष्टी घडून याव्यात म्हणून मला इकडे-तिकडे धावाधावही करावी लागली नव्हती.

चैतन्याच्या सुंदर-स्थितीतून त्या प्रकल्पाला मार्गदर्शन करण्यासाठी माझ्या आध्यात्मिक ध्येयावर मी ठाम राहिलो होतो.

या चमत्कारिक घटनेनंतर जवळजवळ सोळा वर्षांनी आज त्या रस्त्यावरून हजारो लोक एकमूकडे चालत जात आहेत आणि वैयक्तिक जागृतीसाठी व विश्वशांतीसाठी ध्यानधारणा करत आहेत.

माझ्या आयुष्यातील अनेक अनुभवांपैकी हा एक अनुभव आहे. इथे माझ्या आध्यात्मिक ध्येयात प्रस्थापित झालेलं माझं अस्तित्व मला अविश्वसनीय घटनांकडे घेऊन गेलं होतं.

'आध्यात्मिक ध्येय' म्हणजे सर्वसाधारणपणे ज्याला आपण 'उद्दिष्ट' म्हणतो, ते नव्हेच मुळी! उद्दिष्टं ही भविष्यकाळाशी संबंधित असतात; उद्दिष्टं म्हणजे आपल्या आशा-आकांक्षा व योजना असतात.

पण 'आध्यात्मिक ध्येय' म्हणजे कोणतं उद्दिष्ट किंवा मुक्काम नसतो, जिथं आपल्याला पोहोचायचं असतं. किंबहुना तुमची उद्दिष्टं साध्य करताना जो प्रवास करावा लागतो, त्यादरम्यान तुम्ही कोणती आंतरिक स्थिती निवडलेली असते, याच्याशी आध्यात्मिक ध्येयाचा संबंध असतो. म्हणूनच 'आध्यात्मिक ध्येय' ही इतर सर्व उद्दिष्टांची, ध्येयांची जननी असते.

आता असं म्हणू या की, पालक म्हणून तुमचं एक ध्येय आहे. ही एक भूमिका आहे. मग तुमच्या रोजच्या आंतरिक स्थितीविषयी काय? गोंधळलेल्या, नैराश्यग्रस्त किंवा अपराधीपणाच्या स्थितीत पालकत्वाची भूमिका पार पाडणं तुम्हाला योग्य वाटेल का, की तुम्हाला संलग्नतेच्या आणि स्पष्टतेच्या सुंदर-स्थितीत राहून ही भूमिका पार पाडायला आवडेल? तुम्हाला आनंदी पालक बनायला आवडेल का? तुम्हाला एक परिपूर्ण पालक बनायला आवडेल का? एक कृतज्ञ पालक बनायला आवडेल का?

तुम्हाला या विशेषणांविषयी खरोखरच तळमळ वाटते का? ते प्राप्त करण्याचं काम तुम्ही करत असताना तुम्हाला सुंदर-स्थितीत राहण्याची तळमळ वाटते का की ते फक्त एक क्रियापद आहे आणि जे करणं आहे फक्त त्यालाच महत्त्व आहे?

पुन्हा एकदा लक्षात ठेवा की, आतापर्यंतचा तुम्ही घेतलेला सर्वाधिक महत्त्वाचा निर्णय असा आहे : तुमच्या आयुष्यात तुम्हाला रोज कोणत्या स्थितीत राहायला आवडतं? कोणत्या स्थितीत राहून तुम्हाला तुमचं नशीब घडवावं असं वाटतं? दुःख दूर करण्यासाठी व रोज अगदी दोन मिनिटंच का असेना; पण एका सुंदर-स्थितीत जगण्यासाठी एक सखोल आध्यात्मिक ध्येय बाळगलं पाहिजे आणि

त्यावरच लक्ष केंद्रित केलं पाहिजे. तसं केल्यास तुमच्या मेंदूतून अँटेरिअर सिंग्युलेट या भागाला आणि मेंदूच्या फ्रंटल लोब्जना होणारा रक्तप्रवाह वाढतो. ज्या वेळी हे घडतं त्या वेळी वायफळ भावनिक विचार कमी होतात.

सोल सिंक : एक अद्‌भुत साधना

प्रीताजी

तुम्ही पहिला जीवनप्रवास सुरू करण्यापूर्वी आम्ही तुम्हाला एका प्रभावी साधनाची माहिती देऊ इच्छितो. या साधनामुळे आपण आताच ज्या सुंदर-स्थितीची चर्चा केली आहे, त्या स्थितीविषयी तुमच्या मनात जागृती निर्माण होण्यास तुम्हाला साहाय्य होईल. सोल सिंक असं मी तिचं नाव ठेवलं आहे. ध्यानाहून यात आणखी अधिक गोष्टी असतात. ही एक पवित्र साधना आहे. आपला दिवस सुंदर-स्थितीतून सुरू व्हावा आणि आपल्या मनोकामना प्रत्यक्षात उतरवण्यासाठी चैतन्याची असीमित शक्ती खेचून घेता यावी, यासाठी ती केली जाते. या अ‍ॅकॅडमीचे विविध संस्कृतींमधील शेकडो नव्हे, हजारो विद्यार्थी या हेतूंनी रोज सकाळी ही साधना करतात.

सोल सिंक ही एकाच वेळी वैज्ञानिक आणि अलौकिक-अध्यात्मवादी अशा दोन्ही प्रकारची साधना आहे. पहिल्यांदा आपण तिच्या अलौकिक-अध्यात्मवादी बाजूचा शोध घेऊ या.

आधुनिक मेंदूशास्त्र प्रगत बनण्याच्या लाखो वर्षं आधी भारतातील प्राचीन ऋषींनी चैतन्य-शास्त्राचा पाया घातला होता. ऋषींनी लावलेले शोध हे केवळ मेंदूशास्त्राच्या अभ्यासकांसाठीच उपयुक्त नव्हते; तर ज्यांना आपले विचार, भावना आणि अनुभूती यांत परिवर्तन घडवण्याची आस होती, त्यांच्यासाठीही उपयोगी होते.

या प्राचीन ऋषी-मुनींनी अधिक व्यापक प्रकारच्या चैतन्यावर भाष्य केलं होतं आणि हे भाष्य आपल्या सर्वसामान्य आकलनाच्या पलीकडचं आहे. त्याला त्यांनी 'ब्रह्म गर्भ' असं म्हटलं. 'असीमित चैतन्याचं गर्भाशय'. त्यांनी त्याला मेंदूतील पिनिअल, पिट्युटरी आणि हायपोथॅलॅमस अ‍ॅक्सेसशी जोडलं.

सोल सिंकसारख्या साधनेनं ज्या वेळी व्यक्ती त्यांच्या चैतन्याचा हा भाग सक्रिय बनवतात, त्या वेळी त्यांच्या मनोकामना विचाररूपी अडथळे दूर करण्याइतपत शक्तिशाली होतात आणि भौतिक जगात प्रत्यक्ष प्रकट होतात. त्यानंतर तुम्हाला आपण विश्वाशी एक नवीन प्रकारचा वैयक्तिक नातेसंबंध प्रस्थापित केला आहे, असं वाटतं. जगाची अशा प्रकारे पुनर्रचना केली जाते की, त्यामुळे जगाशी असलेल्या आपल्या सुसंगतींचे, सिंक्रॉनिसिटीचे अनुभव येऊ लागतात. आयुष्य आश्चर्यकारक वळणं घेतं आणि भव्यदिव्य, उदात्त नियतीकडे जाऊ लागतं.

आर्थिक सुरक्षितता, नातेसंबंध दृढ बनवणं, अर्थपूर्ण करिअर, सखोल आध्यात्मिक जीवन किंवा विश्वाशी संलग्नता यांपैकी कोणतंही उद्दिष्ट असलं तरीही तुम्ही तुमच्या इच्छित स्थळी पोहोचण्यासाठी या साधनेचा उपयोग केलात, तर आयुष्यात अनेक चमत्कार घडल्याचं तुम्ही स्वतः अनुभवाल.

सोल सिंकसाठीच्या पायऱ्या अशा आहेत :

द ग्रेट सोल सिंक

मुद्रा

तुम्हाला आरामदायी वाटेल अशा खुर्चीत किंवा आसनावर बसा. तुमचे तळहात मांड्यांवर ठेवा आणि तुमच्या बोटांवर अंगठ्याच्या साहाय्यानं तुमचे श्वास मोजा. डाव्या हाताच्या पहिल्या बोटापासून सुरुवात करा. त्यानंतर मधलं बोट आणि त्यापुढे अंगठा न्या. अशा प्रकारे तुम्ही आठपर्यंत आकडे मोजाल. तुम्ही एखाद्या लहान मुलाबरोबर ध्यान करत असाल, तर हा आकडा चारपुरता मर्यादित ठेवा.

याचा कसा उपयोग होतो?

आपण सोल सिंक साधना करत असतो, त्या वेळी संघर्ष निर्माण करणारी रासायनिक क्रिया आपण थांबवतो, त्यामुळे आरामशीरपणा आणि शांतता यांच्या सुंदर–स्थितीत आपण जाऊ शकतो.

- **पहिली पायरी** : आठ दीर्घ श्वास घेऊन आणि हळूहळू तितकेच श्वास मंदपणे सोडून सुरुवात करा. एका श्वासापासून दुसऱ्या श्वासाकडे जात असताना तुमच्या बोटावर मोजत राहा. तुमचं लक्ष सतत भरकटणं ही नैसर्गिक गोष्ट असते. अशा वेळी पुन्हा लक्ष केंद्रित करा आणि जिथून तुमचं लक्ष भरकटलं होतं तिथून पुन्हा आकडे मोजण्यास सुरुवात करा. हा पहिला टप्पा संपवेपर्यंत तुमची पॅरासिम्पथेटिक मज्जासंस्था पूर्णपणे सक्रिय बनेल. अशा प्रकारच्या श्वसनामुळे तुमचा लांब, गुंडाळीसारखा असलेला व्हेगस मज्जातंतू सक्रिय होतो. हा मज्जातंतू मेंदूपासून निघून हृदयाकडे, फुफ्फुसांकडे आणि पचनमार्गाकडे जातो. व्हेगस मज्जातंतू सक्रिय बनवल्यामुळे तुमची संपूर्ण ऑटोमॅटिक नर्व्हस सिस्टीम मूलतः ताजीतवानी होते.

तुमची नाडी मंदावण्यास सुरुवात होते आणि तुमचा रक्तदाब संतुलित होतो. अगदी तुमची पचनसंस्थाही सकारात्मक प्रतिसाद देते. डॉ. अँड्र्यू न्यूबर्ग आणि मार्क रॉबर्ट वाल्डमन यांच्या मते, तुम्ही जाणीवपूर्वक पुनःपुन्हा तुमच्या हातांच्या हालचाली करता त्यामुळे तुमच्या मेंदूची मोटर आणि को-ऑर्डिनेशन सेंटर्स अधिक सक्रिय बनतात, त्यामुळे संपूर्ण मेंदूची क्षमता वाढते. यातून स्मृती-निर्मितीस आणि स्मृती परत मिळवण्यास उत्तेजन मिळतं.

- **दुसरी पायरी** : दीर्घ श्वास घ्या आणि उच्छ्वास सोडताना अगदी खालच्या स्वरात भ्रमरासारखं गुंजन करा. तुम्ही सहजगत्या हा आवाज जितका दीर्घकाळ करू शकता तितका करा आणि पूर्ण लक्ष देऊन तो ऐका. यामुळे तुम्हाला आणखी सैलावल्यासारखं आणि आरामदायी वाटेल. ताण येण्यास सुरुवात होईल, इतका जास्त काळ आवाज करू नका. पुन्हा एकदा हीच प्रक्रिया पार पाडा. अशा प्रकारे एकूण आठ श्वासांपर्यंत ही प्रक्रिया करा. या पायरीमुळे तुमच्या झोपेचा दर्जा सुधारेल आणि तुमचा रक्तदाब संतुलित राहील.

- **तिसरी पायरी** : श्वासोच्छ्वासाच्या आठ चक्रांत श्वास घेणं आणि उच्छ्वास सोडणं यामधल्या रिक्त विरामाकडे लक्ष द्या. ज्या वेळी आपण श्वास आत घेतो आणि सोडतो त्या प्रत्येक वेळी श्वास आत घेतल्यानंतर नैसर्गिकरीत्याच आपण किंचित थांबतो आणि मग उच्छ्वास सोडण्याची क्रिया सुरू होते. या मधल्या अवकाशाकडे लक्ष द्या. ही गोष्ट थोडी अवघड वाटू शकेल; पण एकदा तुम्हाला त्या मधल्या थांबण्याच्या वेळाचं आकलन झालं की, तुमचे विचार मंदावल्याचा अनुभव तुम्हाला येईल. जबरदस्तीनं थांबण्याचा, श्वास रोखण्याचा वेळ वाढवण्याचा प्रयत्न करू नका. तुमचं श्वसन नैसर्गिक आणि सुरळीतपणे सुरू असलं पाहिजे.

- **चौथी पायरी** : आता तुमचं ध्यान शांततेच्या पलीकडे न्या आणि व्यापक बनवा. पुढच्या आठ श्वासांच्या दरम्यान मनातल्या मनात 'अहम्' असा जप करत श्वास घ्या आणि सोडा. संस्कृत या प्राचीन भाषेत 'अहम्' याचा अर्थ- 'मी असीमित चैतन्य आहे'.

- **पाचवी पायरी** : तुमच्या शरीराचं रूपांतर प्रकाशात होत असल्याची कल्पना करा. जमीन, टेबल, तुमच्या सभोवतालचे लोक अशी प्रत्येक गोष्ट व्यापक बनून ऊर्जेचं एक एकत्व-क्षेत्र तयार होत असल्याची कल्पना करा. चैतन्याच्या या क्षेत्राशी प्रत्येक गोष्ट संलग्न असते. कोणतीही गोष्ट वेगळी नाही... ना वस्तू, ना लोक, ना घटना, ना घडामोडी. तुम्ही स्वतः, आजपर्यंत ज्या ज्या लोकांना तुम्ही भेटला असाल किंवा तुम्हाला जितके लोक माहिती असतील

त्यांच्यापैकी प्रत्येक व्यक्ती, आतापर्यंत केव्हाही अस्तित्वात असलेली वनस्पतीची किंवा प्राण्याची प्रत्येक प्रजाती, तुमच्या सगळ्या आशा आणि महत्त्वाकांक्षा, तुम्ही आतापर्यंत पाहिलेल्या, ऐकलेल्या किंवा तुम्हाला माहिती असलेल्या अगर तुम्ही विचार केलेल्या सगळ्या गोष्टी–असं सगळं काही त्या चैतन्याच्या एका एकत्व–क्षेत्रात अस्तित्वात आहे. तिथे कोणत्याही प्रकारचा स्वतंत्रपणा, वेगळेपणा नाही. या क्षेत्रात विचार आणि पदार्थ ही एकच गोष्ट आहे. इच्छा आणि वास्तव ही एकच गोष्ट आहे.

- **सहावी पायरी** : प्रकाशाच्या या अंतहीन व्याप्तीत तुम्ही एकदा स्वतःला बुडवून टाकलं की, मग तुमच्या मनापासूनच्या इच्छांची जाणीव करून घेण्यास किंवा त्यांची कल्पना करण्यास सुरुवात करा. जणू काही ते लगेच तेव्हा घडत आहे, असं समजा. उदाहरणार्थ, तुमच्या मनात तुमच्या एखाद्या प्रिय व्यक्तीच्या संबंधात निर्माण झालेला दुरावा मिटवण्याची इच्छा असू शकेल. या टप्प्यावर तुम्हा दोघांच्या नातेसंबंधात परिवर्तन आल्यामुळे तुम्हाला होणाऱ्या आनंदाची कल्पना करा आणि त्याची जाणीव करून घ्या किंवा तुमचं नवीन करिअर सुरू करण्याचं स्वप्न असेल, तर तुमची त्यातली जी भूमिका असेल ती पार पडल्याची कल्पना करा. ज्या वेळी तुमचं स्वप्न सत्यात उतरेल, त्या वेळी तुम्ही जी कल्पना केली होती, त्याच भूमिकेत तुम्ही प्रत्यक्षात असल्याचा तुम्हाला अनुभव येईल. काही क्षणांपर्यंत त्याच अवकाशात राहा. जेव्हा तुम्ही तयार व्हाल, तेव्हा हळूवार डोळे उघडा.

सोल सिंकसाठीची दिवसातील उत्तम वेळ

बरेचसे लोक सकाळी उठल्याबरोबर सोल सिंक साधना करतात; परंतु तुम्ही कोणत्याही वेळी हे करू शकता. काही लोक महत्त्वाचा निर्णय घेण्याच्या आधी ही साधना करतात. खूपच दमलेल्या दिवशी दिवसाअखेरीला शीण घालवण्यासाठी आणि तणाव दूर करण्यासाठी काही लोक ही साधना करतात किंवा ज्या ज्या वेळी मनाच्या प्रक्षुब्ध अवस्थेत आपण सापडलो आहोत असं वाटतं, त्या त्या वेळी लोक ही साधना करतात.

तुम्ही एकट्यानं किंवा समूहात ही साधना करू शकता. काही संघटनांचे लोक शांती मिळवण्यासाठी सकाळी साधना करून आपल्या दिवसाची सुरुवात करतात. काही टीम्स सामाईक ध्येय रुजवण्यासाठी आणि ते साध्य करण्यासाठी आपल्या सामुदायिक शक्तीला प्रबळ बनवता यावं, यासाठी ही साधना करतात. आम्ही तुम्हाला असं सुचवतो की, रोज किमान एकदा तरी याचा सराव करण्याचं उद्दिष्ट ठेवा; पण स्वतःवर मर्यादा घालून घेऊ नका. काही लोक दिवसात पाच

वेळा ही साधना करतात. ही साधना कधीही घाईगडबडीनं करू नका, असं आम्ही तुम्हाला सुचवतो. ती करण्यासाठी फक्त नऊ मिनिटांचा वेळ लागतो; परंतु संपूर्ण दिवसभर तुमच्यावर त्याचा अद्‌भुत परिणाम टिकून राहतो.

आमच्या विद्यार्थ्यांपैकी एक व्यक्ती उद्योजक होती. तिनं नुकतीच एक कंपनी सुरू केली होती. आपल्या संपूर्ण टीमसाठी तिनं सोल सिंक ही दैनंदिन साधना ठेवली होती. दर एकवीस दिवसांनी ते नवीन सामुहिक संकल्प निश्चित करत होते आणि पुढचे एकवीस दिवस त्यावरच सोल सिंक साधना करत होते. त्यांचे बहुतेक हेतू किंवा उद्दिष्टं लक्षणीयरीत्या प्रत्यक्षात उतरली होती.

तुम्हाला आणखी एक घटना सांगते. काही प्रमुख संसाधनं मिळावीत, असा संकल्प करून त्यांनी भागीदारी करण्याची इच्छा असलेल्या एका संघटनेची भेट घेतली. ब्रेनस्टॉर्मिंगच्या सत्रानंतर संघटनेच्या सीईओनं त्यांच्या आकाराच्या स्टार्टअपच्या दृष्टीनं लक्षणीय ठरेल, एवढी गुंतवणूक करण्याचा प्रस्ताव दिला आणि त्याबरोबरच एकत्रित काम करण्यासाठी जागा व बाजारपेठीय पाठबळही देऊ केलं. याखेरीज त्यांनी सह-ब्रँडिंगचाही प्रस्ताव ठेवला.

पण आमच्या अ‍ॅकॅडमीच्या विद्यार्थ्याला फक्त हे एवढं प्रचंड पाठबळ मिळालं त्याचाच आनंद झाला नव्हता, तर त्या संपूर्ण अनुभवातून तिला परिवर्तन झालेल्या चैतन्य-शक्तीचं आकलन होण्यास मदत झाली होती आणि या शक्तीचा व्यावसायिक जगावर किती प्रचंड मोठा परिणाम होऊ शकतो हेही तिच्या लक्षात आलं होतं.

'एवढ्या उच्च क्षेत्रातील ती व्यक्ती थेट माझ्या डोळ्यांत रोखून पाहत होती आणि आम्ही ज्या ज्या गोष्टींची मागणी करत होतो, त्या त्या गोष्टी आम्हाला देत होती, हे पाहणं ही खरोखरच अविश्वसनीय बाब होती,' असं तिनं म्हटलं होतं. 'मी जशा प्रकारची इच्छा धरली होती, तशाच प्रकारे आमचा हेतू अत्यंत नेमकेपणानं, स्पष्टतेनं आणि उत्तम प्रकारे साकार होणं ही गोष्ट अत्यंत विलक्षण होती,' असंही तिनं म्हटलं होतं.

सोल सिंक साधना दररोज करणारे लोक आम्हाला सिंक्रॉनिसिटी आणि संलग्नतेविषयी सांगत असलेल्या अशा असंख्य कथांपैकी ही फक्त एक कथा आहे. आव्हानांवर मात करण्यासाठी आणि प्रभावी शक्तिशाली संकल्प निश्चित करण्यासाठी सोल सिंक साधनेचा कसा वापर करणं शक्य आहे हे दाखवण्यासाठी प्रत्येक जीवनप्रवासाच्या अखेरीला आपण सोल सिंक साधनेकडे वळणार आहोत. आता त्या प्रवासांपैकी पहिल्या प्रवासाला निघण्याची तुमची वेळ झाली आहे.

प्रीताजींच्या नेतृत्वाखाली केल्या जाणाऱ्या ग्रेट सोल सिंकच्या श्राव्य (ऑडिओ) मार्गदर्शनासाठी www.breathingroom.com या साईटवर जा आणि अ‍ॅप डाउनलोड करा.

पहिला जीवनप्रवास : बालपणीच्या आघातांचं शमन

कृष्णाजी

बहुतांश लोक स्वतःच स्वतःवर लादून घेतलेल्या बंद ठिकाणाविषयीच्या विकृत भयगंडानं म्हणजेच क्लॉस्ट्रोफोबियानं पछाडलेले असतात.

कदाचित, तुम्ही स्वतःही ही वेदनादायक स्थिती अनुभवली असेल. जणू काही तुमच्या घराच्या दर्शनी दरवाजाजवळ खूप लोक जमलेले असावेत आणि त्यांनी ते पार्टी करणार असल्याचं सांगितलं असावं. हे असेच कुठलेही लोक नसतात. हे लोक न बोलावताच तुमच्या लिव्हिंग रूममध्ये घुसतात. तुम्हाला चुकीचं ठरवलेल्या, तुम्हाला दुखावलेल्या आणि तुम्हाला स्वतःचीच लाज वाटावी, अशी भावना तुमच्या मनात निर्माण केलेल्या लोकांचाही त्यांच्यात समावेश असतो.

तुम्हाला काहीही समजण्याच्या आतच ते तुम्ही केलेल्या सजावटीवर, तुमच्या संगीताच्या निवडीवर आणि तुम्ही घेतलेल्या प्रत्येक निर्णयावर तुम्ही न मागता स्वेच्छेनंच आपली मतं व्यक्त करू लागतात. ते खूप भडक विधानं करतात, ते टीका करतात आणि त्यांना तिथून जाण्याचीही इच्छा नसते.

तुम्ही त्यांच्या टीकेचा तो कर्कश आवाज ऐकावा लागू नये म्हणून हर एक प्रयत्न केलेला असतो; पण तुम्हाला त्या लोकांकडे दुर्लक्ष करणं अशक्य असतं. दुर्दैवानं मद्यपानामुळे ते आणखीच जोरजोरात आणि भडकपणे टीका करू लागतात.

तुम्ही त्यांना जितक्या जास्त वेळा तिथून निघून जाण्यास सांगता, तितके ते अधिकच जास्त गोंगाट करू लागतात. आता काय करावं हे न समजून तुम्ही

गोठल्यासारखे स्तब्ध होता. अर्थातच अशा वेळी तुम्हाला शांतता आणि स्तब्धता यांहून दुसऱ्या कशाचीही इच्छा नसते आणि तरीही आश्चर्याची गोष्ट म्हणजे काही तास या लोकांच्या टोळीत घालवल्यानंतर तुम्हाला हळूहळू त्या नको असलेल्या पाहुण्यांची सवय होऊन जाते. काहीही झालं तरी त्यांच्यापैकी अनेक जण या तुमच्या प्रिय व्यक्ती असतात. त्यांच्यात तुमच्या पालकांचा, भावंडांचा, तुमच्या बालपणातील मित्रांचा समावेश असतो.

तरीही ते जितका अधिक काळ राहतात, तितके ते तुम्हाला अधिकाधिक विदीर्ण करतात. तुमच्या स्वतःच्या शब्दांपासून, मतांपासून आणि कल्पनांपासून त्यांचे शब्द, मतं आणि कल्पना बाजूला काढणं अशक्य बनल्याचं तुमच्या लक्षात येतं. तुम्हाला कुंपणावर बसलेल्या मांजरासारखी अनिश्चितता, बुजरेपणा जाणवू लागतो. तुम्हाला फक्त थोडीशी तुमची स्वतःची जागा, थोडंसं अवकाश असतं तर बरं झालं असतं असं वाटतं.

आयुष्याच्या या प्रवासात जर मी इतका जखडलो गेलो नसतो, तर किती बरं झालं असतं असं तुम्हाला वाटू लागतं.

हा प्रवास मी सहजपणे पुढे करू शकलो असतो तर किती बरं झालं असतं असं तुम्हाला वाटत असतं.

जीवन ही महानदी आहे : ती सतत उसळत, फेसाळत पुढे वाहत असते. नेहमीच आपल्यासमोर प्रेमाच्या, संपर्काच्या, संलग्नतेच्या आणि विस्ताराच्या संधी आणत असते; पण आपल्याला तिच्याबरोबर पुढे जाण्याची इच्छा असेल, तर आपण आपल्या भूतकाळापासून मुक्त असलं पाहिजे. हा भूतकाळ आपल्याला आयुष्याच्या गढूळ, साचलेल्या, स्थिर काठांशी जखडून ठेवतो. तिथे पुढे जाण्याची हालचाल करणं शक्यच नसतं.

आता आपण पुन्हा एकदा आपल्या पार्टीच्या उदाहरणाकडे वळू या. आपल्याला त्या नको असलेल्या अनाहूत पाहुण्यांपासून सुटका करून घेऊन जशी शांतता मिळवायची असते, त्याप्रमाणेच आपल्या मनात आणि अंतःकरणात आश्रयाला आलेल्या नकोशा पाहुण्यांपासूनही आपल्याला सुटका हवी असते. आपण आपल्या चैतन्यात शांतीच्या पैलूंना जागृत करायला हवं. आपण मूर्ख, वेडे, कुचकामी आहोत, असं आपल्याला सांगत राहणाऱ्या आणि त्याबरोबरच आपलं बरोबर आहे आणि इतर सगळेच लोक चुकीचं वागत आहेत, असं सांगणाऱ्या अशा सगळ्या आवाजांपासून दूर जाऊन आपल्याला पूर्ण भानावर यावंच लागतं. त्या स्थितीपर्यंत पोहोचावं लागतं.

कसं?

बालपणापासूनच आपल्या मनावर अनेक आघात झालेले असतात. त्यामुळेच एखाद्या जखमी, दुखावलेल्या मुलाप्रमाणेच आपलं मन असतं. अशा वेदनेने ग्रस्त

मुलाच्या जखमा भरून काढून आपल्याला त्या स्थितीपर्यंत पोहोचता येतं. हे मूल काळाच्या चौकटीत बंदिस्त झालेलं असतं. काही वेळा कठोर लोकांच्या गर्दीत त्याचं रडणं ओरडणं दबून गेलेलं असतं. भूतकाळाची पकड सैल करण्यासाठी आपण आध्यात्मिक ध्येय बाळगलंच पाहिजे, त्यामुळे आपल्या आत साचलेला बर्फ वितळू शकतो आणि भूतकाळाच्या ताठरपणातून आपली सुटका होऊ शकते, त्यामुळे आपण वर्तमानकाळात राहू शकतो आणि भविष्यकाळाकडे सहजगत्या जाऊ शकतो.

ज्या वेळी आपण हे करतो त्या वेळी आपल्याला पुन्हा मागे वळून पाहावं लागत नाही. आपलं आयुष्य एखाद्या महानदीसारखं महासागराच्या दिशेनं म्हणजेच अधिक सुव्यवस्थेच्या, कल्याणाच्या आणि विस्ताराच्या दिशेनं प्रवाहित होतं.

चला तर मग आपण याची सुरुवात करू या.

एखाद्या झोकदार रेस्टॉरंटमध्ये तुम्ही प्रतीक्षेत थांबला आहात, अशी कल्पना करा. त्याच वेळी तुम्ही अडखळता आणि पडता. वेटर्समध्ये खळबळ माजते आणि तुमचे गाल लाजेनं लालेलाल होतात. आपण अतिशय फॅशनेबल दिसावं यासाठी तुम्ही खूप प्रयत्न केलेले असतात आणि फक्त एका चुकीच्या पावलामुळे जगासमोर सत्य आलेलं असतं.

तुम्ही तिथले नसता, त्या वातावरणाशी परिचित नसता आणि प्रत्येकाला ते माहिती असतं.

त्यानंतर दीर्घकाळापर्यंत तिथे पडल्याची घटना तुमचं मन पछाडून टाकते. यातली शारीरिक वेदना कमी असते; पण तुमचा तोल ढळल्यामुळे निर्माण झालेली भावनिक अस्वस्थता दीर्घकाळ टिकून राहते आणि ज्या वेळी आयुष्य तुमच्यासमोर आणखी एक अनुभव घेण्याची संधी आणतं, त्या वेळी तुम्ही गोंधळलेल्या विचारांच्या वावटळीत हरवून जाता. आपल्या स्वतःच्या अंतर्गत संघर्षाच्या कोलाहलात तुम्ही बुडून गेलेले असता.

आता तुम्ही नुकतंच चालायला लागलेलं एक आनंदी मूल आहात अशी कल्पना करा. तुम्ही पहिल्यांदा पावलं टाकत आहात. तुम्ही खाली पडता त्या वेळी तुमच्या गुडघ्याला दुखापत होते. तुम्ही रडता; परंतु शारीरिक वेदना नाहीशी झाल्याबरोबर लगेच तुमच्या नजरेला दुसरंच काहीतरी पडतं आणि तुमचे अश्रू सुकण्याआधीच तुम्ही पुढचा अनुभव घेण्यास तयार होता. जणू काही तुम्हाला वेदना कधी झाल्याच नव्हत्या.

एखाद्या आनंदी मुलाची मनःस्थिती इतकी सुंदर असते. आकाशातील आपल्या मार्गाचा मागमूसही पक्षी ठेवत नाहीत, त्याप्रमाणे आपला भूतकाळही त्याच्या मागे कोणताही वेदनादायक भावनेचा मार्ग ठेवत नाही. ती पुढचा अनुभव घेण्यासाठी सज्ज असलेली चैतन्याची कोरी पाटी असते.

आनंदी मूल आणि जखमी मूल या आपल्या भूतकाळाच्या केवळ आठवणी नसतात. त्या आपण अनुभवलेल्या आपल्या अस्तित्वाच्या सुंदर-स्थिती आणि दुःख-स्थिती असतात. मग आपल्याला त्याची जाणीव असो वा नसो.

आपल्या आयुष्यात भूतकाळात कधीतरी आपण एक आनंदी मूल असतोच. भीती आणि दुःखापासून मुक्त असलेली स्थिती आपण सर्वांनीच कधीतरी अनुभवलेली असते. आनंदी मूल म्हणून वावरत असताना तुम्हाला चुका करण्याची भीती वाटत नाही. आत्मकेंद्रित दुःखाच्या वावटळीत तुम्ही अडकलेले नसता. तुम्ही अधिक आनंदानं, उत्साहानं स्मित करता. अधिक हर्षोल्हासानं हसता, मोकळेपणानं रडता आणि हृदयापासून प्रेम करता. आयुष्यात कसलीच गुंतागुंत नसल्यासारखं वाटतं. एका सुंदर नियतीची निर्मिती करण्याचा शांत ठाम निर्धार व्यक्त होत असतो. अशा नियतीसाठी तुमच्याकडून सातत्यानं पुनःपुन्हा गोष्टी केल्या जाण्याची आणि तुमच्या बाजूनं संमती देत राहण्याची गरज नसते. कामाबद्दल किंवा नातेसंबंधांबद्दल नाउमेदीचा किंवा वरवरचा दृष्टिकोन नसतो.

या आनंदी मुलाकडे दुर्मीळ अशी उत्साही निरागसता असते आणि ते अतिशय आनंदीपणानं प्रामाणिक असतं.

यू ट्यूबवर एक लोकप्रिय व्हिडिओ आहे. ११ कोटी ४० लाखांहून अधिक व्ह्यूज आणि काउंटिंग त्याला मिळाले आहेत. https://www.youtube.com/watch?v=E8aprCNnecU वर तो उपलब्ध आहे. त्यात एक लहान मूल आणि त्याची आई, प्रेम आणि कूकीज यावर संभाषण करत आहेत. तो मुलगा त्याच्या आईला सांगतो की, त्याचं तिच्यावर प्रेम आहे; पण त्याला ती नेहमीच *आवडते* असं नाही.

ती ज्या वेळी त्याला कूकीज देते, फक्त त्याच वेळी त्याला ती आवडते.

आपल्याला एवढ्या बालपणीचं आठवणं शक्य नसलं तरी आपण कधी ना कधी ते लहान मूल होतो. आपण त्या साध्या स्थितीत कधीतरी होतो : आपल्याला ज्या गोष्टी आनंद मिळवून देतात, असं आपल्याला वाटतं त्या गोष्टी आपल्याला आवडतात आणि ज्या गोष्टी आपल्याला दुःख, वेदना देतात, असं आपल्याला वाटतं त्या गोष्टी आपल्याला आवडत नाहीत. आनंदी मुलाच्या त्या सुंदर-स्थितीत त्या भावना बरोबर आहेत की चुकीच्या आहेत याने काहीही फरक पडत नाही. त्या भावना आपल्या स्वतःच्या असतात. त्या आपल्या दृष्टीनं खऱ्या असतात. कारण, अशा भावनांसाठी आपलं स्वतःचं मूल्यमापन करण्यास आपण तोपर्यंत शिकलेलो नसतो. आपण आनंदी असतो.

मग या आनंदी मुलाची स्थिती कशामुळे लुप्त होते? त्या जागी जखमी मुलाची स्थिती कशी काय येते? ठीक आहे. ज्या वेळी ते आनंदी मूल जगाविषयीची काही प्रामाणिक मतं व्यक्त करतं त्या वेळी काय होतं ते आपल्याला सर्वांनाच माहिती

आहे. त्याच्या निष्पाप धीटपणाबद्दल प्रौढ लोक खिदळतात, हसतात आणि पालक, काका-काकू त्या मुलाला सदूहेतूनं असं सांगतात की, 'शहाणा मुलगा असं वागत नाही. शहाणा मुलगा नेहमीच त्याच्या पालकांवर प्रेम करतो... शहाण्या मुलाला भाज्या खायला आवडतात आणि गृहपाठ करायलाही आवडतो.'

यामागचे हेतू कितीही चांगले असले तरीही अशा प्रकारच्या विधानांमुळे मुलाच्या मनात शंका, गोंधळ आणि अगदी शरमिंदेपणाचीही बीजं रोवली जातात. त्याचे आंतरिक अनुभव बदललेले नसतात. त्याला अजूनही त्याच्या आवडत्या गोष्टी मिळाल्या की त्याचे पालक खूप आवडतात. अजूनही उत्तम खेळणी असलेल्या मुलाविषयी त्याच्या मनात असूया निर्माण होत असते आणि त्याला विशिष्ट प्रकारचे गृहपाठ कंटाळवाणे वाटत असतात.

परंतु आता त्याला तसं सांगण्याची लाज वाटू लागते.

काळ पुढे सरकतो. ते मूल मोठं होतं; पण त्याच्या मनात सतत खूप मोठा आंतरिक संघर्ष सुरू असतो. प्रौढ होण्याच्या नैसर्गिक प्रक्रियेमागे आपण नेहमीच हे असमाधान दडपून टाकतो.

थोडक्यात, ही आंतरिक दुःख-स्थिती अनैसर्गिक असेल तर? आनंदाच्या या सुंदर-स्थितीत परत जाण्याचा एक मार्ग पुन्हा मिळाला तर?

तुमचा खरा स्वभाव काय आहे?

उपनिषदातील एक नीतिकथा पाहू या. उपनिषदं ही आयुष्य आणि आध्यात्मिकता यांच्यासंदर्भातील महान विद्वत्ता असलेली प्राचीन भारतीय ग्रंथांची मालिका आहे.

एका जंगलात एक गर्भवती सिंहीण असते. तिला प्रसूतीकळा सुरू झालेल्या असतात आणि अनावर भूकही लागलेली असते.

अचानक तिला एक मेंढी आणि तिचा कळप दिसतो. भुकेली सिंहीण कळपावर झडप घालण्यासाठी झेप घेते. त्यानंतर क्षणभरातच आपल्या छाव्याला जन्म देते आणि लगेच मरण पावते.

ती मेंढी त्या छाव्याला स्वतःचंच पिल्लू मानून आसरा देते. मेंढ्यांमध्ये हळूहळू छावा मोठा होतो आणि तोही स्वतःला मेंढरूच समजू लागतो. तो तसाच 'ब्यँ ब्यँ' असा ओरडू लागतो आणि त्यांच्याप्रमाणेच गवत खाऊ लागतो.

अवघडल्याप्रमाणे आणि क्षमताहीन असल्याप्रमाणे सिंहाचा तो छावा आपल्या भावा-बहिणींचं अनुकरण करण्याचा प्रयत्न करतो. त्यांच्याप्रमाणे सगळं काही करता यावं म्हणून तो खूप संघर्ष करतो. झाडाच्या उंच फांद्यांपर्यंत पोहोचून कोवळी पानं खाणं, ताजं गवत खाण्यासाठी खडकाळ मार्गांवरून चालणं, अशा सगळ्या गोष्टी तो करतो.

परंतु जसजसा तो छावा मोठा होतो, तसतसं त्याच्या मनात खूप मोठं दुःख निर्माण होतं. त्याला काहीतरी वेगळं करण्याची, आणखी काहीतरी करण्याची इच्छा अस्वस्थ करते. एके दिवशी दुपारी दूरवरून त्याला सिंहाची डरकाळी ऐकू येते. तो लगेच त्या मेंढीकडे धावत जातो आणि तिला विचारतो, 'एखाद्या दिवशी मीही तशीच डरकाळी फोडू शकेन का?'

त्या मेंढीनं त्याला काय सांगितलं असेल असं तुम्हाला वाटतं?

ती त्याला सांगते, 'तो तर सिंह आहे. तो जंगलाचा राजा आहे आणि तू तर फक्त एक मेंढरू आहेस.' नैराश्याची झलक असलेल्या स्वरात ती पुढे सांगते, 'तू आणि मी विनम्र आणि दक्षच राहिलं पाहिजे. हे आपलं आयुष्य आहे आणि तुझ्या या सगळ्या विलक्षण कल्पना जर तू सोडून दिल्यास तर तू अधिक चांगला बनशील. तुला तर अजून नीट चरताही येत नाही. तुझ्या भावांबरोबर मित्र बनवायला शिक आणि मोठा हो.'

आपण सगळेही या गोष्टीच्या अशाच एखाद्या प्रकारच्या आवृत्तीत जगत राहिलो आहोत. नाही का?

आपल्याला सर्वांनाच कोणत्या ना कोणत्या प्रकारे भावनिक तडजोडीचं आयुष्य जगण्यास सांगितलं गेलेलं नाही का? भीती, एकाकीपणा आणि तणाव यात जगणं ठीक असतं, प्रत्येक जणच तसा जगतो असं आपल्याला सांगितलं जात नाही का? आपल्याला काय वाटतं त्याकडे दुर्लक्ष करून आपली दैनंदिन कामं पार पाडत राहायला लावलं जात नाही का? मूल म्हणून आपल्याला आलेल्या सर्व भावनिक अनुभवांचा आणि आपल्या पालकांशी व पालकत्वाची भूमिका पार पाडत असलेल्या इतर सर्वांशी असलेल्या आपल्या नातेसंबंधांचा आपल्या स्वत्वाच्या जाणिवेवर सर्वाधिक पगडा असतो. प्रेम, काळजी, समरसता, संलग्नता, आनंद या सर्व गोष्टींचे ते आपले पहिले अनुभव असतात.

नाकारलं जाणं, निराशा आणि एकाकीपणा यांचेही तेच आपले पहिले अनुभव असतात. हे सुरुवातीचे अनुभवच आपल्या मनात खोलवर रुजतात आणि आपल्या 'हॅबिच्युअल स्टेट्स' बनतात. आपल्याला एखाद्या गोष्टीविषयी काय वाटतं, तसंच स्वतःविषयीचा आपला अनुभव काय आहे यांवर आणि आपल्या आयुष्यातील इतर लोकांचा आपण घेत असलेला अनुभव व त्यांच्याशी आपण ठेवत असलेले संबंध यांवरही हे सुरुवातीचे अनुभव परिणाम करतात.

आपल्यापैकी काही जणांना खूपच छान पालक आणि अतिशय आनंदी बालपण मिळतं, तर काही जणांना मुलं म्हणून अप्रसन्न अनुभव आलेले असतात. मुलं मोठी होत असताना जे सर्वसामान्य वातावरण त्यांना लाभतं, त्यामुळे त्यांच्या मनावर सखोल भावनिक जखमा होतात. अगदी छोटंसं नाकारलं जाणं आणि दुर्लक्षित असल्याच्या भावना यांचाही त्यात समावेश होतो. या जखमांकडे दुर्लक्ष

करता कामा नये. कारण, एखाद्या मुलाला ज्या वेळी त्या होतात, त्या वेळी त्यांचे व्रण, गुंतागुंतीचे परिणाम खोल आणि टिकून राहणारे असतात. या जखमाच पुढे निर्माण होणाऱ्या जखमी मुलाच्या स्थितीची पायाभरणी करतात.

काही वेळा बालपणीच्या आपल्या रागाकडे किंवा दुखावले जाण्याकडे आपण मूर्खपणा किंवा त्यांची आपल्या सध्याच्या आयुष्याशी कसलीच सुसंगती नाही, अशा दृष्टिकोनातून पाहतो. कारण, आपला असा विश्वास असतो की, आता आपण कोणीतरी वेगळे आहोत. बालपणीची आपण एक बदललेली आवृत्ती आहोत असं आपल्याला वाटतं. आपण स्वतंत्र, ताकदवान आणि जबाबदार व्यक्ती आहोत, असा आपला समज असतो.

परंतु ज्या स्वप्रतिमेला (सेल्फ-इमेज) आपण सतत चिकटून राहत असतो, तिचा बुरखा किंवा ती स्वप्रतिमा आपण क्षणभरासाठी फेकून दिली तर आपल्याला आपल्या स्वत्वाचा खरा शोध लागेल. आपल्या चैतन्यावर आपल्या वेदनादायक भूतकाळाचा खराखुरा काय परिणाम झाला ते आपल्या लक्षात येईल. आपण सत्य पाहू शकू. ते म्हणजे आपल्या वर्तमानकालीन आयुष्यांमध्ये दुःख-स्थिती म्हणून आपले बालपणीचे भावनिक अनुभव आपण पुन्हा अनुभवत असतो. या सत्याकडे निर्भयपणे पाहण्यानंच त्यांच्यापासून मुक्तता मिळू शकते.

सुमारे १३० वर्षांपूर्वी होऊन गेलेले भारतीय आध्यात्मिक संत श्री रामकृष्ण परमहंस यांनी एक कथा सांगितली आहे. दुःख-स्थितीच्या सवयीचा परिणाम ओळखण्यास तिचा आपल्याला उपयोग होईल.

एके दिवशी दोन महिला बाजारात त्यांचा माल विकण्यासाठी गेल्या. त्यांच्यापैकी एक फूलविक्रेती होती आणि दुसरी मासेविक्रेती होती. त्या दोघी बाजारातून परत येताना मुसळधार पाऊस सुरू झाला. फूलविक्रेत्या महिलेचं घर जवळच होतं, त्यामुळे त्या रात्री त्या मैत्रिणींनी असं ठरवलं की, तिच्याच घरी दोघींनीही झोपावं.

पण मासे विकणाऱ्या महिलेला झोप येत नव्हती. आपल्याला झोप का येत नाही याचं तिला आश्चर्य वाटलं. त्या वेळी तिच्या लक्षात आलं की, तिच्या जवळ फुलांची टोपली होती. तिनं स्मित केलं आणि ती फुलांची टोपली बाजूला सारून शिळ्या माशांची दुर्गंधी येत असलेली टोपली तिनं जवळ घेतली. त्यानंतर तिनं एक दीर्घ श्वास घेतला आणि ती गाढ झोपी गेली.

बालपणी आपण ज्या स्थिती जोपासलेल्या असतात त्याच आपल्या नैसर्गिक प्रवृत्ती बनतात. मग त्या सुंदर-स्थिती असोत वा दुःख-स्थिती.

ज्या वेळी आपण सवयींच्या भावना पुनःपुन्हा अनुभवतो त्या वेळी आपल्या मेंदूमध्ये रोचक प्रक्रिया निर्माण होते. मेंदूमानसशास्त्रज्ञ रिक हॅन्सन यांनी मेंदू ही आपल्या कवटीच्या आतल्या भागात राहणारी एक टोफूसारखी ऊती आहे, असं

म्हटलं आहे. तिच्या आत सुमारे १० अब्जांहून अधिक मज्जातंतू किंवा ज्ञानतंतू असतात. शिवाय न्यूरोग्लिया नावाच्या सुमारे एक ट्रिलियन पाठबळ पुरवणाऱ्या पेशी किंवा सपोर्ट सेल्स असतात; किमान १०० ट्रिलियन मज्जातंतू जोडण्या असतात.

आपण जाणीवपूर्वक किंवा अजाणता आपोआप करत असलेले विचार आणि निर्माण होत असलेल्या भावना या विद्युत प्रेरणेसारख्या असतात. त्या ज्ञानतंतूंमधून अविश्वसनीय वेगानं वाहतात. मेंदूच्या लवचीक किंवा स्थितिस्थापकत्वाच्या स्वरूपामुळे प्रत्येक विचार किंवा भावना ही समुद्रातील लाटेसारखी आपला कोणताही प्रभाव मागे न ठेवता वाहते.

परंतु तुमच्या मनात तेच तेच विचार येत राहतात, त्या वेळी तुमच्या ज्ञानतंतूंच्या जोडण्यांवर तुम्ही टिकून राहणारा प्रभाव टाकता. ज्याप्रमाणे भरतीच्या लाटांमुळे किनाऱ्याला आकार प्राप्त होतो त्याप्रमाणे ही प्रक्रिया असते. तुमच्या पालकांनी आणि निसर्गानं तुम्हाला कोणत्या प्रकारचा मेंदू दिला आहे याने काहीही फरक पडत नाही. तुमच्या सातत्यपूर्ण विचारांनी आणि सवयीच्या भावनांनी तुम्ही स्वतःच तुमच्या मेंदूचं शिल्प घडवत असता, त्यावर कोरीव नक्षीकाम करत असता.

कृपया इथे क्षणभर थांबा. एक दीर्घ श्वास घ्या. अगदी तुमच्या मध्यपटलापर्यंत श्वास पोहोचेल एवढं सखोल श्वसन करा. तुमचं पोट किंचित वरच्या बाजूला फुगू द्या. आता पूर्णपणे उच्छ्वास बाहेर सोडा. तुमच्या फुप्फुसातील सर्व हवा बाहेर काढून टाका. अशा प्रकारे काही सखोल श्वास घ्या आणि उच्छ्वास सोडा.

गेल्या वर्षभर तुम्ही बहुतांश काळ कोणत्या स्थितीत घालवला होता ते शोधून काढा. जर हीच स्थिती तुमच्या उर्वरित आयुष्याची मानसिक आणि भावनिक पायाभूत रेष म्हणून काम करू लागली तर तुम्ही आनंदी व्यक्ती असाल की असमाधानी, दुःखी व्यक्ती असाल? कृपया, यातील सत्य पाहा.

तुमच्याबद्दल तुम्हाला जे काही दिसत आहे, त्यात बदल करण्याचा प्रयत्न करू नका. जबरदस्तीनं सकारात्मक बनण्याचा कोणताही प्रयत्न ही फक्त पळवाट असते, त्यामुळे तुमच्या मनःस्थितीत तात्पुरता बदल घडू शकेल; परंतु फक्त तशी इच्छा व्यक्त करून तुमच्या आंतरिक स्थितीत तुम्ही परिवर्तन घडवून आणू शकणार नाही. ज्या वेळी तुमच्या मेंदूला तुम्ही हळूहळू निरीक्षणाच्या स्थितीत जाण्यासाठी उत्तेजित करत राहाल, फक्त त्याच वेळी अधिकृत परिवर्तन घडून येईल.

आजचा संपूर्ण दिवस तुमच्या स्थितीबाबत सजग राहण्याचा, त्या स्थितीचं जाणीवपूर्वक निरीक्षण करण्याचा प्रयत्न करा. शांतता आणि आनंद या स्थितींच्या

विरुद्ध असलेल्या तणावपूर्ण स्थिती तुम्ही किती वरचेवर अनुभवता? फक्त ते ओळखा. त्याहून अधिक काही करू नका.

जखमी मुलाच्या प्रतिक्रिया

तुम्हाला स्वतःविषयी जे काही सापडलं असेल, त्यामुळे काहीही बिघडत नाही. कारण, तुम्हाला इथे मी एक चांगली गोष्ट सांगणार आहे. तुम्हाला जखमी मुलाच्या तणावपूर्ण भावनिक स्थिती पुनःपुन्हा उत्तेजित करणाऱ्या ज्ञानतंतूंच्या जोडण्या तोडण्यासाठी अशा प्रकारच्या ज्ञानबोधाचा उपयोग होणार आहे.

मेंदूविज्ञानातील संशोधनानुसार, तुमच्या मेंदूतील ज्या मंडलांना (सर्किटना) तुम्ही कामाला जुंपत नाही, ती निष्क्रिय बनून नष्ट होऊ लागतात. यातली चांगली बाब अशी आहे की, सुंदर-स्थितीला पाठबळ पुरवणारी मंडलं मिनिटभरातच तयार होऊ लागतात. ही मेंदूची जादू आहे. तुम्ही त्याचं पोषण केलं, तर तुमच्या आयुष्यात काहीही घडत असलं तरीही तुमचा मेंदू विनासायास सुंदर-स्थितीचा अनुभव घेऊ शकेल.

आपल्या सर्वांच्या आत एक जखमी मूल असतं. हे मूल भूतकाळात जगत असतं. ते बालपणातील आणि तारुण्यातील, कालौघात गोठून गेलेल्या वेदनादायी अनुभवांना चिकटून राहिलेलं असतं. ते नैराश्याच्या क्षणांत गुरफटून जातं. आपण कोणाला तरी आवडलेलो नसतो, आपलं कौतुक झालेलं नसतं, आपल्याला कमी लेखलेलं असतं... असे ते क्षण असतात.

आपण मोठे झालेले असतो; पण ते जखमी मूल आपल्या अस्तित्वाची दुःख-स्थिती म्हणून आपल्या चैतन्यात जगत असतं. काळानं आपलं दिसणं आणि आपल्या आयुष्यांच्या परिस्थितीही बदललेल्या असू शकतात; परंतु अचानकच उफाळून समोर येणाऱ्या आपल्या अस्तित्वाच्या आंतरिक दुःख-स्थिती काढून टाकण्याचा एखादा मार्ग या काळात असतो का? काहीही झालं तरी नैराश्याच्या, अस्वस्थतेच्या क्षणांमध्ये मनातल्या मनात आपण बाल्यावस्थेत किंवा किशोरावस्थेत ज्याप्रमाणे अशा क्षणांविषयी प्रतिक्रिया व्यक्त करत होतो, तशाच प्रतिक्रिया नेहमीच व्यक्त करत नाही का? आपण त्याच, तशाच जुन्या भावनांकडे पुनःपुन्हा परत जात नाही का?

फेसबुकवरून आपण नजर फिरवत असतो आणि अचानकच आपल्याला न सांगताच आपले काही मित्र एखाद्या कार्यक्रमाला गेल्याचं दिसतं. त्या क्षणांमधले आपले अनुभव आणि बालपणी आपल्याऐवजी आपल्या मोठ्या भावंडांना आपले पालक चित्रपट बघायला घेऊन गेले होते, त्या क्षणांमधले आपले अनुभव हे भिन्न असतात का?

किंवा अशी कल्पना करा की, तुमचे वडील नेहमीच तुमच्या आईबरोबर रागानंच बोलत असतील. त्या वेळी तुम्हाला खूप राग येत असेल आणि एखाद्या दिवशी वडिलांना आपण चांगलाच धडा शिकवायचा असा तुम्ही निर्धारही केला असेल. आता केव्हाही तुम्हाला दोन व्यक्ती भांडताना दिसल्या की, तुमच्या मनात तसाच संताप निर्माण होत असेल.

ज्या वेळी हे जखमी मूल आपला ताबा घेतं, त्या वेळी आपल्या हृदयातील प्रेमाचे आणि विश्वासाचे दरवाजे आपण बंद करतो. जोपर्यंत आपण याकडे लक्ष देण्यास स्वतःला प्रशिक्षित करत नाही, तोपर्यंत हे जखमी मूल आपल्याकडून कधी वर्तन करवून घेत आहे ते लक्षात येणंही कठीण असतं. त्या परिस्थितीतील आपली दुःख-स्थिती नैसर्गिक आणि योग्य आहे, असं जखमी मुलाची स्थिती आपल्याला नेहमीच चलाखीनं, लबाडीनं सांगत असते.

मात्र प्रत्यक्षात असमाधानी, दुःख-स्थितीत गुंतून पडणं ही गोष्ट सुज्ञपणाची नसते. ती अविवेकीपणाची किंवा मूर्खपणाची गोष्ट असते, मग त्यामागे काहीही कारणं असली तरी त्यानं काहीही फरक पडत नाही.

पण आपल्या अंतःकरणात ज्या ज्या वेळी ते जखमी मूल आक्रंदन करू लागेल त्या त्या वेळी आपण त्या जखमी मुलाच्या स्थितीचंच ऐकू लागलो तर?

जर आपण त्या मुलाला त्याच्या वेदनांपासून, दुःखापासून मुक्त केलं तर?

जखमी मुलाचे दोन चेहरे

जयाचं कुटुंब खूपच छान होतं आणि तिचं करिअरही यशस्वी होतं. तिच्या कल्पनेतही नसेल एवढी तिच्या आयुष्याची तिनं उत्तम उभारणी केली होती. शिवराळ, दारूड्या आईमुळे तिचं बालपण जबरदस्त मानसिक आघातात गेलं होतं. त्या तुलनेत तिनं तिचं आयुष्य खूपच वेगळ्या प्रकारे घडवलं होतं.

ती लहान असताना रोजचा दिवस हे एक दुःस्वप्नच होतं आणि कित्येक रात्री तिला उपाशीपोटी झोपावं लागलं होतं. बरीच वर्षं आईची मारहाण सहन करत आणि तिच्या दोन लहान भावंडांचं रक्षण करत, त्यांच्या तारणहाराची भूमिका पार पाडत ती हा छळ कधी संपेल याची जिवाच्या आकांतानं वाट पाहत होती. बारा वर्षांची झाल्यानंतर ती घर सोडून पळून गेली.

बालपणी अशा भयानकता असल्या तरीही जयानं कधीही आपण त्या सगळ्याची बळी असल्याचं, आपण दुर्बल असल्याचं मानलं नव्हतं. उलटपक्षी तिला सहन करावी लागलेली मारहाण आणि शिवीगाळ यांना तिनं तिला सक्षम बनवणारी साधनं मानलं होतं आणि तिच्या यातनांना तिनं तिच्या महान क्षमतांमध्ये व लाभांमध्ये रूपांतरित केलं होतं. लहान मुलगी म्हणून तिनं जे काही भोगलं होतं

त्यामागे कोणता तरी महान हेतू होता, असं ती मानत राहिली. त्यानंतर आपल्या टीमला प्रोत्साहन देण्यासाठी संधी मिळेल तेव्हा तेव्हा ती आपली कहाणी सांगत राहिली. कोणतीही गोष्ट तिला भीती आणि दुःख यांच्या पिंजऱ्यात अडकवू शकणार नाही, असं तिनं स्वतःलाच बजावलं होतं.

तिला असं वाटत होतं की, तिनं त्या सगळ्या गोष्टींतून मार्ग काढला होता.

मात्र जयाच्या अंतःकरणातील क्षोभ त्यानंतरही कित्येक दशकांनी ती ॲकॅडमीत आली होती, तोपर्यंत पुरता शमला नव्हता. ध्यानाच्या आंतरिक प्रवासादरम्यान तिच्या भूतकाळातील वेदना अकल्पनीय प्रबळतेनं खुल्या झाल्या. तिच्या चेहऱ्यावरून एकसारख्या अश्रूंच्या धारा ओघळत राहिल्या. फक्त त्याच वेळी तिच्या लक्षात आलं की, तिनं जे काही केलं होतं ते सगळं चुकीचं होतं. अतिशय चुकीचं होतं. तिनं स्वतंत्र, आत्मनिर्भर, स्वयंभू स्त्रीचा मुखवटा धारण केला होता आणि आपल्याला प्रेमाची गरज नसल्याचं दाखवून दिलं होतं; परंतु प्रत्यक्षात तो एक मुखवटा होता.

तिच्या बालपणीच्या यातनांमधून जया कधीही बाहेर पडलीच नव्हती. लहान मुलगी म्हणून तिनं भोगलेल्या सगळ्या दहशती, भयावहता आणि अमानवी वर्तणुकी तिला भोगाव्या लागण्यामागे कोणता तरी महान हेतू असावा, असं समजून तिनं फक्त तिच्या वेदनांचं उदात्तीकरण केलं होतं. एक प्रभावशाली साधन म्हणून तिच्या भूतकाळाचा वापर करून तिनं तिच्या कडवटपणाला हाताळण्याचा प्रयत्न केला होता; परंतु ती त्यापासून कधीही मुक्त झाली नव्हती. ती सतत भूतकाळात जात होती आणि त्या अनुभवांचा पुनःपुन्हा अन्वयार्थ लावण्याच्या तिच्या प्रयत्नांमुळे तिनं फक्त तिचा भूतकाळ जिवंत ठेवला होता. तिनं कधीही घडून गेलेल्या गोष्टींवर कायमचा पडदा टाकलाच नव्हता.

सत्ता आणि दर्जा यांच्या उत्तुंग पायऱ्या एका पाठोपाठ एक चढत जाण्याचे जयाचे अत्यंत व्यापक प्रयत्न प्रभावी असले तरीही तिच्यातील कोणतीही गोष्ट बदललेली नव्हती, हे तिच्या लक्षात आलं होतं. आपल्या बालपणीच्या दुःखातून, वेदनांतून ती बाहेर पडलीच नव्हती. ती फक्त त्यांच्यावर बुरखा घालून स्वतःपासून आणि जगापासून त्या दडवत होती, दूर ठेवत होती.

जयानं संपूर्ण आयुष्यभर आपण प्रेमाची गरज नसलेली, प्रेमाची फिकीर नसलेली व्यक्ती आहोत, अशी आपली एक आक्रमक प्रतिमा बनवली आणि एक स्वतंत्र, स्वयंभू व्यक्ती म्हणून ती जगासमोर आली. तिनं स्वतःला असं सांगितलं की, ती खंबीर होती आणि आयुष्य तिच्यासमोर जी जी आव्हानं उभी करेल ती पेलण्यास ती समर्थ होती. खरं तर भावनाशीलता म्हणजे दुबळेपणा आहे, असं ती नेहमीच म्हणत होती.

परंतु काळ पुढे सरकला असला तरी आपल्या जखमी अस्तित्वाची वेदनादायक संवेदना तशीच शिल्लक आहे, हे अतिशय धक्कादायक सत्य जयाला जाणवलं. वर्तमानातील आयुष्य ती खऱ्या अर्थानं जिवंतपणे जगत नव्हती. तिच्या अस्तित्वाच्या गाभ्यात अजूनही ती एक जखमी मूल होती.

गेली अनेक वर्षं ती भुकेल्या पोटी झोपी गेली नव्हती, तरीही आपली कोणालाच काळजी नाही ही तिच्या मनातील भावना टिकून राहिली होती. तिनं अनेक लोकांना मदत केली होती. त्यात तिच्या धर्मादाय कामांचाही समावेश होता. याखेरीज तिच्या मनात आयुष्याविषयीच्या रागाची भावना उफाळून येत होती. तिला स्वतःविषयी जे वाटत होतं, तिनं स्वतःसंदर्भात जो अनुभव घेतला होता आणि सध्या घेत होती, त्यात काडीचाही फरक नव्हता. तिच्या आईबद्दल तिला जो कडवटपणा आणि जी चीड वाटत होती, तोच कडवटपणा आणि तीच चीड तिच्या प्रत्येक नवीन नातेसंबंधात तिनं पुढे आणली होती.

आपल्या जोडीदाराशी जुळवून घेणं जयाला खूपच अवघड गेलं होतं. ना ती त्याच्यावर विश्वासानं प्रेम करू शकली होती, ना त्याच्या प्रेमावर ती विश्वास ठेवू शकली होती. तिनं निश्चितपणे त्याच्यावर प्रेम करण्याचे भरपूर प्रयत्न केले होते. तिच्या मुलांच्या संदर्भात एक जबाबदार आई म्हणून तिनं तिची कर्तव्यं चोख पार पाडली होती; परंतु मुलांवर प्रेम करण्याचा फक्त एकमेव मार्ग तिला माहिती होता. तो म्हणजे त्यांना मोठमोठी मूल्यं देणं आणि शिस्त लावणं हा. त्यांच्या शिक्षणात आणि करिअरमध्ये प्रगती करण्यासाठी तिनं त्यांना खूप मोठं पाठबळ दिलं होतं; पण तिनं फक्त तेवढंच केलं होतं.

तिच्या टीममधील सदस्यांविषयी आदर बाळगणंही तिला कठीण जात होतं. कामाच्या ठिकाणी कोणी किरकोळ चूक केली तरी तिच्या रागावर ती नियंत्रण ठेवू शकत नव्हती. तिचे कर्मचारी वरचेवर तिची संघटना सोडून जात होते.

सखोल ध्यानादरम्यान जयाच्या असं लक्षात आलं की, तिला मुळातच दुसऱ्यांशी कसं संलग्न व्हावं हे माहिती नव्हतं. ती एकटी पडली होती आणि तिच्या आयुष्याशी कोणी संलग्न झालं आहे, असं तिला वाटत नव्हतं. अशा परिस्थितीत इतर कोणाच्याही सुंदर-स्थितीचं ती कशी काय पोषण करू शकणार होती?

बिलकूल आडपडदा न ठेवता आपल्या आयुष्याचं हे सत्य स्वरूप पाहिल्यानंतर आणि त्यात बदल घडवण्यासाठी मनापासून तळमळीनं प्रयत्न करण्यास सुरुवात केल्यानंतर जयाच्या चैतन्य-परिवर्तनाला सुरुवात झाली. आज एखाद्या किरणोत्सर्गी कचऱ्यातून हानिकारक उत्सर्जन बाहेर पडायचं थांबावं तसं तिच्या मनात बालपणातून होणारं हानिकारक उत्सर्जन थांबलं आहे. आता अधिक सखोल असलेल्या आंतरिक शांततेत त्याविषयीची तिची स्मृती स्थिरावली आहे.

अँड्र्यू हा आमच्या समुदायातील आणखी एक सदस्य होता. त्यालाही बालपणीच्या त्रासाचा अनुभव होता. त्याच्या वडिलांकडून तो इतका प्रचंड दुखावला गेला होता की, तो त्यांचा तिरस्कार करू लागला होता; पण त्याला ते मान्य करण्याची इच्छा नव्हती. कारण, चांगला माणूस कधीही त्याचा पालकांचा तिरस्कार करत नाही हे आदर्श तत्त्व त्याला जपायचं होतं.

अँड्र्यूच्या परिवर्तनाच्या प्रवासादरम्यान मी त्याला विचारलं की, त्याला त्याच्या वडिलांबरोबरच्या संलग्नतेच्या स्थितीत त्याचं हृदय खुलं करायचं आहे का, त्यावर त्यानं ठामपणानं 'नाही' असं सांगितलं. मी त्याला थोडंसं डिवचण्यासाठी विचारलं की, जाणीवपूर्वक केलेली निवड म्हणून त्याच्या वडिलांचा त्याला पूर्ण तिरस्कार करायचा आहे का, तसं असेल तर मी त्याला मदत करण्यास तयार असल्याचंही त्याला सांगितलं.

प्रदीर्घ, चिंतनशील वाटचालीनंतर अँड्र्यूच्या असं लक्षात आलं की, जर त्यानं त्यांच्याशी संलग्न न होण्याची निवड केली, तर उर्वरित आयुष्यभर त्याला नैराश्यपूर्ण स्थितीतच जगावं लागलं असतं. पहिल्यांदाच त्याच्या वडिलांविषयीच्या भावनांशी तो संलग्नता साधू शकला. वडिलांविषयी त्याला वाटणारा राग त्याच्या आयुष्याच्या दृष्टीनं सर्वांत महत्त्वाच्या असलेल्या त्याच्या सगळ्याच नातेसंबंधात कसा वाहत गेला होता तेही त्याला जाणवलं.

अगदी जेवणाची ऑर्डर देण्यासारख्या साध्या गोष्टीतही त्याच्या पत्नीला तो कसा वागवत होता, याचा त्यानं विचार केला. तो तिला विचारत असे, 'तुला कुठे जायचं आहे?' पण तिनं कुठलंही उत्तर दिलं तरी त्याला रागच येत असे.

तिनं त्याला तीन वेगवेगळ्या ठिकाणांपैकी कुठेही जाऊ या, असं म्हटलं तरी तो चिडत असे.

तिनं त्याला 'तुम्हीच ठरवा,' असं म्हटलं तरी त्याला राग येत असे.

तिनं कुठे जायचं हे ठरवलं तरीही तो संतप्त होत असे.

तिनं काहीही केलं किंवा म्हटलं तरीही ती आपल्यावर वर्चस्व गाजवत आहे आणि जणू काही त्याचं स्वातंत्र्य त्याच्यापासून हिरावून घेत आहे, असं त्याला वाटत असे.

अँड्र्यूच्या हे स्पष्टपणे लक्षात आलं की, त्यानं आधीच त्याच्या अर्ध्या आयुष्यात त्याला स्वतःला दुखावलं होतं आणि पुढच्या आयुष्यात त्याला स्वतःला दुखावण्याची इच्छा नव्हती. त्याची जखमी मुलाची स्थिती त्याच्या करिअरमध्ये आणि कौटुंबिक आयुष्यातही धुमाकूळ घालत होती. दुखावलेपणापासून आणि आत धगधगणाऱ्या तिरस्कारापासून मुक्ती मिळवण्याच्या ठाम निर्धाराच्या मार्गावरून अर्ध्यातूनच अँड्र्यू परतला होता.

मी त्याला हे स्पष्टपणे सांगितलं की, त्याच्या हृदयातील जखमा भरून काढणं, याचा अर्थ त्याच्या वडिलांशी त्याचा सलोखा किंवा समेट घडवून आणण्याचा मार्ग शोधणं, असा होत नाही. कारण, जर त्याच्या मानसिक आरोग्याच्या किंवा त्याच्या कुटुंबाच्या हिताच्या दृष्टीनं सलोखा घडवून आणणं इतकं वेदनादायी किंवा धोकादायक असेल तर त्यानं तसं करू नये असं बौद्धिकदृष्ट्या विचार करता स्पष्टपणे सांगता येतं. मी ज्या क्षमाशीलतेच्या मार्गाविषयी बोलत होतो, त्यात आपल्या अंतःकरणातील जखमी मुलाला शांत करण्याचा आणि आनंदी मुलाच्या सुंदर-स्थितीला जागृत करण्याचा समावेश होतो.

सगळ्या चुकीच्या कृती बरोबर होत्या अशा प्रकारे लिहून काढणं किंवा ज्या व्यक्तीनं तुम्हाला इजा केली आहे अगर तुम्हाला सतत इजा करत राहिली आहे, त्या व्यक्तीबरोबर राहणं म्हणजेही क्षमाशीलता नव्हे.

ज्या गोष्टी तुम्हाला दुखावतात त्यांच्यापासून स्वतःला मुक्त करणं म्हणजे क्षमाशीलता होय.

त्या संध्याकाळी माझ्याबरोबर अँड्र्यू शांतिध्यानाच्या सखोल अवकाशात प्रविष्ट झाल्यावर नैराश्याच्या, हिरमोडाच्या, दुःखाच्या, प्रेमाच्या आणि वेदनेच्या अनेक आठवणी सखोल स्पष्टतेसह आणि अधिक तीव्रतेनं समोर आल्या. त्याच्या असं लक्षात आलं की, त्याच्यातील जखमी मुलानं इतरांची मान्यता मिळवण्यासाठी तीन व्यक्तिमत्त्वं विकसित केली होती. काही वेळा लोकांचं प्रेम जिंकण्यासाठी त्यानं अत्यंत आकर्षकपणे लोकांवर भुरळ पाडण्याच्या मार्गाचा वापर केला होता. काही वेळा मान्यता मिळवण्यासाठी त्यानं महत्त्वाकांक्षी किंवा साहसी व्यक्ती असल्याचा आभास निर्माण केला होता, तर काही वेळा भावनिक नाट्य निर्माण करून त्यानं लोकांचं लक्ष वेधून घेतलं होतं; परंतु प्रत्येक प्रसंगी त्याच्या वर्तनामागचं कारण तेच होतं : तो प्रेमासाठी आणि स्वीकारार्हतेसाठी भुकेला होता.

या मार्गावर त्यानं विविध मुखवटे धारण केले होते; परंतु प्रत्येक बुरख्याआड तीच जखमी मुलाची स्थिती होती. तिथे त्याला फक्त प्रेम मिळावं आणि आपली कोणीतरी काळजी करावी एवढीच इच्छा होती.

आपण संवेदनशील बनण्यास त्यानं मान्यता दिल्यानंतर सत्याच्या अंतिम क्षणासाठी त्याची तयारी झाली. आयुष्यभर जोपासलेल्या कडवटपणाला घालवून देण्यास केलेल्या विरोधामागचं सत्य त्याला दिसू शकलं. त्याचा खोलवर असा विश्वास होता की, राग सोडून देणं याचा अर्थ त्याच्या वडिलांनी त्याच्यावर केलेला सर्व अन्याय आणि मारहाण सोडून देणं होय. याचा अर्थ त्यानं सहन केलेल्या सर्व वेदना आणि अवमान यांच्याकडे दुर्लक्ष करणं, असा होता.

आपल्या विरोधाचं त्यानं सुज्ञपणाच्या नजरेनं मूल्यमापन केल्यावर त्यानं त्याचा अंतिम अडथळा ओलांडला : आतला गर सुकल्यावर बदामाभोवतीचं कवच सहज

गळून पडतं तसा त्याचा क्रोध आणि कडवटपणा गळून पडला. आता त्याला त्याचं सत्य दिसलं होतं, त्यामुळे स्वातंत्र्य आणि क्षमाशीलता विनासायास आल्या होत्या.

या सखोल शांततेच्या अवकाशात अँड्र्यूला त्याच्या संपूर्ण आयुष्यात झिरपणाऱ्या पवित्र अस्तित्वाची जाणीव झाली. त्याचं प्रेम असलेल्या, त्यानं दुर्लक्ष केलेल्या किंवा त्याला न आवडणाऱ्या सगळ्या व्यक्ती आणि अगदी त्याचे वडीलही त्या अस्तित्वाचा भाग होते. ते अस्तित्व त्याला प्रेमासारखं भासलं. तिथे प्रेम असण्याची गरज नव्हती, तरीही ते तिथे होतं असं त्याला वाटलं. त्याच्या अंतर्यामीचं मूल शांत झाल्यानंतर, त्याच्या जखमा भरून आल्यानंतर त्याचा स्पेअर ऑटो पार्ट्‌चा व्यवसाय हळूहळू वाढला. नवीन व्यवसायासाठी लोकांपर्यंत पोहोचण्यात त्याला वाटत असलेला प्रतिबंध दूर झाला. संभाव्य ग्राहकाकडून आपल्याला नकार मिळेल, याची त्याला सतत वाटत असलेली धास्ती नाहीशी झाली. आता आपण दुखावले जाऊ, अशी भीती त्याला वाटेनाशी झाली आणि त्यामुळेच त्याला आश्चर्यकारकपणे जग ही अधिक मैत्रीपूर्ण जागा असल्यासारखं वाटू लागलं.

आपण जयामध्ये आणि अँड्र्यूमध्ये दोन अगदी वेगवेगळी आयुष्यं बघितली. जयानं उच्च कामगिरी करणाऱ्याचा मुखवटा धारण केला होता. ती इतकी यशस्वी होती की, तिनं प्रेमाच्या गरजेला जिंकून घेतल्याचाही त्या मुखवट्यात समावेश होता; पण असं करताना तिनं स्वतःला प्रेम देण्यास आणि प्राप्त करण्यास अक्षम बनवलं होतं. असंवेदनशीलता आणि असंलग्नता या स्थिती तिच्या सवयीच्या बनल्या होत्या.

अँड्र्यूनं त्याचं आयुष्य प्रेमाच्या शोधात घालवलं होतं; पण आपल्या वेदनादायक स्थिती तो नाकारत असल्यामुळे तो ज्यांच्यावर प्रेम करत होता, त्यांच्यावरच तो राग काढत राहिला होता.

या गोष्टी लक्षात ठेवून आता आपण जखमी मुलाच्या स्थितीची हाताळणी करण्याचे आपले स्वतःचे मार्ग पाहू या.

आपले बाल्यावस्थेतील अनुभव तितकेसे वाईट नव्हते किंवा भूतकाळात गुंतणं निरर्थक असतं म्हणून आपल्यातील त्या जखमी स्थितीकडे लक्ष देण्यास आपण नकार देत आहोत का?

की आपण आज जी कोणी व्यक्ती आहोत ती आपल्या दुःखांमुळे आणि तणावांमुळे आहोत, असं समजून आपण त्या दुःखांना आणि तणावांना सन्मानचिन्हासारखं धारण करत आहोत?

की आपण भूतकाळातील वेदनादायक स्मृतींमध्ये उकळत राहिलो आहोत आणि आपल्याला आपण योग्य करत असल्यासारखं वाटतं म्हणून आपल्या रागाचं समर्थन करत आहोत?

की आपण आता त्या आठवणी विसरून गेलो आहोत, मात्र अद्यापही आपल्या भूतकालीन भावनांचा आपण पुनःपुन्हा अनुभव घेत आहात का?

ही वर्तनं भिन्न असल्यासारखं वाटत असेलही; परंतु प्रत्येक प्रसंगी आपण जखमी मुलाच्या स्थितीचा मनमुराद अनुभव घेत असतो.

कृपया इथे क्षणभर थांबा. इथे जाणीवपूर्वक तीन मंद श्वास घ्या. तुम्ही श्वास घेता त्याहून तुमचा उच्छ्वास सोडण्याचा कालावधी अधिक दीर्घ असावा. तुमच्या बालपणीच्या अनुभवाचं आकलन तुम्ही कसं करता? ते तणावपूर्ण होतं की सुंदर होतं? तुमच्या अस्तित्वाच्या विविध स्थिती म्हणून तुमचा भूतकाळ तुमच्यात वाहत असल्याचं फक्त निरीक्षण करा.

मनाचं गढूळ पाणी शांत करणं

आपली हृदयं म्हणजे हवाबंद कप्पे नसतात. आपल्या अंतःकरणातील जखमी मुलाची जखम आपण भरून काढली नाही, तर त्याचं दुःख, एकाकीपणा आपल्या प्रत्येक नातेसंबंधात, आपल्या प्रत्येक परस्पर क्रियेत वाहत जाईल. ही वेदना, हे दुःख पिढ्यान्‌पिढ्या पुढे पुढे जात राहील. कारण, पालक नकळत त्यांच्या मुलांना दुःखावर घट्ट पकड मिळवण्यास शिकवतात.

मग आपण ही पकड कशी सैल करू शकतो?

करुणेच्या, दयेच्या साहाय्यानं.

आपण स्वतःलाच प्रेमानं आणि कणवेनं, करुणेनं प्रश्न विचारू शकतो : मला हे खरोखरच माझ्या बाबतीत करायचं आहे का? मला या दुःखाच्या स्थितीत राहण्याची इच्छा आहे का?

कारण, ज्याला मी दुखावत आहे तो *मी* आहे. कदाचित, दहा-वीस वर्षांपूर्वी कोणीतरी मला दुखावलं असेलही; पण आज मीच मला दुखावत आहे.

एवढं मात्र नक्की की, ही जखमी मुलाची स्थिती परिचित किंवा अगदी सुखकारकही वाटत असते. दुखावलेल्या लोकांविषयी आपण बोलतो, त्या वेळी आपल्याला मिळणाऱ्या मान्यतेचं आपल्याला व्यसनही जडू शकतं. आपण तरीही कसे टिकून राहिलो आहोत, याची आपल्याला मौजही वाटू शकते; पण या सगळ्या प्रक्रियेत आपण कोण बनत असतो?

आपल्याला कोणत्या स्थितीत राहण्याची इच्छा असते?

आपण स्वतःलाच प्रामाणिकपणे आणि धाडसानं हा प्रश्न विचारला तर आपल्याला आणखी एखादा दिवसच काय, एखादा तास किंवा आणखी एखादं मिनिटही त्या दुःखाच्या स्थितीत राहण्याची इच्छा नसते.

भूतकाळातील दुःखातून बाहेर पडायची तुमची तयारी आहे, यावर तुमचा विश्वास नसला तरीही हे सगळं तिथेच सोडून देऊ नका. ज्या वेळी या दुःखाच्या स्थिती उफाळून वर येतात, आपल्याला तणावग्रस्तता किंवा एकाकीपणा जाणवतो, आपल्या जखमा तशाच सोडून देण्याची आपली तयारी नसते, त्या वेळी आपल्या स्वतःशीच दयाळूपणानं, हळुवारपणानं वागा.

क्षणभरासाठी अशी कल्पना करा : आनंदी मुलाच्या सुंदर-स्थितीप्रति जागृत होण्यासाठी आपण स्वतःलाच परवानगी दिली तर काय बरं होईल?

आपल्याला स्वतःलाच आपण प्रेम करण्याची आणि विश्वास ठेवण्याची पुन्हा एकदा परवानगी दिली तर काय होईल?

आपल्या आंतरिक स्थितीचे, आपल्या वर्तमानकाळात डोकावणाऱ्या आपल्या भूतकाळाचे आपण उदासीन, निर्विकार निरीक्षक असल्यामुळे आपल्या जखमी मुलाच्या स्थितीची आपल्यावर कितीही घट्ट पकड असली तरी त्यानं काहीही फरक पडत नाही. आंतरिक क्षोभ शांत होतो.

आपण थोडा वेळ दिला तर ओढ्यातील गढूळ पाण्यातील चिखल तळाशी साचून राहतो, हे कृपा करून जाणून घ्या. आपल्या भूतकाळातील जखमा त्यांच्याकडे दुर्लक्ष केल्यानं किंवा त्या सक्षम साधनांनी झाकून ठेवल्यानं भरून येत नाहीत. आपल्या आंतरिक स्थितीचे आपण साक्षीदार बनतो, त्या वेळी आपल्या हृदयांच्या जखमा भरून येतात.

आपण हे करतो त्या वेळी आपल्या मनात शांततेच्या सुंदर-स्थितीची जागृती होते. आपण आयुष्यात विश्वास ठेवण्यास सुरुवात करतो. आपल्या सभोवतालच्या ऊर्जाक्षेत्रात परिवर्तन होऊ लागतं आणि आपण अधिक समृद्धी आकर्षित करतो.

आनंदी मुलाच्या स्थितीत सगळं जगच आपलं असल्याची जाणीव आपल्याला होते. आपल्याला संस्कृती, भाषा आणि वंश यांच्या पलीकडे जाऊन आपण कोणाचे तरी असल्याची आणि त्या पलीकडच्या प्रेमाची जाणीव होते. सर्व लोकांशी असलेल्या नात्याची, साधर्म्याची आपल्याला जाणीव होते. त्या वेळी आपली सर्वांशी मैत्री असते.

सिंहाच्या छाव्याची आधी सांगितलेली कथा तुम्हाला आठवते का? आपण पहिल्यांदा ही कथा ऐकली त्या वेळी आपण आतापर्यंत ऐकलेल्या कथांपैकी ही सर्वाधिक दुःखद गोष्ट आहे, असं आपल्याला वाटलं होतं.

परंतु आता त्याचा आणखी वेगळ्या प्रकारे शेवट करू या. एक सुखद शेवट.

ज्या वेळी मेंढीनं त्या छाव्याला कल्पनारम्यता सोडून द्यायला सांगितलं, त्या वेळी त्यानं त्यावर विश्वास ठेवला का? अर्थातच त्यानं त्यावर विश्वास ठेवला. कारण, त्या वेळी ते पिल्लू होतं आणि लहान मुलांना जे काही सांगावं ते ती ऐकतात.

काही वर्षं अशीच उलटून गेली आणि एके दिवशी एका भल्या मोठ्या सिंहानं हा मेंढ्यांचा कळप बघितला आणि त्यावर हल्ला करण्याचे मनसुबे तो रचू लागला. त्या भल्या मोठ्या सिंहाला बघून त्या छोट्या छाव्यानं मेंढ्यांसारखा आवाज काढला आणि तो पळू लागला. आपण काय पाहतो आहोत त्याचा धक्का बसलेल्या अवस्थेतील त्या मोठ्या सिंहानं त्या छाव्याला पकडलं आणि त्यानं त्याला डरकाळी फोडत विचारलं, ''तू एखाद्या मेंढीसारखा का थरथरतोयस आणि का ओरडतोयस? तू माझ्यापासून का दूर पळतोयस? तू तर सिंहाचा छावा आहेस. जागा हो.''

त्या मोठ्या सिंहाला जे म्हणायचं होतं, ते ऐकण्यास त्या छाव्यानं नकार दिला आणि तो तसाच थरथरत आणि ओरडत राहिला. त्यानंतर त्या मोठ्या सिंहानं त्या छाव्याला नदीपर्यंत फरफटत नेलं आणि त्याला पाण्यातील त्याचं स्वतःचं प्रतिबिंब पाहायला सांगितलं. त्या मोठ्या सिंहाच्या शेजारचं आपलं प्रतिबिंब पाहिल्यानंतर त्या छाव्याच्या शरीरात अविश्वसनीय ताकद संचारली. त्याच्या स्वतःच्या अस्तित्वात असलेल्या आनुवंशिक ताकदीची जाणीव त्याला झाली आणि त्यानं एक जोरदार डरकाळी फोडली. ती डरकाळी संपूर्ण जंगलात घुमली. त्याबरोबर त्या जंगलातील इतर सगळे प्राणी शांत झाले.

तुम्ही त्या लहान सिंहासारखे आहात. तुम्हाला ज्या वेळी त्या सुंदर-स्थितीची जाणीव होईल, तुमच्या चैतन्याच्या खऱ्या शक्तीची जाणीव होईल, त्या वेळी तुमच्या आयुष्याविषयीची प्रत्येक गोष्ट बदलण्यास सुरुवात होईल.

ज्याप्रमाणे सिंहगर्जनेनं इतर लहान प्राणी शांत होतात; अगदी त्याप्रमाणे तुमच्या आत्मजागृतीरूपी सिंहगर्जनेनं तुमच्या आंतरिक विश्वातील कोलाहल शांत होईल.

आणि ही तर फक्त सुरुवात असेल.

सोल सिंक स्वाध्याय
बालपणीच्या आघातांचं शमन

जखमी मुलाच्या स्थितीतून आनंदी मुलाच्या स्थितीत जाण्यासाठी सोल सिंक साधना कशी करावी ते आता बघू या.

तुम्ही ही साधना करण्यापूर्वी तुम्हाला उद्दिष्ट निश्चित करण्याची किंवा स्वतःविषयी अनुकंपा किंवा करुणा वाटण्यास साहाय्य व्हावं, यासाठी विश्वचैतन्याला आवाहन करण्याची गरज असू शकेल. आपल्या भूतकाळाची वेदना सोडून देण्यास तुम्ही अद्याप तयार नसल्यासारखं तुम्हाला वाटू शकेल – आणि ते ठीकही आहे. तुम्ही म्हणजे मदतीसाठी हाका मारणारं, रडणारं एक लहान मूल असू शकता म्हणून स्वतःसंदर्भात धीर बाळगा.

त्यानंतर तुम्ही या संदर्भात आधी दिलेल्या (पान क्र. ३१ ते ३३) पाच पायऱ्यांचं अनुकरण करा.

१. सचेत होऊन आठ वेळा दीर्घ श्वास घ्या आणि सोडा.
२. सचेत होऊन आठ वेळा दीर्घ श्वास घ्या आणि सोडताना भ्रमराप्रमाणे गुंजन करा.
३. सचेत होऊन दीर्घ श्वास घेणे आणि सोडणे यादरम्यान जो विराम जाणवेल त्यावर लक्ष केंद्रित करा. ही क्रिया आठ वेळा करा.
४. सचेत होऊन आठ वेळा दीर्घ श्वास घ्या आणि सोडताना मनातल्या मनात 'अहम्' असा जप करा.
५. तुमचं शरीर प्रकाशात विस्तारत चालल्याची कल्पना करा.

या वेळी सहाव्या पायरीत तुमची आंतरिक स्थिती जखमी मुलाच्या स्थितीपासून आनंदी मुलाच्या स्थितीपर्यंत मार्गक्रमण करत असल्याची भावना तुमच्या मनात निर्माण होईल. हे आनंदी मूल प्रेम करण्यास, विश्वास ठेवण्यास आणि संलग्न होण्यास समर्थ असेल.

स्वतःशीच आणि तुमच्या आयुष्याकडे पाहून स्मित करा. तुम्ही नुकतीच सुरुवात केली असेल, तर तुम्हाला जाणीवपूर्वक आणि ध्यानात्मकतेनं स्मित करावं लागू शकेल; परंतु कालौघात आनंदाची, हर्षोल्हासाची सुंदर–स्थितीची तुम्हाला विनासायास प्राप्ती होऊ लागेल.

२

दुसरं परमरहस्य :
आंतरिक सत्याचा शोध

∞

दुसरं परमरहस्य : आंतरिक सत्याचा शोध

प्रीताजी

आपल्यापैकी प्रत्येकाची महान बनण्याची उत्कट इच्छा असते. आपल्याला महान पालक, महान जोडीदार, महान व्यावसायिक, महान खेळाडू, द ग्रेट वेल्थ क्रिएटर (ऐश्वर्यसृष्टीचा सजग निर्माता) किंवा द ग्रेट चेंज मेकर (परिवर्तनकारी) बनायचं असतं; परंतु मला ठामपणानं असं वाटतं की, विश्वानं आपल्यातून कोणत्याही प्रकारची महानता आकारण्यास सुरुवात करण्याआधीच आपले चैतन्य पूर्णपणे विकसित झाले पाहिजे. ज्या वेळी आपलं आयुष्य आणि आपलं आंतरिक सत्य यांच्यात समन्वय साधून आपण जगतो, फक्त त्याच वेळी खात्रीशीरपणे आपलं चैतन्य-परिवर्तन घडून येणं शक्य असतं.

आंतरिक सत्यांशिवाय झालेली सर्व प्रकारची आध्यात्मिक वाढ ही फक्त सुंदर तत्त्वाचा केलेला पाठपुरावा असते.

भारताचे राष्ट्रपिता महात्मा गांधी यांची कथा पाहू या. गांधींपासून महात्मा गांधींपर्यंतच्या त्यांच्यात झालेल्या परिवर्तनाच्या नेमक्या क्षणाचा विचार करून या सत्याचा शोध घेऊ या. महात्मा याचा अर्थ महान आत्मा असा आहे. महात्मा गांधी हे मानवी इतिहासातील एक प्रमुख प्रभावी व्यक्ती आहेत, ही नक्कीच सर्वमान्य गोष्ट आहे. अहिंसेच्या मार्गानं दडपशाही करणाऱ्यांवर एका दुर्बल व्यक्तीच्या विजयाचं प्रतीक म्हणून आपला देश गांधींकडे पाहतो.

सन १८९३मध्ये एक यशस्वी वकील बनण्यासाठी नशीब आजमावण्यास गांधी दक्षिण आफ्रिकेत गेले. तिथे पोहोचल्यानंतर लवकरच एका खटल्याच्या संदर्भात त्यांना डरबन ते प्रिटोरिया असा प्रवास करावा लागला. त्यांनी पहिल्या वर्गाचं तिकीट खरेदी केलं होतं.

गोऱ्या तिकीट कलेक्टरनं त्यांचा काळा माणूस आणि हमाल किंवा कूली म्हणून अपमान केला. त्यांचं सामान घेऊन त्यांना तृतीय वर्गातून प्रवास करण्यास फर्मावलं. त्या वेळी गांधींनी त्यांच्याकडे अधिकृत तिकीट असल्याच्या आधारावर तसं करण्यास अगदी ठामपणे नकार दिला. तिकीट कलेक्टरनं रेल्वे थांबवली आणि पीटरमारित्झ्बर्ग या छोट्याशा रेल्वे स्थानकावर गांधींना आकस्मिकपणे रेल्वेच्या डब्यातून थंडगार फलाटावर ढकलून दिलं.

आता इतिहासातील वास्तव घटनांपासून दूर जाऊन त्या गोठवणाऱ्या थंडीत काकडत, अवमानानं थरथरत बसलेल्या गांधींच्या आंतरिक स्थितीचा शोध घेण्याचा प्रयत्न करू या. गांधींच्या सर्वाधिक महत्त्वाच्या, निर्णायक अशा परिवर्तनाच्या पहिल्या अनुभवात गांधींच्या बाबतीत काय घडलं होतं, त्याचा अन्वयार्थ कृष्णाजी आणि मी कसा लावते ते आता तुम्ही वाचणार आहात.

अवमानानं क्षुब्ध झालेल्या गांधींच्या समोर काही पर्याय होते. दक्षिण आफ्रिकेत वकील म्हणून नावारूपाला येण्याची सगळी योजना गुंडाळून, दक्षिण आफ्रिकेला रामराम ठोकून, संतापानं खदखदत भारतात परतणं हा पहिला पर्याय होता. ही लाजिरवाणी गोष्ट पोटात घालून, मूग गिळून गप्प बसून पैसे मिळवण्याचे आपले प्रयत्न सुरू ठेवणं हा दुसरा पर्याय होता. त्याआधी कित्येक जणांनी तेच केलं होतं. क्रोधानं धगधगत दक्षिण आफ्रिकेतच राहायचं आणि तिकीट कलेक्टरवर वैयक्तिक सूड उगवण्याची योजना आखायची हा तिसरा पर्याय होता किंवा संतप्त बंडखोर म्हणून ब्रिटिश साम्राज्याविरुद्ध बंड पुकारायचं हा चौथा पर्याय होता.

गांधींनी चौथ्या पर्यायाची निवड केली. त्यांनी त्यांच्या रागाच्या आणि शरमेच्या दुःख-स्थितीकडे आणि त्या दूर करण्याकडे स्वतःचं लक्ष वेधलं आणि शांत मनःस्थितीतून ते स्वतःच्या पलीकडे जाऊ शकले. दिवसेंदिवस दडपशाही सहन करणाऱ्या असंख्य भारतीयांशी त्यांनी स्वतःला जोडून घेतलं.

ब्रिटिशांविषयीचा त्यांचा तो वैयक्तिक तिरस्कार नव्हता, तर त्यांच्या लोकांविषयीची अपार, सखोल करुणा होती. तिच्यातूनच त्यांनी दक्षिण आफ्रिकेत अन्यायाविरुद्ध अहिंसेच्या माध्यमातून विरोध करण्याची चळवळ सुरू केली. आंतरिक सत्यासह त्यांनी दिलेल्या या पहिल्या तडाख्यानंतर चोपन्न वर्षांनी महात्मा गांधींनी ३९ कोटींहून अधिक भारतीयांना ब्रिटिशांच्या जोखडातून मुक्त करून स्वातंत्र्य मिळवून दिलं. तेही त्यांना हिंसाचाराला प्रवृत्त न करता आणि रक्तपात न घडवून आणता! तो सुंदर-स्थितीतून दिलेला लढा होता.

या कथेच्या आधारावर आता दुसऱ्या परमरहस्याकडे मोर्चा वळवू या.

या जगातील अनेकांना असं वाटतं की, महानतेपर्यंत पोहोचायचं असेल, तर आपल्याला काही योजना आखाव्याच लागतात. विरोधकांच्या योजनाही माहिती करून घ्याव्या लागतात आणि त्यातून अधिक चांगल्या गोष्टी मिळवाव्या लागतात.

पण आपण करत असलेला हा सगळा विचार चुकीचा असेल तर? योजना करणं ही महानतेकडे नेणारी पहिली पायरी नसेल तर? खरी महानता थबकण्यातून, आपल्या आंतरिक सत्याशी सखोल संबंध निर्माण करण्यातून सुरू होत असेल तर?

आपल्यापैकी बहुतेक जण आंतरिक विश्वात काय सुरू आहे, याच्याशी संलग्न नसतात. आपल्या आंतरिक स्थितीची सत्यं ओळखण्यात आपण एक मूलभूत चूक करतो. आंतरिक तणावाला आपण तळमळ, उत्कट इच्छा समजण्याची, काळजीला प्रेम, रागाला स्फूर्ती आणि भीतीला बुद्धिमत्ता समजण्याची चूक करतो.

अनेक लोकांना त्यांच्या आंतरिक स्थिती स्पष्टपणे ओळखण्यास शिकता आल्यावर प्रचंड धक्का बसतो हे मी पाहिलं आहे. तर्कसंगत विचार केला तर तणावपूर्ण भावनांना चिकटून बसणं अविवेकीपणाचं आहे; पण प्रत्यक्षात हे माहिती असूनही ते तणावपूर्ण भावनांनाच चिकटून बसले होते याचा शोध लागल्यावर त्यांना आश्चर्याचा धक्का बसतो. त्यांना दुःख-स्थितीची सवय झालेली असते. कारण, एक तर त्यावर मात करून कसं बाहेर पडायचं हे त्यांना माहिती नसतं किंवा अस्तित्वाच्या दुसऱ्या मार्गाची त्यांना कल्पनाच करता येत नाही.

ज्या वेळी आपल्याला काय वाटतं यापासून आपण खूपच लांब असतो, त्या वेळी आपण सहजगत्या दुःख-स्थितींना प्रेरणादायी किंवा बुद्धिमान स्थिती समजण्याची चूक करतो. उदाहरणार्थ, आपल्यापैकी काही जण रागाचा किंवा तणावाचा वापर स्वतःला पुढे जाण्यास प्रेरणा मिळवण्यासाठी करतात. आपला संताप किंवा आपली काळजी यांच्याकडे आपण एक साधन म्हणून पाहतो. त्या स्थितीत असतानाच्या आपल्या काही लाभांकडे ज्या वेळी आपण मागे वळून पाहतो, त्या वेळी आपल्याला संतापाचं व्यसन लागणं किंवा आपल्या नैराश्यावर अवलंबून राहणं सोपं जातं. त्याखेरीज आपल्याला यशाची निर्मिती करता येईल, यावर आपला विश्वास नसतो.

आपल्यापैकी काही जणांना चिंता करण्याची सवय असते. आपल्या प्रियजनांच्या आरोग्याच्या, भवितव्याच्या किंवा यशाच्या काळजीनं झपाटून जाणं हा त्यांच्याविषयी प्रेम दर्शवण्याचा एकमेव मार्ग असतो हे आपल्याला माहिती असतं. अनेक कुटुंबांमध्ये पालक आपल्या मुलांविषयीचं प्रेम असंच व्यक्त करतात आणि आपल्यापैकी अनेक जण याच प्रकारे आपल्या स्वतःच्या जोडीदारांविषयी, मित्र-मैत्रिणींविषयी आणि मुलांविषयी प्रेम व्यक्त करण्यास शिकतात.

मात्र त्याच वेळी ही चैतन्याची दुःख-स्थिती आहे, हे लक्षात घेतलं पाहिजे.

याखेरीज आणखी काही जणांना तर स्वतःच्या आंतरिक स्थितीऐवजी दुसऱ्यांच्या आंतरिक स्थितीवर लक्ष केंद्रित करण्यास शिकवलं जातं. त्यांच्या अस्वस्थपणासाठी किंवा गैरसोयींसाठी ते उघडपणे इतरांवर दोषारोप करत नाहीत. मात्र तरीही स्वतःच्या अस्वस्थतांऐवजी दुसऱ्यांच्या अस्वस्थता समजून घेण्याचा प्रयत्न करणं ही त्यांची पहिली अंतःप्रेरणा असते. हा दृष्टिकोन कितीही दुसऱ्यांची काळजी करणारा असल्यासारखं वाटत असला, तरी जर तुम्ही स्वतःशीच जोडले जाण्यास, संलग्न होण्यास अक्षम असाल तर तुम्ही इतरांशी संलग्न होऊच शकणार नाही.

अशा प्रकारच्या चैतन्य-स्थितीतून आपण काहीही करण्यास उद्युक्त किंवा प्रवृत्त होतो त्या वेळी काय घडतं? आपण कदाचित यशस्वी होऊ शकता; परंतु हा प्रवास एवढा चिंताग्रस्ततेचा किंवा दुःखी स्वरूपाचा असेल की, त्याची मोठी किंमत आपल्याला चुकती करावी लागू शकते. आपल्या प्रगतीबरोबर आपण शत्रू तयार करतो, आपल्या आरोग्याची नासाडी करतो किंवा आपण ज्याची निर्मिती केलेली असते त्याचा आनंद आपण स्वतः उपभोगू शकत नाही अगर इतरांना त्याचा आनंद घेऊ देत नाही. आपण तणाव आणि चिंता यांना प्रेरणा समजलो की, आपल्या टीमला आणि कुटुंबाला आपण आपल्याबरोबरच चिंताग्रस्त बनवतो.

दुःख हा आशीर्वाद आहे आणि संघर्ष ही यशाची गुरूकिल्ली आहे, अशा कल्पना समाजात निश्चितपणे रुजलेल्या असतात. छळ सोसलेला कलावंत किंवा उच्च पदापर्यंत पोहोचण्यासाठी दुःखं, यातना सहन कराव्या लागलेले नेते यांना आपण किती पूज्य, आदरणीय मानतो त्याचा विचार करा; पण व्यक्तींच्या यशाशी दुःखांचं किंवा वेदनांचं काहीही देणं-घेणंच नसेल तर? उलटपक्षी प्रत्यक्षात आपल्या अनेक नायकांना आणि बुद्धिवंतांना त्यांच्या महान कामगिरींचे लाभ उपभोगण्यापासून या दुःखांमुळे प्रतिबंधच झाला असेल तर? जर या लोकांना महानतेपर्यंत नेण्यामागे प्रत्यक्षात दुःखापासून मिळालेली मुक्तीच असेल आणि ते इतर कोणाच्याही लक्षात आलेलं नसेल तर?

मग आंतरिक सत्य काय आहे?

आंतरिक सत्य : अंधारातील प्रकाश

आंतरिक सत्य म्हणजे तुम्ही इतरांकडे देता तो कबुलीजबाब नव्हे. ते प्रामाणिक संभाषणाचं धोरणही नाही. ते याहूनही अधिक सखोल आणि अधिक सामर्थ्यशाली असतं.

आंतरिक सत्य ही जागृती आणि जागृतीहूनही अधिक काही आहे. दुःखाविषयी दोन सखोल ज्ञानबोधांवर चिंतन करत असताना तुमच्या आत काय

चाललेलं आहे, त्याचं निरीक्षण करणं म्हणजे आंतरिक सत्य होय. हे निरीक्षण निवाडा करण्याच्या किंवा कोणतंही मत व्यक्त करण्याच्या दृष्टीनं नव्हे तर निःपक्षपातीपणे केलं गेलं पाहिजे. बिग बेअर लेकजवळ झालेल्या साक्षात्काराची कृष्णाजींनी सांगितलेली कथा आणि तिच्यातील ज्ञानबोध तुम्हाला आठवत असेलच. हे अत्यंत प्रभावी ज्ञानबोध अंधारात होणाऱ्या लखलखाटांसारखे काम करतात. त्यांच्याद्वारे आंतरिक सत्य उघड होतं आणि तुमची दुःखाच्या तावडीतून सुटका होते.

पहिला ज्ञानबोध असा आहे की, कोणत्याही वेळी कोणीही चैतन्याच्या दोनपैकी एकाच स्थितीत जगत असतो - एक तर दुःख-स्थिती किंवा सुंदर-स्थिती. तिसरी स्थिती नसतेच.

दुसरा ज्ञानबोध असा आहे की, सर्व प्रकारच्या दुःख-स्थिती या स्वतःला आत्म-आसक्तीतच जखडून ठेवतात.

आंतरिक सत्याच्या आपल्या प्रवासाला आमच्या एका विद्यार्थिनीनं कशी सुरुवात केली, त्याची एक साधी गोष्ट आता मी सांगते. आपल्यापैकी बहुतेकांच्या आयुष्यात आंतरिक सत्याचा आपल्याला बसणारा तडाखा हा महात्मा गांधींना बसलेल्या आंतरिक सत्याच्या तडाख्याएवढा ऐतिहासिक स्वरूपाचा नसतो. एवढंच नव्हे, तर ज्या वेळी आपण दुसऱ्या परमरहस्याशी सुसंगत राहून जगत असतो, त्या वेळी आपल्या आयुष्याच्या प्रत्येक पैलूला असामान्यत्वाचा स्पर्श लाभलेला असतो.

एके रात्री ख्रिस्तिना आणि ली या दोन स्त्रिया आमच्या कॅम्पसमध्ये जेवण करत होत्या. त्या वेळी दुःखाविषयीचा प्रश्न पुढे आला.

''दुःख ही एक निवड आहे,'' ख्रिस्तिना म्हणाली. ती एक व्यावसायिक होती आणि आयुष्यात अनेक आव्हानांवर तिनं मात केली होती.

गरिबांसाठी काम करण्यात आपली हयात खर्ची घातलेल्या ली या सामाजिक कार्यकर्तीनं हे ऐकलं, त्या वेळी ती म्हणाली, ''हे सगळं वातानुकूलित खोलीत परफ्यूम लावून आलेल्या श्रीमंत लोकांमध्ये बसून बोलायला तुला छानच वाटेल.''

ख्रिस्तिनाला मानखंडना झाल्यासारखं वाटलं, त्यामुळे ती खोलीतून निघून गेली.

त्यानंतर संध्याकाळी मी तिला भेटले, त्या वेळी आधीच्या तुलनेत तिची मनःस्थिती बरीच चांगली असल्यासारखं वाटलं, त्यामुळे मी तिला हा बदल कसा काय झाला, असं विचारलं.

''मी ली या व्यक्तीला ओळखते आणि ती करत असलेलं कामही मला माहिती आहे,'' ती म्हणाली, ''ज्या वेळी मी तिला समजून घेतलं त्या वेळी माझं दुःख दूर झालं. मला अधिक चांगलं वाटलं.''

''तुला आज ही जाणीव झाली ख्रिस्तिना. ते ठीक आहे,'' मी म्हटलं; ''पण ली ही एक अतिशय उद्धट मुलगी आहे, याचा तुला त्याच वेळी कोणीतरी ठोस पुरावा दिला असता तर? मग तुला कसं वाटलं असतं? दुसऱ्या कोणाला तरी समजून घेऊन तुझं स्वातंत्र्य तुला मिळू शकत नाही. ते तुझ्या स्वतःच्या आंतरिक सत्यातूनच यावं लागतं. तुला तिच्यामुळे त्रस्त झाल्यासारखं वाटलं होतं. त्या वेळी तू ज्या स्थितीत गेली होतीस ती तुझी स्थिती ओळखूनच त्याची सुरुवात झाली पाहिजे. तू जेवणाच्या खोलीतून बाहेर पडलीस त्या वेळी तुझी नेमकी मनःस्थिती काय होती?''

''मी दुःख-स्थितीत होते. सुरुवातीला मला अपमान झाल्यासारखं वाटलं आणि धक्काही बसला होता. त्यानंतर हळूहळू त्याचं रूपांतर रागात झालं,'' ती म्हणाली.

''त्या स्थितीत तू स्वतःचं आणखी जवळून निरीक्षण केलं असतंस, तर त्या क्षणांमधली तुझी नेमकी विचारप्रक्रिया काय होती?''

उत्तर देण्यापूर्वी ख्रिस्तिनानं काही क्षण विचार केला आणि नंतर ती म्हणाली, ''काही महिन्यांपूर्वी तिची मुलगी आजारी पडली होती, त्या वेळी मी तिला आर्थिक मदत केली होती. ते मला नेमकं त्या वेळी आठवलं आणि मी अस्वस्थ झाले. सगळ्यांच्या समोर माझा असा अपमान करण्याची तिची हिंमत तरी कशी झाली होती? तिनं माझ्या चांगुलपणाचा अगदी पूर्णपणे गैरफायदा घेतलाय. ती किती कृतघ्न आहे! लोकांशी वागताना दक्षता बाळगलीच पाहिजे आणि ते वरवर जसे दिसतात तसेच असतात, असं समजू नये असा धडा मी यातून घेतला.''

''ख्रिस्तिना, तू थोडी थांबशील का? तुला तुझा अपमान झाला असं वाटलं असेल किंवा तुला धक्का बसला असेल किंवा रागही आला असेल; पण यांपैकी काहीही तुला वाटलं असलं तरी त्यातून स्वतःविषयीच्या आसक्तीतून निर्माण झालेली तुझी तणावग्रस्त स्थितीच शाश्वत बनली होती. हे निरीक्षण करणं तुला शक्य होईल का? जर दुःखाच्या त्या क्षणात तुझ्या आत्म-आसक्तीचं किंवा स्वतःविषयीच्या मोहाचं सत्य तू पाहू शकली असतीस, तर तुझ्या दुःखापासून तुला नैसर्गिकपणे सुटका मिळू शकली असती.''

ख्रिस्तिनाच्या आंतरिक सत्याच्या प्रवासाची ती सुरुवात होती.

दुसऱ्या व्यक्तीचा दृष्टिकोन समजून घेण्याचा प्रयत्न करण्यात मूलतः काहीही चुकीचं नाही.

पण दुसऱ्याला समजून घेणं आणि आंतरिक सत्य या दोन्ही गोष्टी समान नाहीत.

अनेक स्वयंसाहाय्यता सरावांमधील आणि आंतरिक सत्याच्या परमरहस्यांमधील हा महत्त्वाचा फरक आहे. ज्या वेळी तुम्हाला त्रस्तता निर्माण

झाल्यासारखं वाटतं, त्या वेळी ती गोष्ट बदलण्याचा प्रयत्न करू नका. स्पष्टीकरणं देऊन त्यांचं समर्थनही करू नका. त्यांचा निषेधही करू नका.

तुमच्या अंतःकरणाच्या, मनाच्या बाहेर असलेली कारणं सांगून त्यांच्यावर मात करण्याच्या मोहालाही बळी पडू नका.

फक्त एवढीच जाणीव करून घ्या की, तुमची आंतरिक स्थिती ही तुमच्या स्वतःविषयीच्या आसक्तीच्या सवयीनं अधिकच धगधगती बनली आहे. दुःख-स्थितींमधील समस्येकडे पुनःपुन्हा परतल्यामुळे तुमच्या हातातील प्रत्यक्ष समस्या सोडवण्याचा तुम्ही प्रयत्न करत नाही. तुम्ही फक्त स्वतःविषयीच्या आसक्तीत अधिकाधिक गुरफटत असता. हे तुम्ही आताही करत असता आणि नंतरही करत असता. फक्त हे तुम्ही करत असताना स्वतःलाच पकडलं, तर तुमच्यावर सत्याचा प्रभाव पडण्यास सुरुवात होईल. त्याहूनही अधिक महान असलेल्या सुसंगती तुमच्या आयुष्यासमोर खुल्या होतील.

तुमच्या भावना बदलण्याशी सत्य निगडित नाही. आंतरिक विश्व आश्चर्यकारक आहे आणि ते आक्रमकतेसमोर झुकत नाही. आक्रमकतेच्या किंवा लबाडीच्या माध्यमातून तुमच्या चिंतेवर किंवा एकाकीपणावर तुम्ही मात करू शकत नाही. ज्या ज्या गोष्टी निर्विकारपणे सहज तुमच्यासमोर येत राहतील, त्यांचं तुम्ही निरीक्षण करा. बस्स. तुम्ही फक्त एवढंच करू शकता. तुमची निरीक्षणाची हीच प्रक्रिया तुमच्या दुःख-स्थितींचा प्रवाह भंग करेल. तणावपूर्ण स्थिती विरघळू लागतील आणि सुंदर शांतता किंवा उल्हास उफाळून वर येईल व तिची जागा घेईल. संघर्ष, हातचलाखी किंवा डावपेच करण्याऐवजी, तुम्ही फक्त तुमच्या स्थितीचे साक्षीदार व्हा.

मग चांगल्या भावना निर्माण होतात, त्या वेळी आपण त्या तशाच घट्ट पकडून ठेवण्याचा प्रयत्न केला पाहिजे का? आपण परिपूर्ण, संतत्त्वसदृश आणि प्रसन्न भावना निर्माण होण्यासाठी आटापिटा केला पाहिजे का?

तुम्ही कधी प्राचीन हिंदू मंदिर पाहिलं आहे का? या मंदिरांवर दुसऱ्या जगातील प्रार्थना करणारे देव, ऋषी-मुनी, संत यांच्या प्रतिमा कोरलेल्या असतात आणि त्याबरोबरच लोकांच्या दैनंदिन जीवनातील प्रतिमाही असतात. गाई-गुरांना चरायला नेणारे गुराखी आणि मुलांचे केस विंचरणाऱ्या आया यांची चित्रंही आपल्याला बघायला मिळतात. या सगळ्याबरोबरच तुम्हाला प्रक्षोभक अवस्थांमधील स्त्री-पुरुषांच्या आकृत्याही रेखाटलेल्या आढळतात. याखेरीज ढेरपोटे, दात बाहेर आलेले, रागीट डोळे असलेले आणि क्रूर चेहऱ्यांचे कुरूप राक्षसही दिसतात.

अशा प्रकारच्या पवित्र रचनेत या सगळ्या प्रतिमा दिसाव्यात अशी तुमची अपेक्षा नसते. हो ना? मंदिरावर फक्त विशुद्ध, पारलौकिक, अलौकिक, स्वर्गीय प्रतिमा असाव्यात, अशी तुमची अपेक्षा असते; पण हिंदू मंदिर पवित्र आणि

सर्वसामान्य, कामासक्त आणि समाधानी, बलाढ्य, पराक्रमी आणि सौम्य, विनम्र अशा सर्व प्रकारची मूलतत्त्वं सादर करतं.

असं का याचा तुम्ही कधी विचार केलाय का? या वास्तू मानवी अनुभवाच्या समग्रतेचं प्रतिनिधित्व करतात.

तुमच्या मनाच्या संपूर्णत्वाकडे ज्या वेळी तुम्ही फक्त सकारात्मकतेनं पाहण्याऐवजी शांतपणानं लक्ष पुरवता केवळ तेव्हाच तुम्हाला आंतरिक सत्य समजू शकतं. आंतरिक सत्याचा सराव करणं ही तुम्हीच तुमच्यावर करू शकत असलेली महानतम दया आहे.

भावनांचा एक तर निचरा होतो किंवा त्या साचून त्यांची उभारणी होते. मात्र ज्या वेळी आपण आत्म-आसक्तीलाच कुरवाळत बसतो त्या वेळी आपण दुःखात चूर होतो, गोठून जातो. आपल्या रागाचं अगर दुःखाचं किंवा आपल्या वेदनेचं आपण ती अगदी आपली मर्यादा बनेपर्यंत पोषण करत राहतो.

आत्म-आसक्ती ही एखाद्या आजारासारखी असते. ती तुमच्या जगाविषयीच्या आकलनाला मर्यादा घालते. एकदा तिनं तुमचा ताबा घेतला की, तुम्ही अगदी संकुचित दृष्टिकोनातूनच वस्तूंकडे पाहू शकता. अशा स्थितीत असताना तुम्ही समस्यांकडे कुशाग्र बुद्धिसामर्थ्याचा वापर करून कसे काय पाहू शकाल?

आपण ज्यांच्यावर प्रेम करतो, त्यांच्याशी संलग्न असण्याचा प्रश्न येतो, त्या वेळी जर आपण आत्म-आसक्तीला स्वतःवर राज्य करू दिलं तर काय होतं ते आता पाहू या.

आमच्या ॲकॅडमीत अभ्यासक्रमाच्या पहिल्याच दिवशी आमच्याकडे त्या अभ्यासक्रमात सहभागी होण्यासाठी आलेला मुलगा आणि त्याची मैत्रीण प्रश्नोत्तराच्या सत्रात भाग घेत होती. ती दोघंही त्यांच्या तिशीत होती. तो म्हणाला, ''मी इथे माझ्यासाठी आलो नाही. मी इथे माझ्या मैत्रिणीसाठी आलो आहे. तुम्ही आम्हाला मदत केली, तर आम्हाला खूपच आनंद होईल. मी अत्यंत धाडसी माणूस आहे. मी भीतीशी थेट सामना करू शकतो. मी गुहांचा शोध घेण्याचा खेळ खेळतो. शिवाय बंजी जंपिंग, पॅरा ग्लायडिंग करतो. मला जे जे आव्हानात्मक वाटतं, ते ते सगळं मी करतो; पण माझी ही मैत्रीण मात्र अतिशय भित्री आहे. ती कोणताही धाडसी खेळ खेळत नाही. आम्हाला एकमेकांसोबत खूप मजेत वेळ घालवता यावा, यासाठी तुम्ही तिच्यात बदल घडवून आणू शकाल का?''

कृष्णाजींनी त्याच्या प्रश्नाला उत्तर दिलं नाही. आठवडा संपण्यापूर्वीच त्या माणसाला ते समजेल हे त्यांना माहिती होतं. त्याऐवजी कृष्णाजींनी त्याला विचारलं, ''तू अगदी भयमुक्त आहेस, असं तुला खरंच वाटतं का? धीट असणं आणि भयमुक्त असणं या दोन्ही गोष्टी एकच असतात का? तुझ्या आंतरिक स्थितीच्या सत्याचं

निरीक्षण करण्यासाठी तू थोडा वेळ का काढत नाहीस? त्यामुळे तुम्हा दोघांच्या नातेसंबंधात फरक पडेल.''

त्या पुरुषानं दोन दिवसांनी ॲकॅडमीतील एका शिक्षकाला त्याला आलेल्या जागृतीच्या स्थितीचा अनुभव सांगितला. तो म्हणाला, ''सत्य पाहण्याच्या विचारानंच मला भीती वाटत होती. ती कल्पना कशी कोण जाणे; पण भीतिदायक होती.''

त्यानंतर त्या ज्ञानबोधावर तो ठाम राहिला आणि त्याच्या आंतरिक जगाचं तो निरीक्षण करू लागला.

''गेली तीन वर्षं माझा असा समज होता की, मीच सर्वाधिक तळमळ असलेला, उत्कट इच्छा असलेला प्रेमी होतो,'' तो कृष्णाजींना म्हणाला. ''मी ज्या पद्धतीनं तिच्यावर प्रेम करतोय त्याप्रमाणे कोणीही तिच्यावर प्रेम करणार नाही, असं मी नेहमीच मनात म्हणत असे; परंतु ज्या वेळी मी खरोखरच आंतरिक सत्य पाहण्यास सुरुवात केली, त्या वेळी मी खूप वेळ आत्म-आसक्तीतच बुडालेला होतो, असं मला आढळलं. खरं तर हे सांगणंही मला प्रशस्त वाटत नाही; पण ते तसं होतं खरं! माझ्या दृष्टीनं तिच्यावर प्रेम करणं याचा अर्थ तिचा अगदी असोशीनं, आसक्तीनं विचार करणं आणि तीही माझाच विचार करत असेल, असा विचार करणं असा होता. मी केलेल्या प्रत्येक गोष्टीचं तिनं कौतुक करावं, याची मला गरज वाटत होती. अगदी अभ्यासक्रमातील एका प्रश्नाला मी उत्तर देत होतो, तेव्हाही सारखा तिच्याकडे पाहून मी तिची त्याला मान्यता आहे ना हे पाहत होतो. माझा हात पुढे करून मी तिचा हात हातात घेत होतो. कोणत्याही कारणानं तिनं तिचा हात माझ्या हातात दिला नाही, तर माझ्या मनात लगेच वेड्यासारखे प्रश्न निर्माण होत होते. 'माझा स्पर्श तिला दिलासादायक का वाटत नाही? तिचं माझ्यावर प्रेम नाही का?'

''माझं तिच्याबरोबरचं नातं असुरक्षितता आणि स्वामित्व गाजवण्याची भावना यांच्या दुःख-स्थितीत बुडून गेलं होतं, ही अत्यंत वेदनादायक गोष्ट होती. हे सगळं माझ्याविषयीच होतं.'' तो म्हणाला. ''ती बदलेल या कल्पनेनंच मी घाबरून गेलो होतो. मला तिची वाढ व्हावी आणि तिचं रूपांतर स्त्रीमध्ये व्हावं, असं वाटत नव्हतं. मला ती फक्त एक उत्सुक, उत्साही मुलगीच राहावी, असं वाटत होतं. ज्या ज्या वेळी ती परिपक्वतेनं किंवा नीट विचारपूर्वक उत्तर देत असे त्या त्या वेळी मी घाबरून जात असे. याहूनही वाईट गोष्ट म्हणजे माझं तिच्यावरचं प्रेम कमी होत असल्याची भीतीही मला वाटत होती म्हणून मी भेटवस्तू देऊन किंवा काहीतरी आगळीवेगळी, चौकटीबाहेरची गोष्ट करून तिला आश्चर्यचकित करण्याचा प्रयत्न करत होतो. मी तिच्यावर प्रेम करत आहे, याविषयी माझी आणि तिचीही खात्री पटवून देण्यासाठी मी अगदीच आगळीवेगळी अशी एखादी गोष्ट करत होतो.''

त्यानंतरच्या काही दिवसांनी आणि खरं तर आठवड्यांनी त्यानं स्वतःला स्वतःच्या आंतरिक सत्यात शांतपणे प्रस्थापित केलं आणि नंतर त्यांच्या नातेसंबंधांत

परिवर्तन घडून आलं. आता दोन गरजू आणि एकमेकांच्या निकट असलेल्या व्यक्ती एकमेकांच्या प्रेमाची उत्कट इच्छा वाटावी, यासाठी प्रयत्न करत नव्हत्या. आता प्रेमळ कुटुंबाची निर्मिती करण्याच्या एकाच दिशेला नजर असलेल्या त्या दोन परिपूर्ण व्यक्ती होत्या आणि सात वर्षांनंतरही त्यांचं प्रेम टिकून राहिलं होतं.

आंतरिक सत्याच्या पवित्र रहस्याचा तुम्ही सराव केला, तर तुम्हाला अनेक नुकसानांना आणि विभक्ततेला प्रतिबंध करता येईल. महागात पडणाऱ्या अनेक चुका तुम्ही टाळू शकाल. भूतकाळात जगण्याच्या तुमच्या व्यसनापासून तुम्ही मुक्त होऊ शकता. जगणं हाच एक अधिक सुंदर अनुभव बनतो. तुम्ही आंतरिक सत्याची साधना केली, तर तुम्ही कधीही दुःख-स्थितीत पडूच शकत नाही असं नसतं, हे मात्र जरूर लक्षात ठेवा. मात्र दुःख कुरवाळत राहण्याची तुमची आयुष्यभराची सवय तुम्हाला झुगारून द्यायला लावण्याची प्रचंड शक्ती तिच्यात असते. ज्याप्रमाणे हळुवारपणे वाहणाऱ्या नदीला महासागराकडे जाण्याची तीव्र आस असते, तेव्हा मार्गातला कठीणातील कठीण कातळ फोडण्याचं सामर्थ्य त्या नदीत असतं, तसंच हे आहे.

आपल्यापैकी प्रत्येकानं दुःखाच्या, चिंतेच्या, रागाच्या, तणावाच्या, नैराश्याच्या, असूयेच्या, मतभेदाच्या... वगैरे विशिष्ट सवयीच्या स्थिती जोपासलेल्या असतात. तुम्ही आंतरिक सत्याच्या परमरहस्याची साधना केली नाही, तर या भावना तुमच्या नियंत्रणाच्या बाहेर जातील. एखाद्या विषारी तणासारख्या त्या तुमच्या आयुष्यातील सर्व सुंदर गोष्टींना गुदमरवून टाकतील.

तुमच्या जोडीदारामुळे तुम्ही दुखावले जाल, तुमच्या पालकांवर रागवाल, भावंडांशी संबंध तोडून टाकाल किंवा तुमच्या मुलांमुळे निराश व्हाल. सुसंगती नसली तर आपल्याला त्याचा त्रास होतो. मात्र सुसंगती निर्माण करण्यासाठी ही परिस्थिती हुशारीनं सावरण्याऐवजी आपण स्वतःचीच कीव करतो किंवा इतरांना दोष देतो. सदासर्वकाळ आपण फक्त आपल्यावर झालेल्या अन्यायाचीच चिंता करत राहतो.

तुमच्या स्वतःच्या दुःखांच्या साहाय्यानं तुमच्या आसक्तीत बुडून राहिल्यामुळे तुम्हाला तुमच्या आयुष्यातील आव्हानांवरच्या उपाययोजना सापडणार नाहीत. तुमच्या हेतूच्या खऱ्या अर्थाशी तुमची बांधिलकी ठेवण्यात तुम्ही अपयशी व्हाल. तुम्ही लग्न का केलं? तुम्हाला मुलं का आहेत? तुमच्या आयुष्यात तुमच्या पालकांचं स्थान काय आहे? तुमच्या मित्रांशी असलेल्या तुमच्या संबंधांचा आधार काय आहे?

आता आपण असं समजू या की, आपण कामाच्या ठिकाणची एक नैराश्यजनक परिस्थिती हाताळत आहोत आणि तिचा आपल्याला खरोखरच राग आला आहे.

आपण क्षणभर थबकलो आणि आपल्या अस्वस्थतेमागचं सत्य पाहिलं, तर आपला राग नाहीसा होईल. पुढे दिलेल्या काही प्रश्नांमधून समोर येणाऱ्या सखोल हेतूमधून, अस्तित्वाच्या शांत स्थितीतून आपण ही परिस्थिती कदाचित हाताळू शकलो असतो. आपल्या कामाचा हेतू काय आहे? आपण जे करत आहोत, त्याचा इतरांवर काय परिणाम होणार आहे? आपल्याबरोबर काम करणाऱ्या लोकांना आपल्या दृष्टीनं काय किंमत किंवा अर्थ आहे?

पण आपल्यापैकी किती जण आत्म-आसक्तीतून बाहेर पडण्यासाठी असा क्षणभराचा वेळ काढतात?

ली आणि ख्रिस्तिना या आमच्या विद्यार्थिनींची गोष्ट आठवून पाहा. ख्रिस्तिनानं निदान तिच्या रागातून बाहेर पडण्याचा प्रयत्न तरी केला होता, अनेक अर्थांनी ती योग्य मार्गावर होती; परंतु तिनं एक महत्त्वाची पायरी गाळली होती. आपल्या स्वतःच्या आंतरिक सत्याचं निरीक्षण करण्यात तिला अपयश आलं होतं. तिच्या मनातील मंदिरात ती पूर्णपणे प्रविष्ट झाली नव्हती. ते मंदिर देवतांनी आणि राक्षसांनी, दात्यांनी आणि चोरट्यांनी, सौंदर्यानं आणि कुरूपतेनं भरलेलं असतं.

इतरांमुळे नव्हे, तर तुमच्या स्वतःमुळेच आयुष्यातील प्रत्येक प्रसंगात समस्या टिकून राहतात आणि वाढतात. तुमच्या स्वतःमध्ये असलेल्या गुंतवणुकीमुळे हे घडतं. आत्मकेंद्रित विचारसरणीत गुरफटून गेल्यामुळे तुमच्यासमोर उभ्या ठाकलेल्या आव्हानांच्या साधेपणाविषयीची दृष्टी तुम्ही हरवून बसता, त्यामुळे आयुष्य हा एक गुंतागुंतीचा व्यवहार बनतो.

परंतु आपण नेहमीच याच मार्गानं गेलं पाहिजे, असं नाही.

हे सगळंच थोडंसं विचित्र वाटू शकेल. आपल्यापैकी अनेकांना असं शिकवलेलं असतं की, आपल्याला दुःखापासून मुक्त व्हायचं असेल, तर आपण आपल्या समस्या सोडवल्याच पाहिजेत; परंतु सत्य याच्या बरोबर विरुद्ध असतं. तुम्हाला जर समस्यांपासून मुक्ती हवी असेल, तर तुमच्या दुःखांना विरघळवायला लावून त्याची सुरुवात करा.

काही काळापूर्वी कृष्णाजींनी डिएगो या त्यांच्या मित्राला कॅम्पसमध्ये होणाऱ्या एका खास कार्यक्रमासाठी आमंत्रित केलं होतं. डिएगोच्या मुलानं जाणीवपूर्वक जास्त प्रमाणात औषध घेतलं होतं आणि त्यातच साधारणपणे दोन वर्षांपूर्वी त्याचा मृत्यू झाला होता; परंतु त्याआधी काही वर्षं तो नैराश्यग्रस्त स्थितीत होता आणि अखेरीस त्यानं त्याचं आयुष्य संपवण्याचा निर्णय घेतला होता. आपल्या वडिलांनी दुसऱ्या स्त्रीसाठी आपल्या आईला सोडलं ही वस्तुस्थिती त्याला स्वीकारता आली नव्हती. त्याला कधीही त्याच्या सावत्र आईशी जुळवून घेता आलं नव्हतं आणि याविषयी त्याच्या वडिलांशी तो सतत वाद घालत राहिला होता. अखेरीस डिएगो

याविषयी असंवेदनशील बनत गेला आणि त्याच्या मुलाविषयी निराश झाला. तो त्याच्यापासून भावनिकदृष्ट्या अंतर राखून राहू लागला.

त्याच्या मुलाच्या मृत्यूपूर्वी एक दिवस ते दोघे एकत्र जेवले होते. जेवताना तो डिएगोला म्हणाला की, 'डॅड, तुम्ही मला पुन्हा पाहू शकणार नाही.'

डिएगोला असं वाटलं की, त्याचा मुलगा त्याला आणखी एकदा वाद घालण्यास उद्युक्त करत असावा; पण दुसऱ्या दिवशी सकाळी त्याला ती बातमी समजली.

तो उद्ध्वस्त होऊन गेला आणि त्याच्याकडे स्वतःला माफ करण्याची इच्छाच उरली नाही. डिएगो अपराधीपणाच्या आणि नैराश्याच्या भयावह खोल गर्तेत सापडला. आमच्या ॲकॅडमीत येण्याच्या आधी त्याच्याही मनात आत्महत्येचे विचार घोळत होते. तो पुन्हा कधीही त्याच्या पत्नीशी आणि तीन लहान मुलांशी मिळून मिसळून वागू शकला नव्हता. डिएगोला कामात रुची उरली नव्हती. त्याची नोकरी गेली. त्याच्या झपाट्यानं कमी होत चाललेल्या बचतीच्या पैशावर तो गुजराण करत होता. त्याचं आरोग्य खालावू लागलं. त्यानं कृष्णाजींना विश्वासानं ही परिस्थिती सांगितली, त्या वेळी त्याचा बांध फुटला. तो हुंदके देऊ लागला. त्यानं सांगितलं की, त्याला स्वतःलाच शिक्षा करून घ्यायची होती आणि फक्त मरेपर्यंत दुःखातच राहणं हीच त्याची खरी शिक्षा होती, असं त्याला वाटत होतं. डिएगोला मृत्यू हवा होता. कारण, त्यानंतर तो त्याच्या मुलाला भेटून त्याची माफी मागू शकला असता.

कृष्णाजींनी त्याला मुक्त होण्यास मदत व्हावी म्हणून एक प्रक्रिया तयार केली. त्या प्रक्रियेदरम्यान डिएगोच्या असं लक्षात आलं की, त्याच्या सगळ्या जखमा, वेदना, राग आणि अपराधीपणा या सगळ्या गोष्टी तो फक्त स्वतःमध्येच अडकल्यामुळे निर्माण झाल्या होत्या. तोपर्यंत त्याचा असा विश्वास होता की, त्याच्या मुलावर तो अपराधीपणात जगूनच प्रेम करू शकत होता. उर्वरित संपूर्ण आयुष्यभर आता तो दुःखातच जगणार होता, असं त्यानंच ठरवून टाकलं होतं.

पण ज्या वेळी त्याला असं आढळलं की, ते प्रेम नव्हतं, तर अर्थहीन आसक्ती होती, त्या वेळी त्याला जबरदस्त धक्का बसला. आधी घरात असताना त्याच्या मुलाच्या किंवा त्याच्या पत्नीच्या अगर मुलांच्या आठवणींचा तो शांतपणे विचार करू शकत नव्हता. त्याचे सगळे विचार त्याच्याभोवतीच गुंफलेले होते.

'मी इतका आंधळेपणानं का वागलो? त्यानं दिलेल्या सगळ्या इशाऱ्यांकडे मी दुर्लक्ष का केलं? मी इतका स्वार्थी का बनलो? माझी जिवंत राहण्याची आणि आनंदात राहण्याची लायकीच नाही. मीच त्याच्या मृत्यूला कारणीभूत झालो. माझ्या निष्पाप, निरागस मुलाला मीच ठार मारलं. मीच त्याला या जगात आणलं आणि त्याची जबाबदारी स्वीकारू शकलो नाही. तो आज जिवंत नाही ही माझीच चूक

आहे. मी स्वतःला कधीही माफ करू शकणार नाही. अरेरे, मी एवढा आंधळेपणानं कसा काय वागलो?'

गेले अनेक महिने डिएगोच्या डोक्यात हेच विचार सतत घोळत राहिले होते.

पण एकदा त्यानं सत्य पाहिलं – ते असं होतं की, ती स्वतःविषयीची आसक्ती होती, ते प्रेम नव्हतं. त्याबरोबर त्याच्या मनातील अपराधीपणा आपोआपच नाहीसा झाला. डिएगोला असं आढळलं की, अजूनही जिवंत असलेल्या त्याच्या कुटुंबीयांशी तो फटकून वागत होता. त्यांच्याशी असलेले संबंध त्यानं तोडले होते. त्याच्या मुलाच्या बाबतीत त्यानं जी चूक केली होती, तीच चूक आताही तो नकळत इतर कुटुंबीयांच्या बाबतीतही करत होता.

डिएगोच्या मनातील अपराधीपणाची भावना नाहीशी झाल्यानंतर त्याच्या मनात एक सखोल शांततेची भावना निर्माण झाली. त्याच्या मनातील अनावश्यक; पण सतत सुरू असलेले वायफळ विचार थांबले आणि कृष्णाजींबरोबर केलेल्या लागोपाठच्या ध्यानात त्याला त्याच्या मुलाचं अस्तित्व जाणवलं. डिएगो अनेक वेळा त्याच्या मुलाशी फटकून वागला होता. त्यानं त्याला भावनिकदृष्ट्या विव्हळ केलं होतं. डिएगोनं ध्यानाच्या वेळी त्याच्या मुलाची त्या सगळ्या गोष्टींसाठी मनापासून माफी मागितली. त्याचा मुलगा त्याच्या हृदयात विलीन झाल्याची भावना त्याला जाणवली. त्या अनुभवानंतर तो म्हणाला, "माझ्या मुलाला भेटण्यासाठी मी मरायलाच हवं असं नाही. माझा मुलगा आधीही माझा एक भाग होता आणि पुढेही माझा एक भाग असेल."

त्याचा स्वतःशीच सुरू असलेला संघर्ष अशा प्रकारे संपला होता.

आणि त्याच्या मुलाशी ज्या ठिकाणी त्याचे संबंध जुळले होते, त्या ठिकाणापासून डिएगोनं स्वतःलाच प्रश्न केला की, माझ्या मुलाच्या आठवणीप्रीत्यर्थ मी काही करू शकतो का? त्याला आनंद मिळवून देण्यासाठी मी जगात कशात सहभागी होऊ शकतो का?

त्याच्या मुलाला डीजे व्हायची अतिशय इच्छा होती. डिएगोनं असं ठरवलं की, आता आपण शहरात वार्षिक स्पर्धा घ्यायच्या आणि डीजे होण्याची उत्तम गुणवत्ता असलेल्या मुलांना निवडायचं आणि त्यांना प्रोत्साहन देण्यासाठी जे काही करणं शक्य असेल ते करायचं. त्याच्या मुलाला त्यानं दिलेली तीच भेट असेल.

आम्ही आमच्या आयुष्यातही हे निरीक्षण केलं आहे आणि आमच्या अ‍ॅकॅडमीच्या असंख्य विद्यार्थ्यांच्या आयुष्यांच्या निरीक्षणातूनही हे पाहिलं आहे की, आम्ही सातत्यानं दुःखांपासून स्वतःला तोडत गेलो की, दूरवरच्या क्षितिजावर अद्भुत उपाययोजना दिसू लागतात. खूप काळांपासून आमच्यासमोर असलेली आव्हानं पाहता पाहता नाहीशी होऊ लागतात. नैराश्य आणि चिंता यांची पकड सैलावू लागते.

एक गोष्ट मात्र नक्की. ती म्हणजे, कोणत्याही वेळी आपल्याला आपण दुःखापासून मुक्त झालो, असं वाटलं तर ती गोष्ट हे आपल्याला मिळालेलं एक पारितोषिक असतं; परंतु या सगळ्या मुक्ततेहूनही अधिक महत्त्वाची गोष्ट म्हणजे या पुस्तकात प्रेमाच्या आणि एकमेकांशी जोडल्या जाण्याच्या सुंदर स्थितींच्या ज्या पायऱ्या सांगितल्या गेल्या आहेत, त्यांचा आम्ही आराखडा तयार केला आहे. या पायऱ्या म्हणजे विश्वाकडून मिळणाऱ्या आशीर्वादाचं अविश्वसनीय पाठबळ असतं. हणूनच तुम्हाला स्वतःविषयीच्या आसक्तीतून बाहेर पडण्यास आणि शांततेच्या, प्रसन्नतेच्या सुंदर-स्थितीत प्रवेश करण्यास मदत करणारी साधना मी तुम्हाला सांगणार आहे.

द सरिन माइंड प्रॅक्टिस म्हणजेच 'प्रशांत मनाची साधना' जगभरात अनेक नेते, साधक आणि अगदी किशोरवयीन व बालवयीन मुलंही करत आहेत. त्यांनी या साधनेची सवय करून घेतल्यापासून त्यांच्या सभोवतालची परिस्थिती तिच्यापासून त्यांना अद्‌भुत प्रकारे अलग करते आणि त्यांनी त्या आधी कधीही कल्पनाही केली नसेल अशा प्रकारे ते त्यांच्या समोरच्या आव्हानांवर उपाययोजना शोधून काढतात, असं त्यांच्यापैकी अनेकांनी कळवलं आहे.

ही साधना अविश्वसनीय वाटावी एवढी साधी आहे आणि तरीही सीमित स्थितींपासून ते स्वतःविषयीच्या आसक्तीच्या स्थितीत जाण्यापासून रोखण्यात ती अतिशय प्रभावी आहे. संघर्षाच्या क्षणी या साधनेचा सराव केला, तर ती तुम्हाला संभ्रमातून, गोंधळलेल्या मनःस्थितीतून बाहेर काढून स्पष्टतेकडे नेते. ती तुम्हाला अधिक महान शांततेच्या अवकाशात नेते आणि या अवकाशातच आयुष्यातील आव्हानांविषयीचे ज्ञानबोध असतात.

प्रशांत मनाची साधना

- **पहिली पायरी** : स्तब्ध बसा.
- **दुसरी पायरी** : पोटातून तीन दीर्घ श्वास घ्या आणि हे करत असताना श्वासांकडे पूर्ण लक्ष द्या.
- **तिसरी पायरी** : तुमच्या मनात कोणती भावना निर्माण झाली आहे, ते तुम्हाला समजेपर्यंत तुमच्या या स्थितीचं निरीक्षण करा.

- **चौथी पायरी** : तुमच्या विचारप्रवाहाच्या दिशेचं निरीक्षण करा. तुम्ही भूतकाळात फारच गुंतून पडला आहात का? तुम्ही भविष्यकाळाविषयी गोंधळून गेला आहात का की तुम्ही वर्तमानकाळात आहात?
- **पाचवी पायरी** : आता अशी कल्पना करा की, तुमच्या भुवयांच्या मध्यभागी एक छोटीशी ज्योत आहे आणि ती हळूवार सरकत तुमच्या मस्तकाच्या केंद्रस्थानी आली आहे. एका रिकाम्या पोकळीच्या मध्यभागी ही ज्योत तरंगत आहे, असं दृश्य डोळ्यांसमोर आणा.

प्रशांत मनाच्या साधनेसाठी प्रीताजी यांनी केलेल्या श्राव्य मार्गदर्शनासाठी श्राव्य पुस्तकाच्या आवृत्तीविषयी www.thefoursacredsecrets.comवरून अधिक माहिती मिळवा.

या प्रभावी, सामर्थ्यशाली साधनेचा उत्तम भाग असा आहे की, तिच्यासाठी **फक्त तीन मिनिटांचा वेळ लागतो** आणि ती कधीही, कुठेही करता येते. तुमच्या मुलाबरोबर किंवा जोडीदाराबरोबर तुमचा वाद सुरू असेल, तर तो थांबवण्यासाठी मध्येच तुम्ही ही साधना करू शकता. तुमचे विचार धूसर किंवा अस्पष्ट असल्यासारखं तुम्हाला वाटलं, तर तुमच्या पुढच्या मोठ्या बैठकीआधी ताजंतवानं होण्यासाठी तुम्ही तिचा वापर करू शकता. तुमच्या सकाळच्या योगाच्या सरावातील किंवा दैनंदिन व्यायामातील अडथळ्यांवर मात करण्यासाठी या साधनेचा तुम्ही वापर करू शकता. एक गोष्ट लक्षात ठेवा. आयुष्यावर लक्ष एकवटण्याच्या क्रियेचं आणि ऊर्जेचंही नूतनीकरण करून घेऊन पुन्हा जगायचं असेल, तर तुम्हाला फक्त तीन मिनिटांच्या वेळेची गरज आहे.

तुम्ही अगदी आसक्तीनं आपला भूतकाळ कुरवाळणं आणि भविष्यकाळात चिंता किंवा काळजीची आवर्तनं सोडणंही थांबवाल, त्या वेळी तुम्हाला सुंदर-स्थितीची प्राप्ती झाली आहे, हे तुमच्या लक्षात येईल. आता तुमच्यासमोर वर्तमानकाळ जे काही सादर करेल ते उमदेपणानं आणि सुलभतेनं स्वीकारण्यास तुम्ही सज्ज झालेले असाल.

तुमचं स्वतःचं आंतरिक सत्य कसं प्राप्त करायचं, याचं आकलन तुम्हाला झालं आहे. या आकलनानं सज्ज होऊन तुम्ही आता दुसऱ्या जीवनप्रवासाला जाण्यास तयार झाला आहात.

चला तर मग सुरुवात करू या.

८

दुसरा जीवनप्रवास : आंतरिक विभाजनाचा अंत

प्रीताजी

लोका ही आमची मुलगी तेव्हा पाच वर्षांची होती. तिची इंग्रजी विषयाची शिकवणी घेणाऱ्या शिक्षकांनी तिला एक कविता दिली. कवितेचं शीर्षक होतं, 'इनसाइड-आउटसाइड.' ॲबिगेल ग्रिफिथची ती कविता होती. तिच्या सुरुवातीच्या ओळी अशा होत्या :

माय इनसाइड सेल्फ अँड माय आउटसाइड सेल्फ
आर डिफरन्ट ॲज कॅन बी

माझं अंतर्गत स्वत्व आणि बाह्य स्वत्व या दोन्ही गोष्टी
भिन्न आहेत, असू शकतात.

या कवितेतील त्या पात्राला प्रत्यक्षात स्वतःविषयी जे वाटत असतं, त्याहून तिची शारीरिक ठेवण वेगळी असते. कवितेत हर प्रकारे त्याचं वर्णन देण्यात आलं होतं.

लोकाला या कवितेच्या साच्यात स्वतःची कविता लिहिण्यास तिच्या शिक्षकांनी सांगितलं होतं. सुमारे पंचवीस मिनिटांनी ते लोकाला घेऊन माझ्याकडे आले. त्यांच्याकडे लोकानं लिहिलेली कविता होती; पण ती त्या त्या नमुना

कवितेच्या जवळपासही जाणारी नव्हती. ते म्हणाले, ''लोकाची कविता नमुन्यासाठी दिलेल्या कवितेसारखी नाही. काहीही झालं तरी तिने जे लिहिलंय ते तुम्हालाही आवडणार नाही.'' एवढं बोलून ते तिथून निघून गेले.

लोकानं लिहिलेली कविता अशी होती :

मी सुंदर आहे
एखाद्या गुणगुणणाऱ्या मधमाशीसारखी
माझ्याहून वेगळ्या असलेल्या
कोणाहीसारखं मला व्हायचं नाही

मी तरतरीत आणि बुद्धिमान आहे
गोड आणि दयाळू आहे
जी गोष्ट आधीच चांगली आहे
ती मी कशी काय बदलू शकेन?

चांगल्या असलेल्या सर्वांचीच
मला मैत्रीण व्हायचं आहे
मी 'मी' आहे
आणि तुम्ही 'तुम्ही' आहात!

नमुन्यादाखल दिलेल्या त्या कवितेत दोन अंतर्गत आवाज असलेल्या व्यक्तीचं चित्रण करण्यात आलं होतं; पण लोकाकडे अशा प्रकारचं अंतर्गत विभाजनच नव्हतं. लोकाला भेटणाऱ्या माणसांना सुंदर-स्थितीत असलेल्या व्यक्तीला आपण भेटलो, असं वाटत असे; पण हा अनुभव फक्त तिच्या बालपणापुरताच मर्यादित नव्हता. ती मोठी झाल्यावरही तिच्या अंतरंगातील स्पष्टता आणि संघर्षरहित अवस्था अगदी आजतागायत कायम राहिली आहे.

कदाचित, लहानपणी आपल्यापैकी अनेक जण असेच असतील. त्या वेळी आपल्याला आवडणाऱ्या व्यक्तींना आपण सगळेच जण अगदी सहजपणे मनापासून कडकडून मिठी मारत असू. त्या वेळी आपण कोणाला तरी मिठी मारत आहोत, अशी वेगळी जाणीवही आपल्या मनात निर्माण होत नसेल. कुत्र्याच्या अंगावरची सुरेख फर बघून किंवा फळाची चव आवडली की, आपल्याला अतिशय आनंद होत असेल. पाण्याच्या थेंबातून सूर्यप्रकाशामुळे तयार झालेल्या इंद्रधनुष्यामुळे आपण

वेडावून जात असू आणि ते काय असावं याचा खूप वेळ विचार करत असू. मानवी जीवनातील साधे, साधे आनंद ही आपल्या ज्ञानेंद्रियांसाठी आश्चर्यं होती. आपण खूप आनंदी, उत्साही, संपूर्ण आणि परिपूर्ण आहोत, असं आपल्याला वाटत होतं.

मात्र याच वाटेवरून पुढे जात असताना आपल्यापैकी अनेकांचे विचार विभाजित होत जातात. त्यांच्या अंतर्यामी संघर्ष निर्माण होतात आणि मग स्वतःविषयीची आसक्ती तयार होते. आपल्या समाजात अनेक प्रकारे या विभाजनाच्या भावनेला महत्त्व दिलं जातं. आपल्यापैकी ज्या लोकांचं परीक्षांमधील गुणांवर आणि श्रेणींवर आधारित यंत्रणेत शिक्षण झालं आहे, ते लोक तुलना करायला, स्पर्धा करायला आणि निवाडा करायला शिकले आहेत. आपल्याला आपल्या मित्र-मैत्रिणींकडे किंवा सभोवतालच्या लोकांकडे मित्र म्हणून नव्हे, तर स्पर्धक म्हणून बघायला शिकवलं गेलं आहे.

आपण जे युद्ध करत होतो, ते फक्त इतर लोकांच्या विरोधात नव्हतं. आपल्याशीही युद्ध पुकारायला आपल्याला शिकवलं गेलं होतं. आपल्याला कोण व्हायचं आहे, त्या व्यक्तीचं चित्र आपल्या मनात रेखाटायला आपण सुरुवात करत होतो आणि आपल्या अपेक्षा पूर्ण करण्यात आपण कमी पडलो की, आपण निराश होतो. आपण नकळतच एक तर खुशमस्करे किंवा स्वतःला सिद्ध करणारे बनतो. खुशमस्करे म्हणून काम करताना आपण इतरांना घाबरत जगतो. ते आपल्यावर नाखूश होतील, अशी भीती आपल्याला वाटत राहते आणि म्हणून त्यांना खूश करणाऱ्या निवडी आणि कृती आपण करतो. आपण स्वतःला सिद्ध करणारे बनतो, त्या वेळी आपल्याला भूतकाळातील जखमा, दुखावलेपण आठवतं. आपल्या मनात संतप्त संभाषणं आपण तशीच कायमची ठेवून दिलेली असतात. ज्या लोकांनी आपल्याला दुखावलेलं असतं, त्यांना चुकीचं ठरवता यावं, अशा जीवनविषयक निवडी आपण करतो. संघर्षकालीन आयुष्याची आपल्याला एवढी सवय होऊन जाते की, जगण्याचा दुसरा मार्गही आहे हेच आपण विसरून जातो.

पण मुळातच आपल्या पूर्णत्वाच्या सुंदर स्थितीपासून आपण एवढे कसे काय तुटलेले असतो? आपलं खरोखरचं अस्तित्व सुंदर आहे. ते आपण कसं काय नाकारतो? आपल्या खरोखरच्या सुंदर अस्तित्वात राहणं आपण का थांबवलेलं असतं? आपण अशा स्वतःच्या आसक्तीनं झपाटून गेलेल्या व्यक्ती कशा काय बनतो?

मी दुःखी का आहे?

रोज सकाळी तुमच्याबरोबर उठणारी पहिली व्यक्ती कोण असते? तुमच्या आयुष्याचा क्षण न् क्षण तुम्ही जिच्यासोबत घालवता आणि अगदी स्वप्नातही तुमच्यासोबत

असते ती व्यक्ती कोण असते? तुम्ही एकटे असता किंवा तुम्ही इतरांसोबत असता तेव्हाही तुम्ही जिच्याबरोबर असताच अशी व्यक्ती कोण असते?

तुम्हीच.

त्या तुमच्यावर तुम्ही प्रेम करता का? त्या तुमची तुम्ही काळजी घेता का की तुम्ही त्या तुमच्यावर टीका करता आणि सतत तिचा निवाडा करत राहता? तुम्ही स्वतः तुमचे उत्तम मित्र असता का?

तुम्ही एखाद्या मित्रावर किंवा मैत्रिणीवर, कुटुंबातील व्यक्तीवर किंवा सहकाऱ्यावर रागावता त्या वेळी काय होतं, त्याचा विचार करा. तुम्ही त्यांना बदलण्याचा प्रयत्न करता. तुम्ही त्यांना सल्ला देता किंवा त्यांच्या वर्तनाला तुम्ही जबाबदार राहणार नाही, असं तुम्ही त्यांना सांगता. त्यांनी बदलावं यासाठी तुम्ही प्रार्थनाही करता. त्यांनी त्याला नकार दिला तर तुम्ही त्यांच्यापासून अंतर राखून राहता. त्यांच्यासाठी तुम्ही काही योजना तयार करता आणि त्यांचे फोन आल्यानंतर त्यांना उलट फोन करायला तुम्ही दिरंगाई करता. सगळ्या गोष्टी अगदीच असह्य बनल्या, तर तुम्ही कदाचित त्यांच्याशी असलेले संबंध पूर्णपणे तोडूनही टाकता.

पण तुम्हाला असमाधान वाटत असलेली व्यक्ती तुम्ही स्वतःच असलात तर?

तुम्हाला आवडत नसलेली व्यक्ती तुम्ही स्वतःच असलात तर?

तुम्हाला जिचा अगदी तिरस्कार वाटत असलेली व्यक्ती तुम्ही स्वतःच असलात तर?

कृपया, इथे क्षणभर थांबा. दीर्घ श्वास घ्या आणि हळूहळू उच्छ्वास सोडा. असा थोडा वेळ श्वासोच्छ्वास करा. आता अगदी शांतपणे तुमच्याशी असलेल्या तुमच्या स्वतःच्या नातेसंबंधाकडे लक्ष वळवा. स्वतःविषयी काळजी वाटणं आणि आदर वाटणं अशी सुंदर स्थिती तुम्हाला ज्या क्षणी जाणवली होती ते क्षण आठवा.

तुम्ही दुःख-स्थितीत असलेल्या किंवा तुम्ही स्वतःला आवडला नव्हतात, त्या क्षणांकडे तुमचं लक्ष वळवा. सखोल श्वास घ्या आणि त्या क्षणांतील तुमच्या स्थितीचं निरीक्षण करा.

तुम्हाला स्वतःशी सुंदर नातं असल्याची जाणीव झालेले काही क्षण तरी असतील अशी आशा करू या. त्या वेळी तुम्ही जसे होतात तसे तुम्ही तुम्हाला आवडला होतात.

कधी कधी तुम्हाला आतल्या आत दुःख किंवा अस्वस्थपणा जाणवला असेल... अशाही काही वेळा आल्या असतील. अशा क्षणांमध्ये तुम्ही एक तर

बाह्य उपाययोजना केल्या असतील किंवा पळवाटा शोधल्या असतील किंवा आंतरिक संघर्षाला 'नॉर्मल' समजून स्वीकारलं असेल. खरं म्हणजे तुम्ही म्हणजे हे असं लढाऊ स्वत्व नाही, तर तुम्ही म्हणजे सुंदर अस्तित्व आहात हे तुम्ही त्या वेळी विसरला असाल. तुम्ही म्हणजे जंगलात जगण्याची तमा बाळगत घाबरून जगणारं मेंढरू नाही, तर सिंह आहात.

आपला आपल्याशीच सुंदर नातेसंबंध नसेल, तर आपल्याविषयीची प्रत्येक गोष्ट ही स्वतःविषयीच्या सलत राहणाऱ्या संशयातच रंगलेली असेल. मग ते तुमचं चालणं, बोलणं असो किंवा विचार करण्याची पद्धत अगर यशासाठी तुम्ही करत असलेले प्रयत्न असोत. सगळ्याला या संशयाची किनार असते. अशा प्रकारच्या दुःख–स्थितीला आपण चिकटून राहतो, त्या वेळी आपल्याला काय मिळण्याची शक्यता असते? आपण ही स्थिती विरघळवून टाकण्याची, दूर करण्याची गरज असते.

सातत्यानं वाढत जाणाऱ्या अंतर्गत दुफळीशी समन्वय साधणं शक्य न झाल्यामुळे अनेक लोक अगदी तळमळीनं त्यांच्या शरीरावर सातत्यानं घावावर घाव घालत राहतात. लाखो लोक मादक पदार्थांच्या आहारी जातात. दारू पितात किंवा सतत चिंता करत बसतात किंवा आत्महत्याही करतात.

तरीही आपल्याला आपल्याविषयी काय वाटतं, ते बदलण्यासाठीच्या बाह्य उपाययोजनांविषयीच्या आपल्या आकलनाचा विचार करा. काय आढळतं? एखाद्या व्यक्तीला स्वतःशीच संघर्ष करत असताना कधीतरी आनंद लाभला होता, असा कुठलाही पुरावा सापडत नाही. काहीही झालं तरी जर आपला बहुतेक वेळ आपण लढाऊ बाण्याच्या, दुःख–स्थितीतच घालवला तर तुमच्याकडे आपले नातेसंबंध, संपत्ती, रिकामा वेळ किंवा यश यांचा आनंद उपभोगण्यासाठी असा कितीसा वेळ उरणार आहे?

आपल्या स्वतःविषयीच आपल्या मनात शांततेची भावना नसेल तर आणखी काय काय घडू शकेल?

तुम्ही लहान मूल म्हणून पकडापकडीचा खेळ खेळलायत का? हा खेळ मी कसा खेळलो होतो ते सांगतो. आम्ही एका वर्तुळात उभे राहत असू आणि म्हणत असू, 'ईनी मिनी मो, कॅच अ टायगर बाय द टो...' त्यानंतर एका पाठोपाठ एकेक मूल अशा प्रकारे त्या वर्तुळातून आउट होऊन बाहेर पडत असे आणि मग जो शेवटी उरत असे, त्याच्यावर राज्य येत असे. तो इतरांना पकडायला त्यांच्या मागे धावू लागे.

आम्ही काय करत होतो? स्पष्टपणे निवड करण्याऐवजी आम्ही नशिबावर हवाला ठेवत होतो. कोणी पकडायला मागे धावायचं त्याची निवड करण्याची जबाबदारी घेण्याची गरज कोणालाही वाटत नव्हती.

आपल्या अंतरंगातच एकात्मता नसेल, तर अगदी प्रौढावस्थेतही आपल्या आयुष्यातील बहुतांश महत्त्वाचे निर्णय आपण असेच घेतो. आपण डळमळीतपणे, धरसोडवृत्तीनं वागतो. कारण, आपल्या दुःख-स्थिती आपल्या मनातील विश्वास आणि आपल्याविषयीचा आदरही काढून घेतात, त्यामुळे आपले निर्णयही डळमळीत बनतात. मग आपल्या नोकऱ्यांची निवड करताना, आपल्या जोडीदारांची निवड करताना किंवा आपल्या व्यावसायिक भागीदारांची निवड करतानाही आपण 'eeny meeny miney mo' खेळणं सुरूच ठेवतो. आपण आत्मविश्वासपूर्वक काहीही ठरवू शकत नाही किंवा कोणतीही निवड करू शकत नाही.

अगदी आपण निवड केलीच तरी आपल्या मनात सारखा संशय येत राहतो. आपल्या नातेसंबंधाला तीन वर्षं झाल्यानंतरही आपण योग्य व्यक्तीच्या प्रेमात पडलो आहोत का अशी शंका आपल्याला सतावत राहते. नोकरीत दहा-दहा वर्षं काढल्यानंतरही आपण योग्य नोकरीची निवड केली का, अशी शंका आपल्याला त्रस्त करते. पदवी मिळवून बरीच वर्षं झाल्यावरही महाविद्यालयात आपण निवडलेला अभ्यासक्रम योग्य होता का याविषयी आपल्या मनात साशंकता असते. परस्परविरुद्ध दृष्टिकोनांच्या आणि मतांच्या संघर्षात आपण अडकतो, त्या वेळी खरं आयुष्य सुंदर असू शकतं हे आपण साफ विसरून जातो.

हा आंतरिक गोंधळ सहन करणं अशक्य झालं की, एका ठाम ठिकाणाहून दुसऱ्या ठिकाणाकडे असे आपण धावत सुटतो. हा आंतरिक भयगंड निर्माण करणाऱ्या वादग्रस्त, संघर्षाच्या आणि सलत राहणाऱ्या आवाजांना शांत करू शकणाऱ्या गोष्टीच्या शोधात आपण असे धावत राहतो. ज्या वेळी कोणत्याही गोष्टीमुळे टिकून राहणारा बदल घडून येत नाही, त्या वेळी जगात काहीच राम राहिला नाही, असं आपल्याला वाटू लागतं.

'पण मी तर चांगलाच माणूस आहे!' असं आपण रडू-ओरडू लागतो. 'आयुष्यात मी कधीही कोणाचं वाईट केलं नाही, मग माझ्याच वाट्याला एवढं दुःख का यावं?' असं आक्रंदन आपण करू लागतो.

संघर्षग्रस्त 'स्वत्वा'च्या अभिव्यक्तीचे ३ प्रकार

रामायण या प्रसिद्ध महाकाव्यात रावण या खलनायकाची एक विलक्षण द्विधा मनःस्थिती असते. आपल्याला माहीत असलेल्या अनेक खलनायकांप्रमाणे तो मूर्ख किंवा दुष्ट राजा नव्हता. रावण हा महान विद्वान होता. तो वेदविद्यापारंगत होता आणि त्यानं त्याच्या राज्याचीही चांगलीच भरभराट केली होती.

मग कोणत्याही दृष्टीनं पाहता नैतिकतेनं वागणाऱ्या या माणसाच्या काही कृतींमुळे त्याच्या भावाचा, मुलाचा आणि संपूर्ण वंशाचा विनाश कसा काय घडून

आला? नेमकं असं काय झालं की, रावणाला प्रभू श्रीरामांच्या पत्नीचं अपहरण करावंसं वाटलं? त्याच्या या एकाच कृतीमुळे त्याचं संपूर्ण राज्य भस्मसात झालं. एवढा व्यासंगी पुरुष एवढा विनाशक कसा काय बनला?

या कथेत रावणाला 'दशानन' म्हणजे दहा मस्तकं असलेला पुरुष दाखवण्यात आलं आहे. त्याची अनेक मस्तकं ही त्याच्या परस्परविरोधी मूल्यांची आणि आसक्तीयुक्त इच्छांची प्रतीकं आहेत. त्यांच्यामुळेच तो स्वतःच्या मस्तकातच अडकून पडला. त्याच्याकडच्या कोणत्याही ज्ञानाचा उपयोग त्याच्या मनातील परस्परविरुद्ध इच्छांचा आणि मूल्यांचा गोंधळ शांत करण्यासाठी होऊ शकला नाही. हा जणू स्वतःशीच युद्ध पुकारलेला पुरुष होता आणि त्याच्या या आंतरिक संघर्षाची लागण लवकरच त्याच्या आजूबाजूच्या सगळ्यांनाही झाली.

तुम्ही रावणाची कथा वाचता त्या वेळी तुमच्या मनात आपोआपच एक प्रश्न निर्माण होतो. तो जितका प्राचीन काळाशी सुसंगत आहे, तितकाच आजच्या काळाशीही सुसंगत आहे. तो प्रश्न असा आहे :

चांगले लोक वाईट का बनतात?

आपल्या आयुष्यात कधी ना कधी आपण सर्वांनीच हा प्रश्न विचारला आहे की नाही? पथभ्रष्ट झालेल्या, आपला मार्ग सोडलेल्या आपल्या बहिणीकडे, मुलाकडे किंवा मित्राकडे आपण पाहतो आणि आपल्या मनात विचार येतो की, *असं काय चुकलं म्हणून ही व्यक्ती अशी वागतेय?* आपण एके काळी ज्याच्यावर विश्वास ठेवला होता, त्या नेत्याकडे किंवा कलाकाराकडे आपण पाहतो आणि स्वतःलाच विचारतो, *हा आपला मूळ मार्ग सोडून एवढा बाजूला कसा गेला? आपल्या मार्गापासून हा एवढा विचलित कसा काय झाला?*

एखादी व्यक्ती जेव्हा आंतरिक संघर्षात किंवा युद्धात गुंतून पडते, त्या वेळी ती रावण बनते. असे रावण फक्त आत्मविनाशच घडवत नाहीत, तर त्यांच्याकडे इतरांचा विनाश करण्याचं सामर्थ्यही असतं.

एखादी व्यक्ती शेकडो जणांच्या गर्दीतही सदूहेतूनं वावरू शकते; पण जर तिचे अंतर्गत स्वत्व हे परस्परविरुद्ध मूल्यांचं रणांगण असेल तर ती विश्वात हलकल्लोळ माजवू शकेल.

परस्परविरुद्ध उत्कट इच्छांच्या ठिणगीनं आपल्या आंतरिक विश्वात युद्धाच्या ज्वाळा भडकू शकतात. काही उदाहरणं पाहा :

'मला निःस्वार्थी आई बनायचं होतं; पण मग माझं करिअर मला सोडून द्यावं लागलं असतं... मग माझ्याकडे आता जे आहे, ते काहीही मला मिळालं नसतं.'

'मला ही बढती हवी आहे; पण मला जगप्रवास करता येणार नाही... मला वाटतं की, मला स्थिरस्थावर व्हावं लागेल...'

'त्या मुलीशी नातेसंबंध असावेत असं मला वाटतं; पण मला एकदाच मिळालेलं हे आयुष्य असं वाया घालवायचं नाहीए. काहीही झालं तरी त्यामुळे मी दुःखी होईन.'

आपली आदर्श तत्त्वं आणि आपलं प्रत्यक्ष वर्तन यांच्यात विरोधाभास असल्याने हे आंतरिक युध्द सुरू होतं. आपल्याला नीतिमान होण्याची आस असते; पण आपण दुराचारांना बळी पडतो. आपल्याला सहनशील आणि दयाळू बनण्याची आस असते; पण आपलं मन क्रोधानं आणि असहिष्णुतेनं भरलेलं असतं.

पण ज्या वेळी तुमच्याकडे अशा प्रकारच्या आंतरिक संघर्षापासून स्वतःला मुक्त करण्याचा कोणताही मार्ग उरलेला नसतो, त्या वेळी तुम्ही कोणताही मार्ग पत्करलात तरी त्यानं काहीही फरक पडत नाही. तुमचं असमाधान अधिक वाढत जातं आणि त्यातून तुम्ही नैराश्याच्या किंवा स्वतःविषयीच्या आणि स्वतःच्या जगाविषयीच्या द्वेषाच्या स्थितीत पोहोचू शकता.

रावणाच्या बाबतीत नेमकं हेच घडलं. त्याच्या परस्परविरुद्ध तीव्र इच्छांमुळे त्याचा विनाश अटळ आहे आणि त्याचं राज्यही पणाला लागलेलं आहे, हे त्याला माहीत असूनही तो ते सगळं थांबवू शकला नाही.

आपल्यापैकी अनेक जण रावणाप्रमाणेच आंतरिक छळानं गांजलेले असतात आणि तसेच जगत राहतात; परंतु जर आपलं आंतरिक जग हे रणांगण असेल, तर आपल्याला आनंदाच्या किंवा मुक्तीच्या सुंदर-स्थिती कधीतरी समजणं शक्य होईल का?

'रणांगण' हा शब्द कदाचित खूपच टोकाचा आहे, असं वाटू शकेल. पण आपल्यापैकी सर्वांनाच अनेकदा असमाधानाची भावना जाणवते. आपलं कोणी कौतुकच करत नाही, दखल घेत नाही असंही वाटतं; पण हेच तर आयुष्य आहे.

पण हे असंच आहे का?

आपल्या आयुष्यातील संघर्षाचे स्रोत बाह्य आहेत, असं आपल्याला वाटत असतं; परंतु प्रत्यक्षात आपल्याच 'स्वत्वा'च्या पुढीलपैकी कोणत्या ना कोणत्या अभिव्यक्तींचा स्वीकार करून जगात विनाशक शक्ती स्वैरपणानं सोडून देणारे आपणच असतो.

'संकुचित स्वत्व ही आपल्या आंतरिक युद्धाची पहिली अभिव्यक्ती आहे.'

संकुचित स्वत्व

ॲलेक्स बारा-तेरा वर्षांचा असेल, त्या वेळी त्याच्या वर्गमित्रांनी त्याला दमदाटी करून त्याचा छळ केला. ॲलेक्स नाजूक होता आणि त्याच्या वर्गमित्रांच्या मानानं तो लहानखुराही होता. या घटनेचा परिणाम असा झाला की, तो शरीर कमावण्यासाठी

व्यायाम करू लागला. महाविद्यालयात जाईपर्यंत तो कॅम्पसमधला सर्वाधिक उमदा, देखणा विद्यार्थी बनला होता. मुली त्याच्याभोवती अक्षरशः पिंगा घालू लागल्या.

त्याचं यश तेवढ्यापुरतंच मर्यादित राहिलं नव्हतं. त्यानं एक मोठा व्यवसाय सुरू केला. तो खूप श्रीमंत बनला आणि त्यानं एका सुंदर स्त्रीशी लग्नही केलं.

पण तरीही ॲलेक्स तसाच भिडस्तपणानं आणि बुजरेपणानं वागत होता. कारण, स्वतःची इतरांशी तुलना करण्याची इच्छा तो रोखू शकत नव्हता. त्याच्या पत्नीला त्याचं प्रेम हवं आहे का किंवा त्याची गरज वाटते का याविषयी त्याला कधीही खात्री वाटली नव्हती. कारण, त्याच्या भूतकाळातील स्त्रियांशी तो तिच्या वर्तनाची तुलना करत होता.

आपण ज्या ज्या क्षेत्रात प्रवेश करू, त्या त्या क्षेत्रात आपण उत्तुंग झेप घेऊन सर्वोच्च स्थानी पोहोचलो तर आपल्यात काही कमी आहे, आपण इतरांपेक्षा कमी आहोत असं आपल्याला वाटणार नाही, अशी त्याची धारणा होती. लहानपणीच त्यानं असं ठरवून टाकलं होतं की, तो एवढ्या अत्युच्च जागी पोहोचेल की, इतर लोक केवळ त्याच्याशीच तुलना करत राहतील.

परंतु सत्याच्या आंतरिक प्रवासाला निघाल्यावर त्याला वास्तव वेगळंच आहे, असं दिसून आलं. त्यानं मिळवलेल्या एवढ्या सगळ्या यशांनंतर आणि संपत्तीनंतरही सतत तुलना करत राहण्याची त्याची आसक्तीपूर्ण सवय नाहीशी झालेली नव्हती.

दुःख-स्थितींमध्ये तो सतत गुरफटून गेल्यामुळे त्याच्या व्यवसायात एक विचित्र पद्धती, एक विचित्र संरचना निर्माण झाली होती. त्यानं केलेल्या प्रत्येक व्यवहारात त्याला चांगला नफा झाला असला तरीही तो नफा तितकासा पुरेपूर नव्हता, असं त्याला वाटत असे. त्याला नेहमीच असं वाटत असे की, इतरांनी अधिक चांगला नफा मिळवला आहे. आपल्याला प्रचंड परिश्रमानंतरच यश मिळालं, असंही त्याला वाटत असे; पण त्याच्या मते इतर सर्वांना खूपच सहजगत्या यश लाभलं होतं.

ज्या वेळी त्याचा आंतरिक विसंवाद शमला त्या वेळीच ही विचारपद्धतीही बदलली. कृष्णाजींबरोबर अलौकिक ध्यानसाधनेत असताना त्याच्या मनात एका नवीन प्रज्ञेचा उदय झाला. त्यात तो 'संकुचित स्वत्वा'च्या आभासातून जागा झाला आणि त्याला उच्च चैतन्य-स्थितीचा अनुभव आला. त्यानंतर त्याच्या मनात कसलंही द्वंद्व, विभक्तता, विभाजन किंवा तुलना करण्याची गरज शिल्लक राहिली नव्हती.

ॲलेक्सला चैतन्यातील परिवर्तनानंतर त्याला सर्जनशीलतेच्या आणि सुस्पष्ट मनाच्या सुंदर-स्थिती प्राप्त करणं अधिक सोपं गेलं. आता या स्थानावरून तो त्याच्या कामगिरी पार पाडत आहे.

संकुचित स्वत्वाचा ॲलेक्सला आलेला अनुभव दुर्मीळ नाही. बहुतेक वेळा तो दुर्बल आत्मजाणिवेतून, न्यूनगंडातून, साशंकतेतून किंवा कमी आत्मप्रतिष्ठेतून

दिसून येतो. ॲलेक्सप्रमाणेच काही वेळा आपल्या 'संकुचित स्वत्वा'ला विकसित करण्याच्या आपल्या तळमळीच्या प्रयत्नांमधून आपलं संकुचित स्वत्व आपल्याला अत्यंत आक्रमक बनवतं.

पण मग 'संकुचित स्वत्वा'चं सत्य काय आहे?

आपली इतरांशी तुलना करणं आणि आपण त्यांच्या तोडीचे नाही असं मानणं ही हळूहळू एक सवय बनते. मग ही सवयच संकुचित स्वत्वाला खतपाणी घालते.

आपण खूप लहान आणि क्षुद्र आहोत, असं आपल्याला वाटू लागतं.

आपल्या दृष्टीने अधिक बुद्धिमान, सुंदर असलेल्या लोकांसमोर आपण अगदी गोगलगाय बनून जातो. इतर लोक आपल्याला कमी लेखत आहेत, अशी आपण कल्पना करतो आणि अधिक लाजाळू, भिडस्त बनतो.

'संकुचित स्वत्व' हे अनिश्चितता निर्माण करतं आणि आयुष्यातील आनंदांपासून आपल्याला मागे ढकलतं. परिणामी, आपलं हृदय ज्याची आतुरतेनं वाट पाहत असतं, आपल्याला जे अगदी मनापासून हवं असतं, त्या गोष्टीमागे जाण्यासाठी आपल्याकडे धाडस नसतं.

विनाशक स्वत्व

विनाशक स्वत्व ही आपल्या आंतरिक युद्धाची दुसरी अभिव्यक्ती आहे.

ॲलिशिया आणि ग्रेग हे स्वित्झर्लंडमधून आलेलं जोडपं. दहा वर्षांहून अधिक काळ त्यांच्या वैवाहिक आयुष्यात काही समस्या होत्या; पण त्यांच्या एकुलत्या एक मुलीसाठी ते नाइलाजानं एकत्र राहिले होते. अखेरीस त्यांची मुलगी महाविद्यालयात गेल्यावर त्यांनी घटस्फोट घ्यायचा असं ठरवलं. दुर्दैवानं त्यांच्या समस्या तिथेच संपल्या नाहीत.

ग्रेग नेहमीच समजूतदारपणे वागत होता; पण एकदा घटस्फोट घ्यायचं हे निश्चित झाल्यावर त्याच्यात बदल झाला. त्याच्या मनात तिरस्कार निर्माण झाला. ॲलिशियाच्या आयुष्यात शक्य तितक्या अडचणी निर्माण करण्याचे प्रयत्न तो करू लागला. ते विवाह बंधनात असताना ती नेहमीच आक्रमकतेनं आणि भांडखोरपणे वागली होती आणि तो नेहमीच तिच्यासमोर नमतं घेऊन वागला होता. आता विभक्त होण्याच्या निर्णयामुळे जणू काही तो मुक्त झाला होता आणि वर्षानुवर्षं मनात साचलेला संताप बाहेर काढण्याची, त्याला कुरवाळण्याची मोकळीक त्याला मिळाली होती. तो आक्रमक बनला. आपलं कौटुंबिक आयुष्य कसं असू शकलं असतं, याची तुलना तो सतत इतरांच्या कौटुंबिक आयुष्याशी करू लागला. त्याच्या दुःखासाठी तो सतत त्याच्या पत्नीवर दोषारोप करू लागला.

ग्रेग चांगला शिकलेला होता आणि आर्थिकदृष्ट्या स्वतंत्रही होता. त्याच्याकडे शांततेनं जगण्यासाठीची साधनं होती; पण त्याऐवजी तो पूर्वीचं उट्टं काढण्याच्या भावनेनं पछाडला होता.

ज्या वेळी आपण 'विनाशक स्वत्वा'च्या स्थितीत सापडतो, त्या वेळी भावनिकदृष्ट्या असंतुलित, लहरी आणि चंचल बनतो. विनाशक स्वत्व हे परिपूर्णतावादातून, अतिरिक्त महत्त्वाकांक्षेतून आणि निर्दयीपणातून दिसून येतं. त्याबरोबरच ते आनंद मिळवण्याच्या व्यसनातून, अनारोग्यपूर्ण सवयींतून किंवा कामातून दिसून येतं.

या स्थितीतून आपण इतरांकडे स्पर्धक किंवा शत्रू म्हणून बघतो. आपल्या स्वतःच्या विकासापेक्षा किंवा हितापेक्षा इतरांवर वर्चस्व किंवा सत्ता गाजवणं आपल्यासाठी अधिक महत्त्वाचं बनतं. आपण मित्रांमध्ये आणि कुटुंबात विरोधक तयार करतो. आपण कठोर व असंवेदनशील बनतो आणि आपले स्वतःचे म्हणावेत, असे फारच थोडे लोक असल्याचं आपल्याला आढळतं. त्यामुळे आपण दूषित, रोगट नातेसंबंध तयार करतो.

आपलं आयुष्य कसं आहे आणि ते कसं असायला हवं होतं, याची तुलना करण्याचं व्यसन लागणं हे 'विनाशक स्वत्वा'चं लक्षण आहे.

पण या स्थितीत आपण फक्त तुलनाच करत नाही, तर आपल्या मनस्तापासाठी इतरांना जबाबदार धरत असतो.

आयुष्य अक्षरशः एक युद्ध बनून जातं.

उदासीन स्वत्व

आपल्या आंतरिक संघर्षाच्या तिसऱ्या अभिव्यक्तीला आपण 'उदासीन स्वत्व' असं म्हणतो.

बेथनं आयुष्यभर तिच्या भावंडांशी स्वतःची तुलना केली होती आणि नेहमीच तिला त्यांच्या तुलनेत आपल्यात कमतरता असल्याचं जाणवलं होतं. तिच्या बहिणींहून ती कमी आकर्षक असल्याचं नेहमीच म्हटलं जात होतं. शिक्षणात ती कमकुवत असल्यानं तिच्या बहिणींना मिळालेल्या व्यावसायिक यशाएवढं व्यावसायिक यश ती मिळवू शकली नव्हती. तिचे पालक तिला आळशी म्हणून सतत टोमणे मारत असल्यामुळे ही परिस्थिती आणखी वाईट बनली होती, त्यामुळे तिच्या आंतरिक विश्वात सुरू असलेलं युद्ध आणखी विकोपाला गेलं.

त्यामुळे ती एका दुष्टचक्रात सापडली. ती खूप खाऊ लागली. ती व्यायाम किंवा काम करेनाशी झाली आणि तिच्याकडे एके काळी असलेला आत्मविश्वास ती गमावून बसली. मूर्खासारख्या गुंतवणुकी करून मिळवत असलेले पैसेही ती घालवून

बसली. कशा प्रकारचं आयुष्य जगण्याची आपली कुवत आहे, त्याची कल्पना ती करत असे; परंतु आता ते आपल्या आवाक्याबाहेर असल्याचं तिला वाटत होतं.

अनास्था, बेपर्वाई, जबाबदारपणाचा अभाव, आळशीपणा आणि दिरंगाई हे 'उदासीन स्वत्वा'चे महत्त्वाचे गुणधर्म आहेत. या स्थितीत आपल्याकडे प्रेरणांचा आणि उत्तेजनांचा अभाव असतो. फक्त दिवास्वप्नं बघणं एवढी एकच कृती आपल्याला भुरळ घालते! उदासीन स्वत्वाचा अनुभव कशामुळे येतो? पुन्हा एकदा आपली इतरांशी तुलना करण्याच्या व्यसनातून! मात्र 'संकुचित स्वत्व' इतरांसोबतच्या तुलनेतून आणि आयुष्याच्या अनुभवांतून अथक शर्यत असल्याप्रमाणे संघर्ष करत राहतं, तर उदासीन स्वत्व प्रयत्न न करताच संघर्ष सोडून देतं.

आपल्या आयुष्यात काही चांगलं होऊ शकेल, याची आशा आपण सोडून देतो.

यांपैकी कोणत्याही एखाद्या कथेत आपल्याला आपण सापडलो तर वाईट सवयी किंवा घालवण्याची गरज असलेले वर्तनात्मक गुणधर्म तातडीनं सोडून देण्याचा मोह आपल्याला होऊ शकतो.

मग आक्रसलेल्या स्वत्वातून मुक्त होण्याच्या तळमळीतून आपण धाडसी खेळांकडे वळू शकतो. तेजस्वी स्व-प्रतिमा घडवणं ही कमी आत्मप्रतिष्ठेवरची उपाययोजना आहे, असं आपल्याला वाटतं; परंतु त्यामुळे नकळतपणे आपल्या अंतर्गत विभाजनात आणखी वाढ होते.

विनाशक स्वत्वावर आक्रमकपणे मात करण्याच्या प्रयत्नांत आपलं वर्तन, आपली संस्कृती किंवा आपली भाषा यांमध्ये सुधारणा करण्याचा आपण प्रयत्न करतो. आपण आपल्याला व्यवस्थित हाताळण्याचा आणि माणसाळवण्याचा प्रयत्न करतो; परंतु त्यामुळे एक व्यसन संपतं आणि दुसरं लागतं.

अखेरीस उदासीनतेच्या अवस्थेतून मुक्त होण्यासाठी आपण तळमळीनं स्वतःला व्यायामशाळेत नेतो, आपल्या शरीराचं शुद्धीकरण करण्यासाठी किंवा आपली यकृतं स्वच्छ करण्यासाठी आपल्याला व्यायाम करणं आवश्यक वाटू लागतं. मात्र या सगळ्या प्रयत्नांत आपण कधीही आपल्या चैतन्याकडे लक्षही देत नाही.

या सगळ्या टिकाऊ उपाययोजना असतात का?

ही सगळी सखोल अंतर्गत युद्धाची लक्षणं असल्याच्या सत्याकडे लक्ष दिल्याखेरीज खरं रूपांतरण कसं काय घडून येऊ शकेल?

कृपया इथे क्षणभर थांबा. सखोल श्वास घ्या. नावडत्या, असमाधानी क्षणांचं किंवा स्वतःविषयीच्या तिरस्कारांचं निरीक्षण करा. तुमच्या आंतरिक युद्धामुळे तुम्ही कोणत्या स्वत्वाच्या रूपात प्रवेश केला आहे?

तुमच्या आयुष्यावर या स्वत्वांच्या झालेल्या परिणामांचं तटस्थपणे निरीक्षण करा.

गमावलेल्या प्रेमाचा शोध घेणं

महान मुघल सम्राट अकबराला त्याच्या मंत्र्यांबरोबर वेगवेगळी कोडी, समस्या सोडवण्याचा आणि वादविवाद करण्याचा छंद होता. त्यानं एकदा त्याच्या मंत्र्यांना एक गमतीशीर समस्या सोडवायला सांगितली.

एके दिवशी त्यानं त्याच्या मंत्र्यांना राज्यातील सर्वांत जास्त मूर्ख व्यक्तीला शोधून काढायला सांगितलं.

बिरबल हा हजरजबाबी मंत्री होता. त्यानं दिवसभर इकडेतिकडे शोध घेतला; पण संध्याकाळपर्यंत त्याला असा महान मूर्ख सापडला नाही. दरबारात रिकाम्या हातानं जाण्याची वेळ येणार, असं त्याला वाटत होतं. संध्याकाळी थकला-भागलेला बिरबल सम्राटाकडे परत येत असताना रस्त्यावरच्या दिव्याच्या मंद उजेडात काहीतरी शोधत असलेल्या माणसावर त्याची नजर पडली.

बिरबल त्या माणसाकडे गेला आणि त्यानं त्या माणसाला तो काय शोधत आहे, असं विचारलं.

दरबारी पोशाखातील मंत्री समोर आल्याचं बघितल्यावर त्या वृद्धानं आदरानं सांगितलं की, तो त्याची हरवलेली किल्ली शोधत होता. सहानुभूती वाटल्यानं बिरबलही त्याच्याबरोबर त्याची हरवलेली किल्ली शोधू लागला. काही मिनिटांनी बिरबलानं त्या वृद्धाला त्याची किल्ली नेमकी कुठं हरवली होती, असं विचारलं. ते शोध घेत असलेल्या ठिकाणाहून खूप दूरवर असलेल्या एका अंधाऱ्या कोपऱ्याकडे त्या वृद्धानं बोट दाखवलं.

''तुझी किल्ली जर *तिकडे* हरवली होती, तर तू ती इकडे का शोधतोयस?''

''कारण, इथे प्रकाश आहे.''

बिरबलानं स्मित केलं. आपण यशस्वीपणे काम पूर्ण केलं आहे, याविषयी त्याची खात्री पटली. तो सम्राटाकडे परत गेला आणि त्यानं त्या मूर्खाला त्याच्यासमोर सादर करून बिदागी पटकावली.

आपल्या अंतर्गत सुरू असलेलं युद्ध कोणत्याही बाह्य उपाययोजनांनी का शांत होत नाही, याविषयी आपल्याला किती वरचेवर आश्चर्य वाटत असतं! खरं आहे. झटपट उपलब्ध असलेल्या तात्पुरत्या बरं वाटण्याच्या पुष्कळ उपाययोजना जग आपल्या समोर ठेवतं; पण ज्या वेळी पुढचं आव्हान समोर उभं ठाकतं, त्या वेळी आपण पुन्हा एकदा त्याच संघर्षाच्या, निर्भर्त्सनेच्या, नाराजीच्या वावटळीत मागे खेचले जातो.

बिरबलाच्या कथेतील वृद्ध माणसाप्रमाणेच आपणही आपल्या समस्या सोडवू शकत नाही. कारण, उपाययोजना कुठे शोधाव्यात हे आपल्याला माहिती नसतं. ज्या वेळी आपल्याला आपल्या अंतरंगात डोकावून पाहण्याची इच्छा असते, त्या वेळीही हातात तलवार घेऊन आपल्या दुःख-स्थिती चक्क कापून काढण्याचा आपण प्रयत्न करतो. आपल्या अंतर्मुखतेबद्दल, आपल्या कमी झालेल्या आत्मप्रतिष्ठेबद्दल किंवा आपल्याला स्वतःविषयीच वाटत असलेल्या साशंकतेबद्दल आपण स्वतःलाच दूषणं देतो; परंतु एखाद्या गोष्टीच्या अभिव्यक्ती आणखी खोलवर असतील तर?

सर्व दुःखांच्या मुळांशी स्वतःविषयीची अखंड आसक्ती असते.

आम्ही ज्या वेळी लोकांना आयुष्याचं परिवर्तन घडवून आणणारी ही गाढ जाणीव करून देतो, त्या वेळी आम्हाला लोक लगेच विरोध करतात.

पण मला तर माझ्या भागीदारानं फसवलं...

माझी मुलंच ऐकत नाहीत...

माझा वरिष्ठ माझ्या कामाचं श्रेय लाटतो...

अशी कारणं ते देऊ लागतात.

सगळी दुःखं आत्म आसक्तीतूनच येतात, या कल्पनेला नक्कीच काही अपवाद आहेत, असा विचार आपण करू शकतो. विशेषतः आपण आता आपल्या आयुष्याच्या परिवर्तनावरील पुस्तक वाचणाऱ्यांपैकी एक असल्यामुळे तर आपण असा विचार करूच शकतो... इतर लोक आधीच निघत असताना त्यांच्यानंतर पाच मिनिटं उशिरानं निघणारा, मुलांना खाऊ घातल्याची खात्री करून घेणारा, प्लंबरला पैसे दिल्याची खात्री करून घेणारा, दंतरोगतज्ज्ञाची अपॉइंटमेंट घेतल्याची खात्री करून घेणारा... वगैरे, वगैरे लोक किती चांगले वागणारे असतात. मग चांगली व्यक्ती बनण्यासाठी एवढे खडतर परिश्रम करणारी कोणतीही व्यक्ती स्वतःच्या तणावाला कशी काय कारणीभूत होऊ शकेल? नक्कीच यात काहीतरी चूक आहे, असं आपल्याला वाटतं.

एवढ्या निःस्वार्थीपणानं वागणारी कोणतीही व्यक्ती इतकी स्वतःच्याच प्रेमात झपाटून गेलेली कशी काय असू शकेल, असाही आपण विचार करतो.

पण सगळ्यात पहिल्यांदा एक गोष्ट मला स्पष्ट करू दे. ती म्हणजे स्वार्थीपणा आणि स्वतःविषयीची आसक्ती यात ठळक फरक आहे. इतरांविषयी आदर न

बाळगता कृती करण्याविषयी आपण बोलत नाही. स्वतःविषयीच्या आसक्तीनं अंतरंग आधीच पूर्ण भरून जाणं, अशा अर्थानं आपण इथे आत्म आसक्ती किंवा स्वतःविषयीची आसक्ती हा शब्द वापरत आहोत.

आता आत्म आसक्ती नाकारण्याआधी स्वतःलाच आपण काही प्रश्न विचारू या. स्वतःची इतरांशी तुलना करून आणि आपल्याविषयी ते काय विचार करतील या कल्पनेनं झपाटून जाऊन आपण मनातल्या मनात किती वरचेवर काल्पनिक युद्ध खेळत असतो? फेसबुकवर आपण किती वेळा नकारात्मक प्रतिक्रियेची कल्पना करून पोस्ट टाकल्या आहेत? आणि किती वेळा कोणीतरी प्रत्यक्ष उत्तर देण्याआधीच प्रतिसादात्मक विधानं पोस्ट केली आहेत?

आपले स्वतःचे विचार आत्म आसक्तीच्या चक्रात गोल गोल फिरत असले तरी आपल्याला जे वाटतंय त्यावरून किती वेळा आपण दुसऱ्यांवर दोषारोप केले आहेत?

स्वतःविषयीच्या आसक्तीनं आधीच व्यापून गेलेलं मन ही सर्व दुःखांच्या आणि अंतर्गत युद्धाच्या पुनरुत्पादनासाठी अत्यंत योग्य भूमी असते, ही गोष्ट आपण विसरता कामा नये.

आपण शांतता मिळवेपर्यंत आपलं आंतरिक विश्व हे परस्परविरुद्ध विचारांचं रणांगणच असतं.

त्या व्यक्तीवर माझ्यापेक्षा जास्त प्रेम का केलं जातं?

माझं आयुष्य जास्तीत जास्त तिच्या आयुष्यासारखं का बनू शकत नाही?

तो किती आकर्षक आणि हजरजबाबी आहे. मी का तसा नाही?

सोन्याचा चमचा तोंडात घेऊन मी का जन्माला आलो नाही? तो का आला?

तुम्ही सतत हेच गुणगुणत राहाल... *मी का किंवा मी का नाही?*

आपल्या अंतर्गत संघर्षाशी मात्र बाह्य परिस्थितींचं काहीही देणं-घेणं नसतं. तुम्ही तुमच्या वडिलांएवढे उंच नाही किंवा तुमच्या महाविद्यालयातील मित्राएवढे यशस्वी नाही, या सगळ्या जीवनातील वास्तविकता असतात. त्या चांगल्या किंवा वाईट नसतात. अशा वस्तुस्थितींमुळे गैरसोई किंवा अडचणी निर्माण होऊ शकतात; परंतु अशा बाह्य समस्यांवर नेहमीच उपाययोजना शोधून काढता येतात.

आता एक गोष्ट खरी. ती म्हणजे अर्थातच आम्ही मानवी जीवनातील आव्हानांना नाकारत नाही. आपल्याला सर्वांनाच या आव्हानांना वेगवेगळ्या प्रमाणात तोंड द्यावं लागतं. आपल्याला त्यांचा कमी-जास्त फरकानं अनुभव येत असतो. या शरीरांमध्ये राहण्यासाठी आपल्याला ठरावीक वेळ मिळालेला आहे. आपल्याला सर्वांना परिपूर्ण आरोग्याची किंवा चांगल्या प्रेमळ कुटुंबांची देणगी मिळालेली नाही. या जगातील अनेक लोकांचं आयुष्य सुलभ किंवा हळुवार, मृदू नाही.

पण ज्या वेळी आपण आयुष्यातील कष्टांच्या ढिगाऱ्यावर आत्म आसक्तीचा मोठा संहारक भोवरा फेकतो, त्या वेळी आयुष्याच्या अनुचित गोष्टींमध्ये, अन्यायांमध्ये आपण स्वतःला चपखल बसवून टाकतो. आपलं मन आपल्याला आपलं शरीरं, आपलं आयुष्यं, आपलं विश्वं या सगळ्या गोष्टी अपूर्ण किंवा कुरूप वाटायला लावू शकतं. जणू काही जगानं आपल्याला जाणीवपूर्वक प्रत्येक गोष्ट नाकारली आहे, अशा प्रकारे आपल्याला आपल्यावर अन्याय झाल्याची अतिशयोक्तीपूर्ण आणि वेदनादायी जाणीव सतावू लागते. आपण तक्रार करतो, 'आपल्याला दिल्या गेलेल्या एवढ्या प्रतिकूल परिस्थितीत आपल्याला शांतता मिळणं कसं काय शक्य आहे?'

अशा दुःख-स्थितींमध्ये समस्या आणि गोंधळ आपल्या आयुष्यात धुमाकूळ घालतात, हे तुमच्या लक्षात आलेलं नाही का? संकटं किंवा दुःखं एकेकटी येत नाहीत, असं आपण म्हणतो ते उगाच नाही.

ज्या वेळी आत्म आसक्ती आपल्याला तिच्या कब्जात घेते त्या वेळी आयुष्याच्या खऱ्या समस्या सोडवल्या जात नाहीत. आपण सततच असुरक्षित मनाला विकसित करतो. अशा मनात सहजपणे प्रत्यक्ष अपमान किंवा अनादर झालेला नसला तरीही तो झाल्याची भावना निर्माण होते. आपण जे कोणी आहोत त्यापासून म्हणजे आपल्यापासूनच आपण तुटतो. त्याऐवजी आपण जे कोणी असायला हवे होतो, त्या प्रतिमेनं आपण झपाटून जातो. मानसिक पातळीवर जगण्याच्या या निकराच्या प्रयत्नात आपण इतरांच्या दर्जांप्रमाणे वागण्याचा आणि त्यांचं लक्ष वेधून घेण्याचा प्रयत्न करतो.

आपण अनेक मुखवटे घालणारे लोक बनतो. मात्र चैतन्याच्या सुंदर-स्थितीची खरी शक्ती आपल्याला झुकांडी देऊन आपल्या हातातून निसटून जाते.

आत्मप्रेमाच्या आणि आत्मकाळजीच्या संभाषणांत आपण कदाचित भागही घेतो; पण बहुतेक वेळा आपण वरवरच्या उपाययोजनांमध्ये गुरफटून जातो. आत्म आसक्तीनं आधीच व्यापून गेलेल्या मनाच्या मध्यवर्ती समस्येशी या उपाययोजनांचं काहीही देणं-घेणं नसतं.

जर आपल्या आंतरिक स्वत्वांना आपण दुःख-स्थितींमध्ये रेंगाळत राहण्यास, जखमी किंवा दुखऱ्या अवस्थेत राहण्यास परवानगी देत असलो, तर आपली स्वतःविषयीची काळजी तरी कितपत परिपूर्ण असते? आपण एक सुंदर सुट्टी उपभोगतो; पण सतत सुरू असलेल्या अंतर्गत वायफळ बडबडीपासून, गोंधळापासून सुटका मिळवण्यासाठी काहीच करत नसलो, तर आपलं स्व-प्रेम तरी कितपत खरं असतं? कारण, अशा स्थितीत आपण हरवलेल्या आणि तुटलेल्या स्थितीत असतो. अशा परिस्थितीत जीवनाचा सोहळा साजरा करणं निव्वळ अशक्य असतं.

खऱ्याखुऱ्या स्व-प्रेमासाठी आपण आत्म आसक्तीपासून दूर राहण्याची आणि सुंदर-स्थितीत प्रवेश करण्याची गरज असते.

कसं?

वेदनादायी आसक्तीतून बाहेर पडून आणि हळुवार निरीक्षणात शिरून.

डॉ. डॅनिअल जे. सिगल या मानसशास्त्राच्या क्लिनिकल प्राध्यापकांच्या मते ज्या ज्या वेळी आपण निरीक्षणाच्या अवस्थेत प्रवेश करतो, त्या त्या वेळी मेंदूमधील ज्ञानतंतूंच्या क्रियेचं स्थानांतरण होतं. ती ॲमिग्डाला केंद्रातून मध्य आणि पुढच्या पूर्वभागात स्थानांतरित होते. ॲमिग्डाला हे भीती आणि राग यांचं केंद्र आहे, तर मध्य व पुढचा पूर्वभाग हे बुद्धिमान विचार आणि संलग्नतेच्या विस्तारित जाणिवेचे केंद्र आहे.

निरीक्षणाविषयीचं जर शास्त्रज्ञांचं हे आकलन असेल, तर निरीक्षणाच्या फलिताविषयीचं अध्यात्मवाद्यांचं असं आकलन आहे की, निरीक्षणानं तिसरा डोळा सक्रिय होतो. अनेक पौर्वात्य देवतांच्या प्रतिमांमध्ये हा तिसरा डोळा दाखवण्यात आला आहे.

सुंदर स्वत्वाकडे नेणाऱ्या आपल्या प्रवासाची सुरुवात सत्यानं होते. कारण, फक्त सत्यच आपल्याला मुक्त बनवू शकतं. आपल्या स्वतःच्या आंतरिक युद्धाचं सत्य आपण पाहू शकलो आणि ज्या प्रकारे त्यानं आपल्या आयुष्याचं आकलन विकृत बनवलं आहे, ते आपल्या लक्षात आलं तर आपण त्याचं मूल्यमापन न करताच त्याचं रूपांतरण करू शकू. त्या ठिकाणी शांततेची सुंदर-स्थिती आपल्या मनात झिरपेल. आपण इतरांशी आपली सतत तुलना करत राहतो हे आपण पहिल्यांदा मान्य केलं पाहिजे. त्याबरोबरच आपल्या असंलग्न, तुटलेल्या स्थितीशी लढा देण्याऐवजी किंवा तिची लाज वाटून घेण्याऐवजी तिची सखोलताही मान्य केली पाहिजे म्हणजे मग संलग्नतेची सुंदर स्थिती आपल्या मनात आपोआपच उदयास येईल. आपल्याविषयीच्या सातत्याच्या असमाधानातून निर्माण होणाऱ्या आपल्या आयुष्यांतील संपूर्ण गोंधळाचे आपण साक्षीदार बनलो, तर एक नवीन मांडणी उदयास येऊ लागेल.

आता तुम्हाला भूमध्यसागरी प्रदेशातील मौरीन या महिलेची गोष्ट सांगते. तिच्या स्वत्वाच्या संवेदनेचा तिनं अतिशय धाडसानं परिवर्तन घडवून आणलं.

आम्ही मौरीनाला भेटलो, त्या वेळी ती चाळिशीत होती. ती उद्योग जगतात कार्यरत होती. बाह्यतः ती अतिशय ठाम आणि कठोर दिसत होती. ती ॲथलीट होती आणि फारसं स्मित करत नव्हती. अगदी सर्वसामान्य शब्दही ती अत्यंत कडकपणानं उच्चारत होती; परंतु मी सर्व साधकांना संपूर्णत्वाच्या प्रवासासाठी नेलं त्या वेळी मौरीनला खऱ्या परिवर्तनाचा अनुभव आला.

ती आठ-नऊ वर्षांची असताना तिच्यावर एका अनोळखी व्यक्तीनं बलात्कार केला होता. तिथून निघून जाताना तो तिच्या अंगावर थुंकला आणि त्यानं तिला सांगितलं, 'तू एक कुरूप मुलगी आहेस.'

आपल्या संतापावर आणि स्वतःविषयीच्या अनादराच्या झपाटून टाकणाऱ्या भावनेवर नियंत्रण मिळवण्यासाठी त्यानंतर बरीच वर्षं तिनं अनेक उपचार घेतले. तिचं दोनदा लग्न झालं. तिची एकूणच व्यावसायिक कारकीर्द खूपच उच्च दर्जाची होती. मात्र तिच्या क्षमतेसाठी आणि निर्दयीपणासाठी ती कुख्यात होती. काहीही झालं तरी तिला हवा असलेला आदर तिला कधीही मिळवता आला नव्हता.

आम्ही तिला पहिल्यांदाच गाढ ध्यानाच्या स्थितीत नेल्यानंतर तिनं निष्क्रिय साक्षीदार म्हणून ती संपूर्ण घटना पाहिली. त्यात कुठेही लढाऊ स्वत्व नव्हतं. 'हे घडलं नसतं तर माझं आयुष्य वेगळंच असतं,' असं तिला किंचाळून कोणीही सांगत नव्हतं. 'असं झालं असतं तर', 'असं झालं नसतं तर' असं काहीही तिथे नव्हतं. फक्त तिथे ती घटना होती. तिथे फक्त तिच्या आयुष्यातील प्रत्येक घटना घडत होती. स्वतःच्या जखमी स्वत्वाच्या कवचाच्या बाहेर राहून तिनं पहिल्यांदाच तिचं आयुष्य पाहिलं होतं.

जसजशी ती ध्यानाच्या अमर्याद क्षेत्रात खोलवर शिरली तसतसा तिला एक अत्यंत असामान्य अनुभव आला. संपूर्ण विश्वानंच तिला कवेत घेतलं आहे, असा अनुभव तिला आला. जणू काही विश्व हे एखादा सजीव होतं आणि त्याला तिला घट्ट धरून जवळ घ्यायचं होतं. तिच्यातील खोलवर जखमी झालेला भाग भरून काढायचा होता.

तिनं आम्हाला सांगितलं की, तिचं हृदय हे फुटलेल्या काचेसारखं होतं आणि त्या अलौकिक मिठीत पहिल्यांदाच ते सांधलं गेलं होतं.

मात्र तो अलौकिक अनुभव इतका शक्तिशाली होता की, त्यानंतर ज्या पद्धतीनं तिचं आयुष्य बदललं होतं ती गोष्ट अगदी विस्मयजनकच होती.

जो अनुभव तिला अत्यंत वेदनादायक, भीतिदायक वाटत होता, तोच आता तिला आयुष्यातील फक्त आणखी एक क्षण वाटू लागला. त्या क्षणाकडे ती शांततेच्या सुंदर-स्थितीतून मागे वळून पाहत होती.

तिच्या या सामर्थ्यशाली रूपांतरणाच्या अनुभवानंतर तिच्या मनात स्वतःविषयीच्या प्रेमाच्या आणि अनुकंपेच्या, करुणेच्या नवीन खोली तिला अनुभवता आल्या. तिच्या अनेक बढत्यांपैकी अगदी अलीकडची बढती तिला देऊ करण्यात आली होती, त्या वेळी तिनं ती स्वीकारण्यास नकार दिला. शक्य असलेल्या सर्वाधिक स्वत्वरहित मार्गावरून प्रवास करताना तिला जो शोध लागला होता, त्याच्या साहाय्यानं तिनं आपला अंतर्गत प्रवास पुढे नेण्याचं ठरवलं होतं. स्वतःविषयीच्या आसक्तीचा तिला जाणवणारा रेटा आता थांबला होता.

''या वेळी मला इतरांच्या जखमा भरून काढायच्या आहेत,'' ती म्हणाली.

मौरीनानं तिच्या संघटनेतील आपली भूमिका बदलली. आता ती तरुण आणि नुकत्याच प्रवेश करणाऱ्या कर्मचाऱ्यांची मार्गदर्शक म्हणून काम करू लागली. तिच्या आयुष्यात तिला लाभलेल्या प्रेमामुळे तिला शांतता मिळाली.

मौरीनाची वेदना समजून घेण्यासाठी आपल्यालाही भूतकाळात अशा प्रकारचा वेदनादायक दुःखद अनुभव आलेला असलाच पाहिजे, असं नाही; पण आपल्यापैकी प्रत्येकानंच एखाद्या दुःस्वप्नाप्रमाणे आपल्याला झपाटून टाकणाऱ्या स्मृतींपासून मुक्त झालंच पाहिजे. आपण एकतेच्या, एकसंधतेच्या अवस्थेपर्यंत उन्नत झालं पाहिजे.

आपण सगळ्या आत्मलढ्याच्या स्थितींच्या स्वरूपाचं निरीक्षण केलं, तर आपल्याला असं आढळतं की, त्या सगळ्या आपल्या अंतर्गत टीकाकार असतात आणि त्या आपल्याला विदीर्ण करून टाकतात. आपल्या आयुष्यातून त्या आनंदाच्या, उल्हासाच्या आणि शांततेच्या सगळ्या सुंदर स्थिती चोरतात. आपले वैयक्तिक इतिहास काहीही असले तरी त्यानं काहीही फरक पडत नाही. आपले हे इतिहास साधे असोत किंवा गुंतागुंतीचे; पण काहीही असलं तरी आपण एकदा का या लढणाऱ्या स्वत्वांच्या कचाट्यात सापडलो की, आपल्या सभोवतालच्या प्रत्येक गोष्टीवर आपण टीका करतो. मग त्यात आपलं दिसणं, आपला दर्जा, आपलं घर आणि कुटुंब, आपलं आयुष्यही येतं. आपल्या अंतर्गत दुफळीच्या मुळाशी सतत शेरेबाजी करण्याची सवय असते. तिच्यामुळे आपल्या आयुष्यातील प्रत्येक अनुभवाचं 'असं असावं' आणि 'असं असू नये' या दोन भागांत विभाजन होतं. या सवयीमुळे आपण तुलना करण्यास प्रवृत्त होतो आणि अंतर्गत युद्ध सुरू होतं.

तुम्ही तुमच्या शरीराकडे पाहता, त्या वेळी तुम्ही ते जसं आहे तसं त्याच्याकडे पाहत नाही. त्याच्यावर तुम्ही शेरेबाजी करता. शरीराचा इंच न् इंच *कसा असायला हवा होता आणि कसा असायला नको होता,* यावर तुम्ही मत व्यक्त करता. तुम्ही तुमच्या कुटुंबाबरोबर असता त्या वेळी तुम्ही ते जसं असतं तसं त्याच्याबरोबर राहत नाही. तुम्ही कुटुंबातील प्रत्येक सदस्य *असा असायला हवा होता आणि असा नसायला हवा होता,* याविषयी बोलत राहता. तुम्ही घरात प्रवेश करता त्या वेळी तुम्ही त्याचा आनंद घेत नाही. तुम्हाला ते आवडत नाही. त्याऐवजी तुम्ही त्याच्याविषयी विधानं करता. *ते मोठं किंवा लहान असायला हवं होतं किंवा ते असं असायला नको होतं,* अशा प्रकारची विधानं तुम्ही करता. तुम्ही कामावर जाता त्या वेळी तुमचं मन हेतूनं किंवा सर्जनशीलतेच्या संवेदनेनं व्यापलेलं नसतं. तुम्ही रोजचा दिवसच *मी दुसरीकडे कुठेतरी असायला हवं होतं किंवा मी इथे असायला नको होतं* या विचारात त्या ठिकाणाचं मूल्यमापन करण्यात घालवता.

ज्या वेळी तुम्ही आयुष्याचे निरीक्षक बनता, त्या वेळी सगळी शेरेबाजी, विधानं अनावश्यक, निरुपयोगी ठरतात. वाळलेल्या पानांसारखी ती तुमच्यापासून गळून पडतात. जागृतीच्या नदीतून ती पुढे वाहून नेली जातात. तुमच्या अस्तित्वातून शांतता आणि हर्षोल्हास यांची सखोल संवेदना उत्सर्जित होऊ लागते. चैतन्याच्या या भव्यदिव्य स्थितीत अपयशासाठी स्वतःला किंवा इतरांना दोष देण्याची गरज भासत नाही. त्याऐवजी प्रत्येक अपयशाचं पूर्ण आकलन होऊन ते विलीन होऊन

जातं. स्वतःचं समर्थन करण्याची किंवा इतरांचा निषेध करण्याची गरज न भासता प्रत्येक पराभवही सहजपणे स्वीकारला जातो. स्वतःकडे किंवा स्वतःच्या शरीराकडे पाहण्याच्या तुमच्या दृष्टिकोनावर इतर लोकांच्या शब्दांचा आणि विधानांचा परिणाम होत नाही. तुमच्या रागीट स्वत्वाविषयी, तुमच्या असूयेच्या स्वत्वाविषयी आणि तुमच्या एकाकी स्वत्वाविषयीही तुम्ही निश्चिंत असता. या स्वत्वांची तुम्ही काळजी किंवा चिंता करत राहत नाही. तुमच्यातील कोणत्याही भागामुळे तुम्ही स्वतःला चुकीचं ठरवत नाही. तुमचं स्वतःचं संपूर्णत्व, अखंडत्व तुम्ही सहजतेनं स्वीकारता. चैतन्याच्या ज्या स्थितीतून निरीक्षण करण्यास सुरुवात केली जाते, त्या स्थितीत तुम्हाला अनुकंपा आणि स्वातंत्र्य यांच्या खऱ्या अर्थाचं आकलन होतं.

आपण जेव्हा आयुष्यातील अनुभवांविषयी शेरेबाजी बंद करतो. चांगलं-वाईट, सुंदर-कुरूप, असं असायलं हवं - तसं नको अशी लेबल्स लावणं बंद करतो, तेव्हा आपण अभिमान व अपमान; अपराधीभावना व पश्चाताप या सर्वांपलीकडे पोहोचतो. आता आपण शुद्ध चैतन्याच्या प्रांतात पोहोचतो, जिथं सर्व काही पवित्र आहे, जिथे फक्त शुद्ध अस्तित्व आहे आणि आयुष्यातला प्रत्येक माणूस मात्र उपस्थित आहे. जीवन उपस्थित आहे... या ब्रह्मांडाचा एक प्रवाहच जणू!

ज्या वेळी या आंतरिक युद्धातून आपण बाहेर पडतो, त्या वेळी आपली जागृती आपल्याला हृदयाच्या उत्कट इच्छांपर्यंत आणि आयुष्याच्या अधिक महान हेतूंपर्यंत नेते. आपल्या प्रिय व्यक्तींसाठी आपण अधिक तत्पर असतो. आपल्या समाजाला आणि जगाला काहीतरी देण्यास आपण अधिक समर्थ असतो. आपल्या सभोवतालच्या लोकांच्या परिस्थितीत बदल घडवून आणण्यासाठी आपल्याला खऱ्या अर्थानं स्फूर्ती मिळते.

'असं असलं पाहिजे' आणि 'असं असता कामा नये' या पलीकडे जाऊन 'काय आहे' इथपर्यंत आपण पोहोचतो. आपण आयुष्याच्या प्रेमात पडतो. आपण आपल्या स्वतःच्याच प्रेमात पडतो. चैतन्याची ही सुंदर-स्थिती असते.

कृपया इथे थोडं थांबा. मन शांत करा. हळूहळू श्वास घेताना आपल्या शरीराच्या अस्तित्वाचा अनुभव घ्या. 'शरीर असं असायला हवं' किंवा ' शरीर असं असायला नको' असं काहीच नाही. तुमचं शरीर जसं आहे बस्स, तसंच आहे.

हळूहळू, मंद गतीनं श्वसन करा आणि तुमच्या परिवाराला तुमच्या अंतःकरणात सामावून घ्या. 'तो असा असायला हवा होता' आणि 'असा असायला नको होता' असं काहीही नाही. हा तुमचा परिवार आहे आणि तो जसा आहे बस्स, तसाच आहे.

आता सखोल श्वास घ्या. तुमच्या घराकडे बघा. 'ते असं असायला हवं होतं' आणि 'असं असायला नको होतं' असं काहीही नाही. हे तुमचं घर आहे आणि बस्स, जसं आहे तसंच आहे.

अखेरीस तुम्ही स्वतःवर करत असलेल्या टीकेकडे दयाळूपणानं पाहा. तुम्ही निवाडा करत असल्याप्रमाणे वागल्याबद्दल स्वतःवर बिलकूल रागवू नका. मंद स्मित करा. 'ते असं असायला हवं होतं' आणि 'असं असायला नको होतं' असं काहीही नाही. फक्त जे आहे ते असं आहे.

प्रसन्नतेनं, शांतपणे केलेलं निरीक्षणच तुम्हाला शांत आणि आंतरिक पूर्णत्वाच्या सुंदर-स्थितीकडे घेऊन जाईल. तुमचं तुमच्याशी असलेलं युद्ध संपलं की, तुम्ही नवीन गाणं गुणगुणा : माझं आयुष्य सुंदर आहे.

सोल सिंक साधना :
संघर्षग्रस्त स्वत्वापासून सुंदर स्वत्वापर्यंतचे परिवर्तन

आता या सोल सिंकची साधना स्वत्वाच्या समग्रतापूर्ण, शांत आणि एकात्मतेच्या स्थितीतून करावी, असं तुम्हाला वाटू शकेल.

पुन्हा एकदा सोल सिंक ध्यानाच्या पाच पायऱ्यांचा तुम्ही सराव करा. त्या पान क्र. ३१-३३ यांवर देण्यात आल्या आहेत.

तुम्ही सहाव्या पायरीवर याल त्या वेळी तुम्ही स्वतः म्हणजे सुंदर स्वत्व आहात, अशी कल्पना किंवा विचार करा.

म्हणजे काय? तर तुम्ही म्हणजे - ज्या व्यक्तीचं स्वतःशी, स्वतःच्या आयुष्याशी, इतर लोकांशी आणि सभोवतालच्या जगाशी युद्ध सुरू नाही, असं स्वत्व असलेली व्यक्ती आहात, अशी कल्पना करा. त्या क्षणी तुम्ही जसे असता ते म्हणजेच स्वतःबरोबर शांततेनं राहणं होय. त्या क्षणाची जाणीव करून घ्या.

३

तिसरं परमरहस्य :
विश्वप्रज्ञेप्रति जागृती

∞

तिसरं परमरहस्य : विश्वप्रज्ञेप्रति जागृती

प्रीताजी

मानवी शरीर हे निसर्गातील ६० मूलद्रव्यांपासून बनलं आहे. आजपर्यंतच्या मूल्यानुसार या मूलद्रव्यांची किंमत फक्त १६० अमेरिकन डॉलर्स आहे.

या मूलद्रव्यांपैकी ऑक्सिजन (प्राणवायू), हायड्रोजन, कार्बन, नायट्रोजन, कॅल्शियम आणि फॉस्फरस या फक्त सहा मूलद्रव्यांनी शरीराचा ९९ टक्के भाग बनलेला आहे. यातली रोचक बाब अशी की, एखाद्या पेटीत सहा किंवा साठ मूलद्रव्यं एकत्र भरून ती हलवून एकत्रित करून शरीर बनवता येत नाही. या रासायनिक मिश्रणांना हृदयात, मेंदूमध्ये, रक्तात, हाडांमध्ये आणि डीएनएमध्ये रूपांतरित करण्यासाठी अविश्वसनीय आणि प्रचंड प्रमाणातील बुद्धिमत्तेची गरज असते. या साठ मूलद्रव्यांपासून माणसाची निर्मिती करणाऱ्या दोनशे प्रकारच्या विविध पेशी कशा तयार होतात, ही गोष्ट अगदी अनाकलनीय, अतर्क्य किंवा अगाधच आहे!

तुम्हाला आढळणाऱ्या प्रत्येक अस्तित्वाच्या मागे विश्वप्रज्ञा काम करत असते. मग तो पाईन वृक्ष असो, कवक किंवा भूछत्र असो, एखादा अमिबा असो, देवमासा असो किंवा गेंडा असो.

शरीरात प्रज्ञा नेमकी कुठे असते, असं तुम्हाला वाटतं?

यातलं नेहमीच दिलं जाणारं उत्तर असतं की, बुद्धिमत्ता मेंदूत असते. हा मेंदू १० कोटी मज्जातंतूंनी किंवा ज्ञानतंतूंनी बनलेला असतो. त्याला पाठबळ देणाऱ्या

ट्रिलियन सपोर्ट पेशी असतात आणि क्वाड्रिलियन (दहावर पंधरा शून्यं) एवढ्या मज्जातंतूंच्या जोडण्या असतात.

हृदयातही सुमारे ४०,००० मज्जातंतू असतात आणि ते बरेचसे मेंदूतील मज्जातंतूंसारखेच असतात. तेही भावना, अंतःप्रेरणा आणि निर्णय घेणं या प्रक्रियांशी संलग्न असतात हे तुम्हाला माहिती आहे का? तुमच्या आतड्यात ५० कोटी मज्जातंतू असतात. हे दोन्ही अवयव भावना आणि निर्णय घेणं या दोन्ही प्रक्रियांमध्ये गुंतलेले असतात.

ओ अँड ओ ॲकॅडमीत आम्ही घेत असलेल्या परिवर्तनाच्या प्रक्रियांमध्ये आम्हाला असं दिसून आलं आहे की, लोक त्यांच्या मज्जारज्जूंमधील मज्जातंतूंमध्ये विविध ठिकाणी साठवून ठेवलेल्या जुन्या स्मृती मुक्त करतात. एकदा ते या स्मृतींपासून मुक्त झाले की, मग त्यांच्या भूतकाळाकडे पाहण्याच्या दृष्टिकोनात पूर्ण बदल घडून येतो. त्यांचे शब्द आणि कृती अधिक सकारात्मक बनतात.

याचा अर्थ मेंदूमध्ये प्रज्ञा असते, हृदयात प्रज्ञा असते आणि आतड्यातही ती असते, तशीच पाठीच्या कण्यातही प्रज्ञा असते.

प्रज्ञेला यापैकी कोणत्याही एका अवयवापुरतं आपण मर्यादित ठेवू शकत नाही. मानवी शरीरात ज्याप्रमाणे आपण बुद्धिमत्तेला फक्त मेंदूपुरतं मर्यादित ठेवू शकत नाही, त्याप्रमाणेच प्रज्ञेला आपण फक्त मेंदू असलेल्या सजीवांपुरतंच मर्यादितही ठेवू शकत नाही. मेंदू, आतडी, हृदय आणि मज्जारज्जू यांच्यातील प्रज्ञा ज्याप्रमाणे एकमेकांपासून तुटलेली किंवा असंलग्न नसते, त्याप्रमाणेच अनेक प्रकारचे सजीव असलेल्या या विशाल, दृश्य विश्वाच्या मागे एक अदृश्य विश्वप्रज्ञाही असते.

जर आपण ती प्राप्त करू शकलो तर?

खरं म्हणजे आपण ती प्राप्त करू शकतो.

विश्वप्रज्ञेची देणगी

असंलग्नतेच्या भावनांशी कधी ना कधी संघर्ष केलेल्या किंवा त्यांना चिकटून राहिलेल्या कोणासाठीही हे तिसरं रहस्य म्हणजे एक खरीखुरी देणगीच आहे. जग ही शुष्क आणि काळजी न घेतली जाणारी जागा आहे, याचे काही पुरावे आपल्यापैकी अनेकांना आढळले असतील, त्यामुळे ज्या वेळी आशांचा किंवा स्वप्नांचा आपण विचार करतो, त्या वेळी अशा लोकांनी आपल्याला पाठबळ देणारी एखादी गोष्ट किंवा कोणीतरी असेल, अशी आशाही सोडून दिली असेल.

परंतु आयुष्याचा अशा प्रकारे विचार करण्याची गरज नसते.

तुम्हाला ज्या वेळी या विश्वप्रज्ञेची जाणीव होते, त्या वेळी तुम्हाला अनेक नवीन कल्पनांच्या लाटांवर लाटा उसळत असल्याची जाणीव होते. त्याबरोबरच

अनेक प्रकारचे योगायोग आणि सुसंगती, मेळ जाणवू लागतात, त्यामुळे आयुष्य परिश्रमरहित, विनासायास पुढे सरकू लागल्यासारखं वाटतं.

श्रीनिवास रामानुजन हे एक महान गणितज्ञ होते. रामानुजन नेहमीच 'पूर्ण खुलेपणा'च्या स्थितीत काम करत असत. त्यांना अनेक गुंतागुंतीची, अवघड गणिती सूत्रं आणि त्या सोडवण्याच्या पद्धतीही विश्वप्रज्ञेकडून त्यांच्यासमोर उलगडत असल्याचे अनुभव आले होते. नंतर ते 'सर्वसामान्य स्थितीत' येत असत. मग त्यांच्यासमोर उकल झालेल्या गणिती समस्यांच्या आणि सूत्रांच्या पुराव्यांच्या नोंदी करण्याचं काम ते करत. त्यांच्या मृत्यूनंतर अठ्ठ्याण्णव वर्षांनी आजही कृष्णविवरांचं वर्तन समजून घेण्यासाठी त्यांची सूत्रं वापरली जात आहेत.

तुमच्या असं लक्षात येईल की, ज्या वेळी सर्व काळज्या, भीती आणि आसक्ती तुम्ही खऱ्या अर्थानं सोडून देऊ शकाल आणि अत्यंत साधेपणानं विश्वप्रज्ञेकडे मदत मागाल, त्या वेळी ती क्षणार्धात तुमच्यापर्यंत पोहोचेल. तुमच्या मनात कल्पनेच्या रूपात ती आकाराला येईल. तुमच्या शरीराच्या जखमा ती भरून काढेल. बाह्य जगाच्या दृष्टीनं तो एक योगायोग असेल किंवा आयुष्याची आव्हानं सोडवण्याची अगदी थेट विस्मयजनक; पण उत्कृष्ट उपाययोजना असेल.

यावरून आपल्याला एका भारतीय नीतीकथेची आठवण होणं साहजिक आहे. एका लहानशा गावातील सर्व प्राण्यांनी जंगलात फिरायला जायचं ठरवलं. घोडे, गाढवं, उंदीर, डुकरं, वटवाघळं आणि मांजरं असे सगळेच प्राणी त्यात सहभागी झाले.

अचानक कुत्र्याच्या असं लक्षात आलं की, त्या गावाच्या सभागृहातील एक पाल त्यांच्यात कुठेच दिसत नव्हती, त्यामुळे तो त्या सभागृहात धावत गेला आणि त्यानं पालीला ती का आली नाही, असं विचारलं. ती छपरावर पडून राहिली होती.

पालीच्या चेहऱ्यावर भयंकर चिंता दिसत होती. ती म्हणाली, ''मला माफ करा; पण मला तुमच्याबरोबर फिरायला येता येणार नाही. कारण, मी जर खाली आले तर माझ्या पोटावर मी तोलून धरलेलं या सभागृहाचं छप्पर खाली कोसळेल.''

आपण भीतीच्या, चिंतेच्या, काळजीच्या आणि दारुण निराशेच्या स्थितीत असतो, त्या वेळी आपणही कोणत्या ना कोणत्या प्रकारे त्या अज्ञानी पालीसारखेच असतो. आपल्या मनातील भीती आपल्याला व्यापक सत्य पाहण्यापासून रोखतात.

गोष्टी अधिक चांगल्या बनतील, या विश्वासाच्या स्थितीत तुम्ही विश्वाशी संलग्न होता आणि तुमचा पुढचा मार्ग स्पष्ट, साफसूफ बनवता.

तुम्ही झोपी जाण्यापूर्वी किंवा तुमच्या स्वप्नात तुमच्या मनात काही क्षण ती कल्पना चमकून जाते आणि तुम्हाला तुमच्या समस्येचं उत्तर मिळू शकतं. अशा वेळी उठल्यानंतर तुमच्या मनात कमालीची स्पष्टता असते किंवा काही वेळा एखादा मित्र येऊन उपाययोजना सांगतो अगर तुमचा एखादा सहकारी विशिष्ट आव्हानाची कशी हाताळणी करावी, हे त्याला माहिती असल्याचं तुम्हाला सांगतो.

दैवी-मानवी संबंध हा कदाचित सर्वाधित ज्ञात नातेसंबंध असावा. आपण नेहमीच आपला दहावा वर्धापन दिन, आपला पंचविसावा वर्धापन दिन... वगैरे वर्धापन दिन साजरे करण्याविषयी बोलतो; पण आपल्या या नातेसंबंधाचा दहा हजारावा किंवा ऐंशी हजारावा वर्धापन दिन साजरा करण्यास आपण विसरतो का? मानवतेचं विश्वचैतन्याशी असलेलं नातं हे दीर्घकाळ टिकून राहिलेलं नातं आहे.

प्रत्येक ठिकाणी, प्रत्येक भूमीत तुम्हाला या गूढ नातेसंबंधाचे संदर्भ सापडतील. नोंद करण्यात आलेल्या इतिहासात सर्वत्र तुम्हाला त्याच्या नोंदी आढळतील. त्याबरोबरच अशा अध्यात्मवाद्यांच्या ताब्यात पर्यायी सत्य येत असल्याच्या नोंदीही तुम्हाला दिसतील.

काही संस्कृतींमध्ये विश्वचैतन्याशी किंवा स्रोताशी असलेला हा संबंध अत्यंत वैयक्तिक स्वरूपाचा मानला जातो, तर काही संस्कृतींमध्ये तो व्यक्तिनिरपेक्ष मानला गेला आहे. व्हॅटिकनमध्ये मायकेल अँजेलोनं दाखवून दिल्याप्रमाणे हा नातेसंबंध कालातीत आहे. ऐहिकतेच्या दैनंदिन चैतन्याकडे अलौकिकता धाव घेते आणि ऐहिकतेला अलौकिकतेपर्यंत उन्नत होण्याची उत्कट इच्छा असते.

ज्याप्रमाणे निसर्गानं मेंदूला पाहण्याची, ऐकण्याची, स्पर्श करण्याची आणि संवेदना समजून घेण्याची क्षमता दिली आहे, त्याप्रमाणेच निसर्गानं आपल्या मेंदूत विश्वाचा अनुभव घेण्याची खिडकीही ठेवली आहे, असा आमचा विश्वास आहे. आपण ज्या वेळी गोष्टी अधिक चांगल्या घडतील, या विश्वासाच्या स्थितीपर्यंत पोहोचतो, त्या वेळी बहुधा मेंदूचे विशिष्ट भाग सक्रिय बनत असावेत आणि त्या वेळी विश्वप्रज्ञेचा अनुभव मिळवणं शक्य होत असावं.

विश्वप्रज्ञेच्या शक्तीचा आणि कृपेचा अनुभव घेतलेल्या आमच्या ॲकॅडमीच्या असंख्य साधकांनी सांगितलेले अनुभव आमच्याकडे आहेत. ब्रिटनमधील एका डॉक्टरचा अनुभवही असाच आहे.

हा डॉक्टर पंचेचाळिसाव्या वर्षी नियमित वैद्यकीय तपासण्यांसाठी गेला. त्या वेळी त्याच्या शरीरात कर्करोगाची अत्युच्च लक्षणं निर्माण झाल्याचं दिसून आलं. मात्र तरीही डॉक्टरांना या कर्करोगाची वाढ नेमकी कुठे होत होती, ते समजत नव्हतं. आता त्या डॉक्टरच्या मनात त्याच्यावर पूर्णपणे अवलंबून असलेल्या पत्नीची आणि त्याच्या मुलींची तीव्र काळजी निर्माण झाली.

अनेक चाचण्या आणि उपचार करून घेतल्यानंतर तो भारतातील आमच्या ॲकॅडमीत आला. तो इथे आला त्या वेळी अतिशय निराश अवस्थेत होता. मात्र तो आमच्यासोबत राहिल्यानंतर त्याच्या असं लक्षात आलं की, त्या कथेतील पालीप्रमाणेच त्याची भीती आणि चिंताही निराधार होती. त्याच्याखेरीज त्याची पत्नी आणि मुली त्यांचं आयुष्य व्यवस्थितपणे जगू शकणार नाहीत, हेच तो भविष्यकाळाचा विचार करत असताना सारखं म्हणत होता. त्याच्या अकाली

मृत्यूमुळेच त्यांना हे दुःख भोगावं लागेल, असंही त्याला वाटत होतं. ॲकॅडमीत सात दिवस राहिल्यानंतर मृत्यूच्या प्रचंड भीतीतून तो बाहेर पडला. विश्वप्रज्ञेशी असलेल्या त्याच्या हृदयातील अविश्वसनीय संलग्नतेची त्याला जाणीव झाली. त्याचं चैतन्य ते समजून घेण्याइतकं उन्नत बनलं. त्याला लागलेला तो एक शोधच होता. तो घरी गेल्यानंतर त्याच्या असं लक्षात आलं की, त्या वेळी त्याच्या शरीरात कर्करोगाची कोणतीही लक्षणं उरलेली नव्हती. आता तो ओ अँड ओ ॲकॅडमीत ट्रेनर म्हणून काम करतो आणि इतरांना सुंदर स्थितीत जगण्यासाठी मदत करतो.

आमच्या ॲकॅडमीतील आणखी एका साधकाला वेगळ्याच प्रकारे विश्वप्रज्ञेचा अनुभव आला. अठरा वर्षांपूर्वी त्यानं पदवी मिळवली होती आणि त्यानंतर लगेच तो एका प्रतिष्ठित ऑटोमोबाईल कंपनीत काम करत होता. काही वर्षांपूर्वी आमची त्याच्याशी भेट झाली होती. त्या वेळी तो कंपनीचा उपाध्यक्ष बनला होता आणि कंपनीच्या भारतातील विभागाचा प्रमुख म्हणून त्याची भारतात बदली झाली होती. त्याला या गोष्टीचा तिरस्कार वाटत होता. कारण, त्यामुळे त्याला फ्रान्समधून बाहेर पडावं लागलं होतं. तिथे त्याची खूप मित्रमंडळी होती.

भारतात आल्यानंतर अनेक योगायोग घडले आणि तो आमच्या कॅम्पसमध्ये पोहोचला. इथे असताना त्याला फ्रान्समध्ये परतण्याची किती तळमळ लागून राहिली होती हे सांगताना तो अजिबात थकत नव्हता. अखेरीस त्याच्या आसक्तीमुळे तो कसा दुःखी बनत चालला होता हे पाहण्यास त्यानं सुरुवात केली. तो आमच्यासोबत विविध प्रक्रियांमधून गेल्यानंतर त्यानं आपली चिंता सोडून दिली आणि विश्वचैतन्याशी शांततामय संबंध प्रस्थापित केले. त्याला पुढचा मार्ग दाखवावा, अशी त्यानं विश्वचैतन्याला विनंती केली. त्यानंतरच्या काही दिवसांत त्यानं कामाच्या ठिकाणचं अप्रसन्न राजकारण शांतपणे स्वीकारण्यास आणि त्याच वेळी भारताच्या रस्त्यांवर तो देत असलेल्या प्रचंड योगदानाचा आनंद लुटण्यास सुरुवात केली. त्याच्या कामाच्या माध्यमातून त्यानं अनेक जणांसाठी नोकरीच्या संधी निर्माण केल्या आणि ड्रायव्हर्ससाठी रस्ते अधिक सुरक्षित बनवले. तो सोल सिंकच्या सरावानं त्याच्या दिवसाची सुरुवात करत होता आणि गोष्टी अधिक चांगल्या बनतील, या विश्वासाच्या सुंदर स्थितीत शिरून आणि विश्वचैतन्याशी स्वतःला संलग्न करून दिवसाची अखेर करत होता.

दिवसामागून दिवस जात होते आणि त्याच्या चैतन्याच्या निश्चल-स्थितीमध्ये नवकल्पना स्फुरू लागल्या. त्यानं कामाच्या ठिकाणच्या समस्या सोडवल्या आणि व्यवसायात प्रचंड वाढ केली. अचानक फ्रान्समध्ये हरितऊर्जा क्षेत्रातील एक अनपेक्षित संधी त्याच्या समोर आली. आता तो त्या क्षेत्रातील नेताच होता. विश्वप्रज्ञेनं त्याच्यासमोर एक दरवाजा खुला केला होता.

विश्वप्रज्ञेशी जोडलं जावं असं तुम्हाला वाटतं का?
पुढील साधना करा.

विश्वप्रज्ञेशी जोडले जाण्यासाठीचे चार टप्पे

- **पहिला टप्पा** : तुमच्या इच्छेभोवतीच्या सगळ्या चिंता, भीती आणि नैराश्य सोडून द्या (यासोबत पान क्र. ७०-७१ यांवर देण्यात आलेली प्रशांत मनाची साधना करा. त्याची तुम्हाला चांगली मदत होईल).
- **दुसरा टप्पा** : तुमच्या हृदयात विश्वप्रज्ञेची जागृती करून घ्या. तुमचं हृदय त्यासाठी त्या जागृतीपर्यंत उन्नत बनवा. बहुतांश लोकांना विश्वप्रज्ञा म्हणजे शक्तीची, शांततेची किंवा प्रेमाची जाणीव असल्याचा अनुभव येतो. काहींना हृदयात तेजस्वी गूढ प्रकाश दिसण्याचा अनुभव येतो किंवा तिथे त्यांना त्यांच्या इष्ट-देवतेचं दर्शन होतं. काहींना व्यापक अस्तित्वाची जाणीव होते.
- **तिसरा टप्पा** : तुम्हाला जे हवं असेल ते हर्षोल्हासानं मागा. स्पष्टपणे आणि नेमकेपणानं मागा. एखाद्या सजीव व्यक्तीशी तुम्ही बोलत आहात अशा प्रकारे विश्वाशी बोला आणि जे मागायचं असेल ते मागा.
- **चौथा टप्पा** : तुम्हाला जे घडावं अशी इच्छा असेल ते घडत आहे, अशी कल्पना करून तसं दृश्य मनश्चक्षूंसमोर आणा. कृतज्ञतेनं तुमचं हृदय भरून जाऊ दे.

या प्रक्रियेसाठी तुम्ही कोणत्याही एखाद्या विशिष्ट प्रकारचे श्रद्धाळू असण्याची गरज नाही, ही गोष्ट लक्षात ठेवली पाहिजे. त्याबरोबरच तुम्ही कोणत्याही ध्यानाचा नियमित सराव करणारे असला पाहिजेत, असंही नाही.

तुम्हाला वाटेल तेव्हा केव्हाही तुम्ही ही साधना किंवा सराव करू शकता किंवा फ्रान्समधील आमच्या विद्यार्थ्यांप्रमाणे तुम्ही रात्रीचा परिपाठ म्हणून तेव्हा हा सराव करू शकता.

रात्री झोपण्यापूर्वी करायच्या साधनेचे टप्पे

१. हळुवारपणे डोळे मिटून घ्या. हळूहळू श्वास घ्या आणि सोडा. आता जाणीवपूर्वक श्वास घ्या.

२. विश्वप्रज्ञेच्या पाठिंब्याची गरज असलेल्या आयुष्यातील विशिष्ट परिस्थिती तुमच्या नजरेसमोर आणा. तुम्ही या मार्गावर कुठल्या टोकापर्यंत पोहोचला आहात, असं तुम्हाला वाटतं? कोणत्या क्षेत्रात उपाययोजना शोधण्यासाठी तुमच्याकडच्या सगळ्या संसाधनांचा किंवा मानसिक क्षमतांचा तुम्ही पूर्ण वापर करून घेतला आहे, असं तुम्हाला वाटतं?

३. पुढे दिलेल्या मंत्राचा जप करा : माझ्या लहानशा, मर्यादित स्वत्वाचं नैराश्य मी जाऊ देत आहे आणि माझी समस्या विश्वप्रज्ञेकडे सोपवत आहे. हे तीन वेळा म्हणा आणि ते म्हणत असताना ती भावना अत्यंत सखोलपणे आणि अर्थपूर्णतेनं अनुभवा.

४. तुमच्या हृदयावर हळुवारपणे लक्ष केंद्रित करा. विश्वप्रज्ञेविषयी तुमच्यात झालेली जागृती तुम्हाला स्वाभाविक वाटेल अशा मार्गाने तुम्हाला होऊ दे. तुम्हाला कदाचित अपार शक्ती, असीम शांती किंवा महान प्रेमाची अनुभूती होईल. तुमच्या हृदयाच्या निकट असलेल्या स्वरूपाचं तुम्हाला गूढ दर्शन होऊ शकेल किंवा तुम्हाला व्यापक निराकाराचं अस्तित्व जाणवेल.

५. तुमच्या हृदयाच्या पोकळीत हा अनुभव साकार होऊ द्या आणि त्यात स्वतःला बुडवून टाका.

६. हर्षोल्हासाच्या भावनेनं त्या अस्तित्वाचं निरीक्षण करा आणि एखाद्या जिवंत व्यक्तीशी बोलल्याप्रमाणे त्या अस्तित्वाशीही बोला. तुमच्या मनात खोलवर रुजलेल्या इच्छेची पूर्तता करण्यास विश्वाला सांगा. तुम्ही ज्याच्यावर डोळे झाकून विश्वास ठेवू शकता, त्याच्याशी बोलल्याप्रमाणे तुमच्या हृदयापासून विश्वाशी बोला.

७. तुमचा हेतू साकार होत असल्याचं निरीक्षण करा आणि तुम्ही त्याचा आनंद घेत आहात, असं दृश्य डोळ्यांसमोर आणा. त्याचा अनुभव घेत असल्याचा आनंद मिळवा.

आता तुम्हाला विश्वप्रज्ञेशी जोडले जाण्याच्या शक्तीची कथा सांगते.

कृष्णाजींनी त्यांच्या पालकांची इच्छा पूर्ण करण्यासाठी बांधलेल्या एकम् या ध्यानाच्या जागेचा उल्लेख याआधीच केला आहे. एकम् ही फक्त एक सुंदर

वास्तुरचनाच नाही, तर ती त्याहूनही अधिक काहीतरी आहे. ते एक गूढ ऊर्जागृह आहे. तिथे लोकांना आपोआपच अलौकिकतेच्या उन्नत स्थितीपर्यंतची जागृती प्राप्त होते. तिथे लोकांना विश्वप्रज्ञेशी आपला संबंध असल्याचा साक्षात्कारही होतो.

ज्युली ही प्रेमकथा लिहिणारी लेखिका एकम् विश्वशांती महोत्सवाला आली नव्हती. हा महोत्सव २०१८च्या ऑगस्टमध्ये झाला होता. तिचं आयुष्य खूपच आनंदी होतं आणि आध्यात्मिक आयुष्यात खूप खोलवर जाण्याची तिची फारशी इच्छाही नव्हती.

परंतु नंतर तिची जिज्ञासा जागृत झाली आणि तिनं इकडे येण्याचं ठरवलं.

एकम्‌मधील तिच्या पहिल्याच दिवशी ज्या वेळी तिला तिच्या मनातील सखोल इच्छेचा विचार करण्यास सांगण्यात आलं, त्या वेळी तिच्या मनात तिच्या प्रियकराचा विचार आला. त्याला गंभीर आजार जडला होता.

त्याची वेदनेतून सुटका व्हावी, यासाठी मी काहीही द्यायला तयार आहे, असा तिनं विचार केला. माझं त्याच्यावर एवढं प्रेम आहे की, जर त्याच्या मुक्ततेच्या मार्गात आमचं प्रेम आडवं आलं तर मी तेही सोडून देईन.

ज्युली एकम्‌मध्ये आलेल्या दिवसानंतर तिला प्रचंड वेदना होऊ लागल्या. तिनं त्या आधी कधीही तशा वेदना अनुभवल्या नव्हत्या. ती अस्वस्थपणे बसली होती, त्या वेळी तिच्या लक्षात आलं की, अशाच प्रकारच्या वेदना तिच्या प्रियकरालाही होत होत्या. त्यानं त्याला होत असलेल्या वेदनांचं तिच्याकडे असंच वर्णन केलं होतं.

ती घरी असती तर तिनं त्या वेदना दूर करण्यासाठी गोळी घेतली असती; परंतु त्याऐवजी आता तिनं तसंच बसून राहण्याचं ठरवलं. तोपर्यंत तिच्या प्रियकरासोबत ती अनेक डॉक्टरांकडे जाऊन आली होती; परंतु आता पहिल्यांदाच तिला त्याच्या शरीरातल्या गंभीर वेदना, दुखणं म्हणजे काय असतं आणि त्याला प्रत्यक्षात काय काय भोगावं लागत होतं ते समजलं होतं.

एकम्‌मध्ये तिला अनेक मर्मदृष्टी प्राप्त झाल्या आणि त्या तिच्या प्रियकराला सांगण्याची तिला मोठी उत्सुकता लागून राहिली.

परंतु ती घरी परतली त्या वेळी तिच्या जगात प्रचंड उलथापालथ झाली होती.

ती परतल्यानंतर लगेचच ज्युलीमध्ये आणि तिच्या प्रियकरात अनेक समस्या उद्‌भवू लागल्या. त्यांनी पहिल्या वर्षी एकत्रितपणे ज्या ज्या समस्या दूर केल्या होत्या, त्या सगळ्या पुन्हा निर्माण झाल्या असाव्यात, असं वाटत होतं.

मधुचंद्राच्या काळात त्यांनी एकमेकांपासून ज्या ज्या गोष्टी लपवून ठेवल्या होत्या, त्या त्या सगळ्या आता उघड होत चालल्या होत्या. तिच्यासमोर त्या सगळ्या गोष्टी स्पष्ट झाल्या होत्या आणि त्यांच्यातील तणाव मोठ्या प्रमाणात

वाढला होता, त्यामुळे त्यांच्यात एक प्रकारची दरी निर्माण झाली होती. ती दरी एके क्षणी एवढी मोठी झाली होती की, यापुढे त्याच्या सोबत भविष्यकाळात एकत्र राहण्याची कल्पना तिला करवेनाशी झाली. आता त्याच्यापासून दूर होणं हाच एकमेव पर्याय असल्याचं तिच्या लक्षात आलं.

पण ती खरोखरच अगदी हताश होऊन गेली असली तरीही तिनं एकम्‌मध्ये जो अनुभव घेतला होता, तो तिला विसरता आला नव्हता. ती त्याच्या वेदनेशी जोडली गेली होती. तशी वेदना कोणालाही कधीही भोगावी लागू नये, असं तिला वाटत होतं. एकम्‌मध्ये तिनं अनुभवलेली कनवाळूपणाची अलौकिक स्थिती तिच्या मनात जागृत झाली. त्या स्थितीशी जोडल्या गेल्याबरोबर तिनं असा निश्चय केला की, तिच्यात आणि तिच्या प्रियकरात काहीही घडलं असलं तरीही ती त्याला कधीही क्रूरपणानं वागवणार नाही.

पण तिनं स्वतःला ज्या प्रकारे वागवलं होतं त्याचं काय?

एकम्‌मध्ये तिनं ज्या इच्छा व्यक्त केल्या होत्या, त्यांचा तिनं पुन्हा एकदा विचार केला. तिचा प्रियकर वेदनामुक्त व्हावा, अशी इच्छा तिनं व्यक्त केली होती आणि त्यासाठी त्याला सोडावं लागलं तरी हरकत नाही, असा विचारही तिनं केला होता.

तिच्या प्रियकराच्या चांगल्या आरोग्यासाठी तिच्यावर स्वतःवर वेदनामय परिस्थिती ओढवावी, अशी अट का होती? आपण दैवी शक्तीशी व्यवहार करावा, वाटाघाटी कराव्यात, असं तिला का वाटलं होतं? *जर माझ्या प्रियकराला तू त्याचं आरोग्य परत दिलंस तर ते माझ्यासाठी एवढं महत्त्वाचं आहे की, मी त्यासाठी माझ्या प्रेमाचाही त्याग करेन,* असं तिनं म्हटलं होतं.

विश्वप्रज्ञेविषयीचा तिचा दृष्टिकोन एवढा संकुचित, मर्यादित का होता?

जणू काही ती बालपणापासूनच प्रेमाविषयीच्या ज्या कथा ऐकत आली होती, त्यामुळे त्यागाखेरीज प्रेम मिळणं अशक्य असतं, ही भावना तिच्या मनात खोल पाझरली होती. प्रेमाचा शेवट नेहमीच नैराश्यातच होतो, विश्व काहीतरी परत घेतल्याखेरीज काहीही देणारच नाही. विश्व कशाच्या तरी बदल्यातच काही तरी देईल, हे तिच्या मनात ठामपणे रुजलं होतं.

आज आपल्याला एक तर प्रेमाची किंवा आरोग्याची निवड करावी लागेल, असं ज्युलीला अजिबात वाटत नाही. विश्वप्रज्ञेच्या पवित्र रहस्याला अनेकानेक नमस्कार! शतकानुशतकाच्या संस्कारांमुळे तिच्या मनात विश्व हे शिक्षा देणारं आहे, असं चुकीचं आकलन ठामपणे रुजलं होतं, हे तिच्या लक्षात आलं. विश्वाच्या औदार्याच्या ज्ञानानं सुरक्षित बनून तिनं आरोग्य आणि प्रेम यांच्यासह तिचं आणि तिच्या प्रियकराच्या भविष्यकालीन एकत्रित आयुष्याची कल्पना करण्यास सुरुवात केली; पण फक्त भविष्याविषयीच्या ज्युलीच्या दृष्टिकोनांचंच रूपांतरण झालं नव्हतं.

तिच्या स्वतःच्या सखोल आंतरिक स्थितीशी असलेल्या तिच्या संबंधांचं पोषण करण्यास तिनं सुरुवात केली. ज्या वेळी अस्वस्थता उद्भवत होत्या, त्या वेळी सकारात्मक राहा, असं ती आता स्वतःला सांगत नव्हती. त्यापुढे आपल्याला परिपूर्ण जोडीदार मिळावा म्हणून ती तळमळत राहिली नव्हती. कधीतरी एखादी वाईट गोष्ट घडेल का या भीतीच्या ढगांची छाया आता तिच्या आनंदावर विरजण घालत नव्हती. याचा अर्थ तिला भीती वाटतच नव्हती, असा मात्र नक्कीच नाही; परंतु ज्या ज्या वेळी असुरक्षिततेची भावना निर्माण होत होती, त्या त्या वेळी ज्युली तिसऱ्या पवित्र रहस्याकडे वळत होती आणि विश्वचैतन्याकडे मदत मागत होती. तिला लगेच तातडीनं पाठबळ मिळत होतं. तिला प्रेमाची उब, प्रेम मिळत होतं. विश्वचैतन्याशी असलेल्या संबंधाची तिला आठवण होत होती. त्यांच्या मार्गात कोणतंही आव्हान आलं तरी त्यावर मात करण्याची, त्याला भिडण्याची ताकद तिच्याकडे आहे आणि विश्वचैतन्याच्या मदतीनं ती त्यावर मात करू शकते, याची तिला आठवण होत होती.

ज्युलीप्रमाणेच आमच्या अनेक विद्यार्थ्यांना त्यांच्या नातेसंबंधात एकात्मता आणण्याची उत्सुकता असते. पुढच्या जीवनप्रवासात तुम्ही प्रेमाच्या अनुभवापर्यंतची उच्च चैतन्य-स्थिती कशी अनुभवावी ते शिकणार आहात. ती अस्तित्वाची एक स्थिती आहे, त्यामुळे फक्त तुमच्या जोडीदाराबरोबरच्या आणि तुमच्या प्रिय व्यक्तींबरोबरच्या तुमच्या परस्पर क्रिया-प्रतिक्रियाच समृद्ध बनत नाहीत, तर तुम्हाला भेटणाऱ्या प्रत्येक व्यक्तीबरोबरच्या तुमच्या आंतरक्रिया समृद्धतेनं पार पडतात. विश्वचैतन्याशी जोडले जाण्यासाठी काही गोष्टी सोडून देणं याचा अर्थ तुम्हाला प्रिय असलेल्या गोष्टी सोडून देणं, असा नाही हे इथे लक्षात घेतलं पाहिजे. त्याचा अर्थ जीवनातील समस्यांभोवतीच्या नैराश्याच्या दुःख-स्थिती सोडून देणं एवढाच आहे. दैवी शिक्षेची भीती किंवा कृपा होण्यास आपण अपात्र असल्याची अपराधीपणातून निर्माण झालेली भीती सोडून देणं असा त्याचा अर्थ आहे. दुःख-स्थिती ज्याप्रमाणे आपल्याला एकमेकांपासून तोडतात, त्याप्रमाणेच विश्वप्रज्ञा प्राप्त करताना दुःखानं ग्रासून जाण्यानं आपण विश्वप्रज्ञेच्या शक्तीपासून तुटतो. तिच्याशी जोडले जाऊ शकत नाही. या स्रोतापासून फक्त सुंदर स्थितीतच तुम्ही खऱ्या अर्थानं आशीर्वाद प्राप्त करू शकता. सर्व पवित्र रहस्यं परस्परांशी संलग्न आहेत, हे लक्षात ठेवू या. असामान्य भवितव्य घडवण्यासाठी त्या सर्वांवर प्रभुत्व मिळवण्याची गरज आहे.

∞

तिसरा जीवनप्रवास : प्रेमळ जोडीदार बना

प्रीताजी

अनेक लोकांना योग्य जीवनसाथी शोधण्याची इच्छा असते. साहचर्य किंवा प्रेम मिळावं, असं वाटणं ही दुर्मीळ इच्छा नाही.

पण प्रेम म्हणजे काय हे आपल्यापैकी किती जणांना खऱ्या अर्थानं समजलेलं असतं?

प्रेमाच्या आणि संलग्नतेच्या सुंदर-स्थितीतून आपण जगतो, त्या वेळी आपल्याकडे फक्त योग्य व्यक्तीच आकर्षित होत नाहीत, तर त्या आयुष्यभर आपल्यासोबत राहतात; पण प्रेमापर्यंतची उन्नत स्थिती जागृत झालेली नसेल, तर अगदी योग्य व्यक्तीही कालौघात आपल्यासाठी अयोग्य व्यक्ती बनते.

हा ज्ञानबोध धुंडाळण्यासाठी कोणालाही अगदी निकटच्या, जवळिकीच्या नातेसंबंधात असण्याची गरज नसते. आपल्याला पुन्हा एकदा तशाच प्रकारच्या मर्यादित किंवा वेदनादायक अनुभवांतून जावं लागू नये, यासाठी आपल्या आधीच्या किंवा सध्याच्या नातेसंबंधांमध्ये आपल्या आंतरिक स्थितीचं सत्य आपण पाहू शकतो.

आपण प्रेमाच्या अशा स्थितीचा शोध घेण्यासाठी निघालो आहोत, ज्यात प्रत्येक नातेसंबंधात परिवर्तन करण्याची उदात्त क्षमता असते.

आपल्या आयुष्यांतील प्रेम

ज्याच्या उपस्थितीत आपण पूर्णपणे हळव्या, संवेदनशील, आत्मसमर्पणास उत्सुक बनून जाऊ अशा व्यक्तीला भेटण्याची आशा आपल्यापैकी कोणत्या व्यक्तीला नसते? ज्या नातेसंबंधात एका विशिष्ट पद्धतीचा दबाव नसेल, तर त्याऐवजी एकत्र राहण्यातील रोमहर्षकता आणि एकमेकांविषयीचं सखोल कौतुक असेल, अशा प्रकारच्या नातेसंबंधाचं स्वप्न कोणी बघितलेलं नसतं? तुमच्या आत्म्यात संगीत भरून ठेवण्याजोग्या प्रेमाची आतुरता कोणाला लागून राहिलेली नसते?

पण दोन व्यक्तींच्या आवडी-निवडी, उत्कट इच्छा किंवा स्वारस्यं एकच असतात म्हणून अशा प्रकारचं प्रेम उत्पन्न होत नाही. मात्र ज्या वेळी दोन व्यक्ती संलग्नतेच्या सुंदर स्थितीपर्यंत उन्नत होतात, त्या वेळी ते आपोआप घडून येतं.

संलग्नता म्हणजे काय?

मी नऊ वर्षांची असेन. त्या वेळी माझ्या लक्षात आलं की, ज्या प्रकारे मी आयुष्याचा अनुभव घेत होते, त्या प्रकारे इतर लोक तो घेत नव्हते. मला धक्का बसला. मला जेवढं आठवतं त्यावरून तरी माझ्या आईला, वडिलांना किंवा बहिणीला जे वाटत असे तेच मला वाटत असे. अगदी माझ्या शिक्षकांना आणि मित्र-मैत्रिणींना जे वाटत असे, तेच मलाही वाटत असे.

मला त्यांचे विचार माहिती पडत होते, असं काहीही नव्हतं; पण मला त्यांच्या भावना समजत होत्या. जणू काही ते माझ्यापासून वेगळे नव्हतेच आणि आकलनाच्या त्या स्थितीतून मी त्यांना प्रतिसाद देत असे. मी नऊ वर्षांची होईपर्यंत मला प्रत्येक जणच माझ्यासारखा असतो असं वाटत होतं.

संलग्नता हा तेव्हाही माझ्या अस्तित्वाचा नैसर्गिक भाग होता व आताही आहे आणि माझ्या आयुष्यात अगदी थोड्याच लोकांनी मला अगदी मनापासून त्यांच्याशी ही संलग्नता देऊ केली आहे; पण मी तुम्हाला माझ्या आईविषयी आणि कृष्णाजींविषयी सांगते.

माझं बालपण खूपच आनंदी आणि सुरक्षित होतं. माझे पालक माझ्या मोठ्या बहिणीची आणि माझी खूप काळजी घेत होते. मी नेहमीच विनोदानं असं म्हणते की, माझ्या बालपणी मी असमाधानी असण्याचं एकच कारण होतं आणि ते म्हणजे माझ्या आईचं माझ्या मोठ्या बहिणीवर जास्त प्रेम आहे, असं मला वाटत असे; पण माझ्या वडिलांचं माझ्या बहिणीपेक्षा माझ्यावर जास्त प्रेम आहे, असंही मला वाटत असे, त्यामुळे पुन्हा दोन्ही गोष्टींचा विचार करता, हा समतोल साधला गेला होता आणि तक्रार करण्याजोगं काहीच उरत नव्हतं.

माझ्या आईनं आमच्यासाठी खूपच त्याग केला. आम्हाला उत्तम शिक्षण मिळत असल्याची खात्री तिनं करून घेतली होती आणि तिनं आमच्यासमोर महान

संस्कृती ठेवली होती. ती आमचं पोषण करत होती, आम्हाला खाऊ घालत होती. तिनं कधीही आम्हाला दुखावलं नाही. माझी कृष्णाजींशी भेट होईपर्यंत तिनं मला जे काही दिलं होतं तो प्रेमाचा एक महानतम अनुभव होता.

कृष्णाजींशी माझा विवाह झाल्यानंतर संलग्नतेविषयीचं माझं आकलन आणि अनुभव विस्तारित बनला. ते केवळ माझ्या गरजांची पूर्तताच करत नव्हते, तर ते माझ्या आंतरिक अस्तित्वाशीच संलग्न झाले होते. हे मी आणखी वेगळ्या पद्धतीनं सांगते. माझी आई माझी जशी काळजी घेत होती, तशीच तेही माझी काळजी घेत होते. ते माझं पोषण करत होते आणि मला पाठबळही देत होते; पण मला आणखीही कशाचा तरी अनुभव येत होता. मला काय वाटतं, माझ्या काय भावना आहेत, त्याचीही त्यांना फिकीर होती. मी दुःखी किंवा तणावात असताना त्यांनी त्यापासून कधीही पळ काढला नाही. त्यांना माझ्या दुःखाची जाणीव, फिकीर होती आणि त्यातून बाहेर पडण्यासाठी ते मला मदत करत होते. मी आनंदात असताना ते माझ्या आनंदापासून फटकून राहत नव्हते. त्यांचा स्वतःचा आनंद असल्याप्रमाणे ते तो साजरा करत होते.

तुम्ही हर्षोल्हासात असताना तुमच्यावर प्रेम करणं ही एक गोष्ट असते; पण तुम्ही चिडलेल्या असतानाही तुमचा स्वीकार केला जाणं आणि तुमच्या वागण्याचा निवाडा केला गेला नाही, असं तुम्हाला वाटणं ही दुसरी गोष्ट असते. कृष्णाजीही काही वेळा काही क्षण माझ्यावर रागावतात; पण ते तितक्याच झटकन त्या वेळी मला काय वाटत असतं त्याच्याशी संलग्न होतात. कृष्णाजींनी मला दिलेल्या भेटवस्तूंपैकी ही एक मूल्यवान भेटवस्तू आहे.

आमच्या लग्नाला आता बावीस वर्षं झाली आहेत आणि या सगळ्या वर्षांत ते तसेच वागत आले आहेत. त्यांच्या जवळपास असताना मला एक प्रकारचा शांतपणा, निवांतपणा आणि सहजता जाणवते. कारण, मी एका विशिष्ट प्रकारेच वागलं पाहिजे, अशी त्यांची अपेक्षा नसते. मी त्यांच्या आवतीभोवती कशा प्रकारे वावरलं पाहिजे, याविषयी त्यांच्या कसल्याच अपेक्षा नसतात आणि म्हणूनच हीच निवांतपणाची, शांतपणाची आणि हलकेफुलकेपणाची भावना माझ्याकडूनही कृष्णाजींकडे आणि आमच्या मुलीकडे आपसूकच वाहते.

ही प्रेमाची जोडणी आणि संवेदनक्षमता आमच्या संपूर्ण ॲकॅडमीच्या धाग्यातून आमची नैसर्गिक संस्कृती म्हणून वाहत असते, असं म्हणण्याचं धाडस मी करते. इथे बहुतेक विद्यार्थ्यांना कुटुंबाचा खरा अर्थ गवसतो. इथे त्यांना घरी असल्यासारखं वाटतं, असं ते आम्हाला सांगतात. खरं तर इथे शिक्षक सगळ्यांची काळजी घेतात. शिक्षकांकडून त्यांच्या चैतन्याच्या आंतरिक स्थितीपर्यंत पोहोचणाऱ्या या काळजीच्या प्रवाहामुळेच अशा प्रकारची सुंदर आयुष्यं जगणं शक्य असल्याचं विद्यार्थ्यांना जाणवतं आणि त्यांची हृदयं त्यासाठी खुली होतात.

अशा प्रकारची निरपेक्ष संलग्नतेची भावना हे दीर्घायुष्य देणारं रामबाण औषध आहे. आव्हानांच्या मोठमोठ्या दबावातून पुढे जाणं आणि त्यांच्यावर मात करणं यासाठी साहाय्य करणारी ही मूक शक्ती आहे. आपण आपल्याशी, आपल्या भूतकाळाशी, आपल्या वर्तमानकाळाशी शांतता प्रस्थापित केली की, संलग्नतेची ही सुंदर-स्थिती आपल्या सर्वांसाठी शक्य असते.

मग या स्थितीत आपलं चैतन्य आपण कसं काय उन्नत बनवू शकतो?

आपण स्वतःविषयीच्या आसक्तीच्या विळख्यातून स्वतःला मुक्त बनवू शकतो आणि सुंदर-स्थितीत जगू शकतो. आपण हे करू शकतो आणि केलंच पाहिजे. इथे आपल्या परस्पर उत्क्रांतीशी असलेल्या आपल्या सहभागी बांधिलकीची गरज असते. तिच्यामुळे आंतरिक नातेसंबंध समृद्ध बनतो. ज्या वेळी तुम्ही स्वतःचा समग्रतेनं स्वीकार करता, त्या वेळीच तुम्ही खऱ्या अर्थानं इतरांना स्वीकारू शकता आणि इतरांकडून आपल्याला स्वीकारलं गेल्याचंही तुम्हाला जाणवतं. तुमच्या भूतकाळाविषयीच्या शरमिंदेपणातून तुम्ही मुक्त झालात तर आणि तरच तुम्हाला इतरांबरोबर वागताना निश्चिंतपणाची आणि सुखकारकतेची जाणीव होऊ शकते. तुमचा वर्तमानकाळ तुम्ही शांततेनं स्वीकारला असला तरच तुम्हाला इतरांकडून आदर दिला जात असल्याचं जाणवू शकतं. तुम्हाला स्वतःला ज्या वेळी आपण संपूर्ण, समग्र आहोत असं वाटतं, तेव्हाच तुम्ही इतरांशी संपूर्ण समीपता साधू शकता. त्यांच्या सान्निध्यात खऱ्या अर्थानं राहू शकता आणि त्यांना प्रेमानं व उत्स्फूर्ततेनं प्रतिसाद देऊ शकता. फक्त अशा स्थितीतूनच तुमच्या मुलांना सुंदर आयुष्य जगण्यासाठी तुम्ही मार्गदर्शन करू शकता.

परीकथेची उकल

'द फ्रॉग प्रिन्स' ही ग्रिमची परीकथा तुम्हाला माहिती असेल. डिस्नेच्या ॲनिमेटेड चित्रपटातून ती दाखवण्यात आली आहे. ऑपराह विनफ्रेनं त्यात काम केलं होतं आणि ॲन सेक्स्टननं या दंतकथेवर कविताही लिहिली. या कथेतील समृद्ध प्रतीकात्मतेवर दंतकथांचा अभ्यासक जोसेफ कॅम्पबेल यानं बरंच चिंतन केलं.

एका खळाळत्या झऱ्यात एका एकाकी राजकुमारीचा सोन्याचा चेंडू हरवतो. त्या वेळी तिला एक बोलणारा बेडूक भेटतो. तो तिला तो चेंडू शोधून देण्याचं कबूल करतो. मात्र त्या बदल्यात तिनं त्याच्याशी मैत्री केली पाहिजे, अशी त्याची अट असते. आपल्या या बिळबिळीत, तिरस्करणीय दिसणाऱ्या मित्रामुळे राजकुमारी बिलकूल प्रभावित झालेली नसते. निदान त्याचं राजकुमारात रूपांतरण होईपर्यंत तरी नाहीच.

आपल्या नित्याच्या जगात आपल्याला हेच दिसतं की, आपण नेहमीच राजेशाही थाटाच्या जोडीदाराच्या प्रेमात पडतो. मात्र नंतर घरात चिखल आणणाऱ्या

आणि आपण काय सांगत आहोत त्या शब्दांचा अर्थही न समजणाऱ्या त्रासदायक व छळवादी प्राण्यांमध्ये त्यांचं भयावहरीत्या रूपांतरण झाल्याचं आपल्याला आढळतं.

प्रेमात पडल्यानंतरचे सुरुवातीचे दिवस किती रोमहर्षक असतात हे आपल्यापैकी बहुतेकांना माहिती आहे; पण थोड्या फार दिवसांतच सत्य परिस्थिती समोर येते आणि आपले जोडीदार खरे कसे असतात ते आपल्याला दिसतं. मातीची बाहुली बनवणाऱ्या एखाद्या मुलाप्रमाणे ज्या क्षणी त्यातील गंमत संपते, त्या क्षणी आपण आपलं नातंही संपुष्टात आणतो आणि पुन्हा नवीन प्रेमाचा शोध सुरू करतो. आपला असा ठाम विश्वास असतो की, आता आपल्याला जी व्यक्ती भेटेल ती योग्य व्यक्ती असेल.

हे सगळं काय सुरू असतं? ज्यांच्या प्रेमात एके काळी आपण आकंठ बुडालेले असतो, ते अचानकच असंवेदनक्षम, चीड येण्यासारखे किंवा कंटाळवाणे असल्याचं का स्पष्ट होतं? सहसा खूप, खूप प्रेमाच्या आणाभाकांनी सुरू झालेल्या या नात्याची अखेर अशी असमाधानकारक नैराश्यात का होते? आपली प्रेमाची स्वप्नं दुःस्वप्नं का बनतात आणि आपल्याला त्यांच्यातून गडबडीनं जागं होऊन लगेच बाहेर पडावंसं का वाटू लागतं?

आपलं नातं असं मध्येच का अडखळतं, तुटतं याचं कारण स्पष्ट आहे. आपण स्वतःला नेहमीच सांगत असतो : हे सगळं नक्कीच त्यांच्यामुळेच झालंय, माझ्यामुळे नाही! जर ती दुसरी व्यक्ती थोडी अधिक काळजी करणारी असती, थोडी अधिक जबाबदार असती, थोडी अधिक प्रणयात रमणारी असती तर आपलं नातं नक्कीच टिकलं असतं, असं आपण म्हणतो.

ही आपली नेहमीची, सवयीची विचार करण्याची पद्धत आहे. नाही का?

आता ही आपल्या स्वतःच्या आयुष्यांची परीकथा उकलण्याची वेळ आहे. आपल्या जुन्या विचारपद्धती आता मागे सोडू या आणि अधिक सखोल सत्याकडे वळू या.

ॲकॅडमीच्या एका विद्यार्थिनीनं सांगितलेली अशाच प्रकारची एक कथा मी इथे सांगते. तिच्या प्रियकरासोबतचं नातं संपवण्याचा विचार ती अगदी गांभीर्यानं करत होती.

तिचं नाव मून होतं आणि तिचा तो आठवडा तसा खूपच घाईगर्दीचा, धकाधकीचा होता. ती योगाच्या वर्गात शिकवायला जात होती आणि शिवाय तिला भरपूर वैयक्तिक कामही होतं. या सगळ्यात तिला बरीच धावपळ करावी लागत होती. त्यानंतरच्या आठवड्यातही तिला यातून सुटका होण्याची चिन्हं दिसत नव्हती. या विचारांत असतानाच जवळजवळ रिकाम्याच असलेल्या रस्त्यावर तिनं कारच्या ॲक्सलरेटरवर पाय दाबला त्या वेळी तिच्या मनात बरीच त्रस्तता आणि अस्वस्थता निर्माण झाली होती. त्याच वेळी समोरून एक भरधाव वाहन तिच्या

दिशेनं येत होतं हे समजून घेण्याएवढीही तिची प्रतिसादक्षमता तत्पर उरलेली नव्हती; पण ते लक्षात आल्यावर तिनं त्या वाहनाशी होणारी टक्कर टाळण्यासाठी कार जोरात वळवली आणि पदपथावरच्या दगडावर तिची कार जोरात आदळली.

नशिबानं एअरबॅग उघडली गेली आणि त्यामुळे तिला लागलं नाही. तिनं अनेक वर्षं योगासनं केली होती, त्यामुळे तिच्या शरीराला याचा फार मोठा धक्काही बसला नव्हता.

दुसरीकडे कारचं मात्र भरपूर नुकसान झालं होतं. अपघाताची वर्दी देण्यासाठी मून जवळच्याच पोलीस ठाण्यात गेली. तिला पोलिसांना तिच्या पालकांच्या संपर्क क्रमांकाची माहिती द्यायची नव्हती. कारण, तिला सुरक्षितपणे कार चालवण्याविषयीचं आणखी एक 'लेक्चर' ऐकायचं नव्हतं.

एखाद्या परिचिताचं नाव सांगायला सांगितल्यावर ती काहीशी थबकली, तेवढ्याच अचानकच तिला पाठीमागून तिच्या प्रियकराचा परिचित आवाज ऐकू आला. जवळजवळ अविश्वासानं आणि तरीही जिवात जीव आल्याप्रमाणे तिनं मागे बघितलं आणि तिला तो तिथे उभा असल्याचं दिसलं. त्याच्या एका ग्राहकाला भेटायला तो निघाला होता, तेवढ्यात त्याला मूननं पदपथावर कार आदळल्याचं दिसलं.

तिला कुठे लागलंय का हे विचारल्यावर तो तिच्या निष्काळजीपणाबद्दल, तिच्या शून्यमनस्कतेनं वागण्याबद्दल आणि अशाच अनेक गोष्टींबद्दल तिला रागावू लागला. पोलिसांनी केलेल्या सगळ्या चौकश्या पूर्ण झाल्या आणि त्या सगळ्यांना त्यानंच उत्तरं दिली आणि सगळ्या औपचारिकताही पूर्ण केल्या. मात्र तरीही तो तसाच अस्वस्थ होता.

मूनच्या डोळ्यांत रागानं आणि असाहाय्यतेनं अश्रू आले. त्याच्या असंवेदनशीलतेनं आणि चुका शोधण्याच्या सवयीनं ती दुखावली गेली. ती पोलीस ठाण्यातील खुर्चीत बसली होती, त्या वेळी तिच्या मनात असे विचार येत होते की, *ज्या वेळी मला त्याची गरज आहे, त्या वेळी जर तो माझ्याशी भावनिकदृष्ट्या संलग्न होऊ शकत नसेल, तर अशा प्रेमाला काय अर्थ आहे? अशा प्रकारच्या माणसाबरोबर माझं उभं आयुष्य मी कसं काय काढू शकेन? हा काही माझ्या स्वप्नातील पुरुष नाही.*

काळजी घेणं म्हणजे काय हे तिच्या दृष्टीनं ज्याला बिलकूल माहिती नव्हतं, अशा माणसाबरोबर तिला राहायचं नव्हतं, यावर तिचा विश्वास बसत चालला होता. आपले अश्रू तसेच मूकपणानं गिळून ती एका कोपऱ्यात बसलेली असताना आपलं नातं संपवायचे विचार तिच्या मनात घोळत होते. मात्र अचानकच काहीतरी बदल झाला. तिनं काही महिन्यांपूर्वी पार पाडलेल्या अभ्यासक्रमात तिला जो ज्ञानबोध झाला होता, तो तिच्या अचानक लक्षात आला.

तुमच्या दुःख-स्थिती तुमच्या आत्म आसक्तीच्या खत-पाण्यानं बहरत असतात.

जणू काही तिच्या बुडणाऱ्या बोटीला नेमकं कुठे छिद्र पडलं आहे, ते तिच्या लक्षात आलं होतं. तिच्या मित्राला दोष देण्याऐवजी तिने आपल्या आत्म आसक्तीनं पछाडलेल्या विचारांचं निरीक्षण करण्यास सुरुवात केली. आता तिला आंतरिक सत्याच्या दुसऱ्या परमरहस्याच्या शक्तीचा शोध लागत होता.

तिचा प्रियकर ज्या प्रकारे तिच्या सुटकेसाठी आला होता, त्या पद्धतीतील चूक मून शोधत होती. त्या क्षणी त्यानं तिला केलेल्या सगळ्या मदतीबद्दल ती असंवेदनशील बनली होती. तिच्या दृष्टीनं त्या वेळी फक्त तिच्या अपेक्षाच अधिक महत्त्वाच्या होत्या. त्या दुःख-स्थितीत ज्या पुरुषानं तिला सर्वतोपरी मदत करण्याचे प्रयत्न केले होते, त्याच्या बरोबरचं नातं संपवण्याचा ती विचार करत होती. आपल्या विचारांचा तिला धक्का बसला. तिच्या रागाच्या आणि नैराश्याच्या स्थितीत ती किती मूर्खासारखा विचार करत होती ते तिच्या लक्षात आलं. त्या क्षणांमध्ये संलग्नतेविषयी काहीही नव्हतं.

मूननं तिचे डोळे मिटले आणि तिच्या प्रियकराशी ती संलग्न झाली, त्या वेळी त्याला काय वाटत होतं हे तिच्या लक्षात आलं. त्या परिस्थितीमुळे जितकी ती तणावग्रस्त झाली होती, तितकाच तोही झाला होता. तिला काय होऊ शकलं असतं, याचा विचार करून तो चिंतित झाला होता. त्यांच्या चिंतेचा अनुभव भिन्न नव्हता हे तिच्या लक्षात आलं. फक्त त्यांच्या भावना व्यक्त करण्याच्या पद्धती वेगवेगळ्या होत्या. तो आपली किती काळजी करतोय, हे तिला त्याच्या भावनांशी संलग्न झाल्यावरच जाणवलं. तिला त्याच्या भावना समजू शकल्या. तो खरं तर एकत्वाचा अनुभव होता.

तिनं डोळे उघडले तेव्हा तो पोलीस अधिकाऱ्याशी हस्तांदोलन करत होता. ती त्याच्याकडे गेली तेव्हा तिनं त्याच्याकडे डोळ्यांत पाणी आणून बघितलं; पण त्याच वेळी ती स्मितहही करत होती. तिच्या आंतरिक सत्यानं तिच्या हृदयासमोर संलग्नतेचा अनुभव खुला केल्यामुळे आता दिवसेंदिवस तिचं आयुष्य अधिकाधिक सुंदर होत जाणार होतं आणि ते मूनला माहिती होतं.

आता कृपया इथे क्षणभर थांबा. सखोल आणि मंद श्वसन करून आरामदायक स्थितीत या. तुमच्या आयुष्यात कधीतरी तुम्हाला अनुभव आलेल्या संलग्नतेच्या एका क्षणात मागे जा. त्या क्षणात तुम्हाला दुसऱ्या व्यक्तीची आंतरिक स्थिती समजलेली असेल किंवा दुसऱ्यानं तुम्हाला समजून घेतलं, असं तुम्हाला वाटलं असेल.

संलग्नतेचा हा अनुभव अगदी निकटच्या नात्यात कदाचित निर्माण झालेला असेलही किंवा नसेलही; पण संलग्नतेच्या त्या क्षणात काही क्षण निमग्न व्हा. जर तुम्हाला तो क्षण पुन्हा आठवता आला नाही तर काळजी करू नका. अखेरीस हळूहळू स्मृती येतील. कारण, आपल्यापैकी प्रत्येकानं संलग्नतेच्या अशा क्षणांचे अनुभव घेतलेले असतात. कदाचित, ते क्षण आपल्या प्रिय व्यक्तीसोबत असतील किंवा अनोळखी व्यक्तीबरोबरचे असतील. आपल्या पाळीव प्राण्याबरोबरचे असतील किंवा निसर्गात ते जाणवले असतील.

नातेसंबंधात सुरुवातीचं आकर्षण हळूहळू कमी का होऊ लागतं, असं लोक आम्हाला नेहमीच विचारतात. कदाचित, निसर्गाला फक्त आपल्या प्रजाती पुढे टिकवून ठेवण्यापुरतीच या सगळ्यात रुची असू शकेल. आपल्या ज्ञानतंतूंच्या रसायनशास्त्राची रचनाच अशा प्रकारे करण्यात आली आहे की, आकर्षण आणि भुरळ या गोष्टी एका विशिष्ट बिंदूपर्यंत टिकून राहतात. त्याच्या पलीकडे आंतरिक उत्क्रांतीची किंवा वाढीची आपली क्षमता वृद्धिंगत होण्याची गरज असते.

परस्परांतलं आकर्षण कमी झाल्यामुळेच नाती तुटतात असं मुळीच नाही; तर आपल्याला त्या आत्म-आसक्तीपूर्ण चैतन्याची सवय लागली आहे, जे आपल्याला सहजगत्या असंलग्नतेकडे ढकलते. आपल्या चैतन्याच्या परिवर्तनाच्या माध्यमातून विभक्ततेचं रूपांतर संलग्नतेत झालं तरच आकर्षणापलीकडचं टिकाऊ प्रेमाचं आणि संलग्नतेचं नातं निर्माण होतं. आत्ममग्नतेच्या सवयीतून आपण मुक्त होऊ शकलो, तर 'इतरांवर-केंद्रित' झालेल्या चैतन्याच्या शक्तीपर्यंत आपलं चैतन्य जागृत होऊ शकतं. ही दुसरी व्यक्ती आपल्यासाठी आता परकी नसते. कारण, आता तिला जे वाटत असतं तेच आपल्याला वाटण्यास सुरुवात झालेली असते. यातूनच उत्स्फूर्त प्रतिसाद निर्माण होतो, त्यालाच प्रेम असं म्हणतात.

आपण कशाचा शोध घेत आहोत?

आपल्या सर्वाधिक महत्त्वाच्या नात्यांचा प्रश्न येतो, त्या वेळी आपण त्या नात्यांमध्ये नेमकं काय शोधत असतो?

सुख? स्वीकारार्हता? की गंमत? या प्रश्नाचं उत्तम अनेक प्रकारे देता येईल; परंतु अगदी मूलभूत स्तरावर विचार करता आपला मेंदू, आपलं हृदय आणि आपलं शरीर ज्या एका अनुभवाची अभिलाषा बाळगत असतं ती असते - संलग्नतेची सुंदर स्थिती. संलग्नता हा रामबाण उपाय असतो आणि त्याच्यावरच आपला मेंदू जगत असतो. आपल्या आत्म्यांच पोषण करणाऱ्या प्रेमाच्या आणि संलग्नतेच्या सुंदर स्थितींखेरीज आपलं आयुष्य वैराण, उद्ध्वस्त बनतं.

प्रेमाशिवाय आपण म्हणजे वाळवंटात सुंदर आयुष्याच्या मृगजळाचा पाठलाग करत फिरणाऱ्या भटक्यांसारखे असतो. संलग्नतेच्या सुंदर स्थितीपर्यंत आपलं चैतन्य उन्नत बनवलं नाही तर आपल्याला चिरंतन प्रेमाचा अनुभव येऊ शकत नाही. होय, पहिल्यांदा आपला नवीन मित्र म्हणजे आपल्याला ज्या इच्छा असतात त्या सगळ्या पूर्ण करणारा, आपल्याला हव्या असलेल्या सर्व गुणांनी संपन्न असलेला वाटतो. आपल्याला असं वाटतं की, आपलं पोषण, संवर्धन करणारी ती हीच व्यक्ती आहे. आपण किती खास आहोत ते हीच व्यक्ती बघेल, आपलं आयुष्य पुन्हा एकदा सुंदर बनवेल.

परंतु नवीन प्रेमाविषयीचा सुरुवातीचा उत्साह आणि आनंद हा नेहमीच सावधगिरीच्या लक्षणांचा मुखवटा धारण करून येतो. त्याच्या आड आपण जुन्या दुःख-स्थिती घेऊन नवीन नात्यात प्रवेश केलेला असतो. मधुचंद्राचा, परीकथेची झुळूक आणणारा टप्पा संपला रे संपला की, लगेच आपल्या नवीन जोडीदाराकडून निष्काळजीपणानं उच्चारल्या गेलेल्या शब्दानं किंवा कृतीनं आपल्या जखमांवरची खपली कधी ओरबाडून काढली जाईल आणि आपल्या जखमा कधी भळभळू लागतील ते सांगता येत नाही. हा फक्त कमी-जास्त वेळाचा प्रश्न असतो. लवकरच या वेदना जीवघेण्या बनतात आणि पुन्हा एकदा हृदयभंगाचं चक्र नव्यानं सुरू होतं.

ही गोष्ट आणखी बिघडते. कारण, प्रत्येक नवीन हृदयभंगाबरोबर आपली विश्वास ठेवण्याची आणि पूर्णपणानं आत्मसमर्पण करण्याची वृत्ती कमी कमी होत जाते. आपल्या निवडींविषयी आपण प्रश्न विचारू लागतो आणि आपल्या स्वतःविषयीच आपण प्रश्न विचारू लागतो. आपण स्वयंपूर्णतेचा आणि स्वावलंबनाचा मुखवटा धारण करतो; पण या अनेक शूर, धाडसी भासणाऱ्या बाह्य वर्तनांच्या आड तुम्हाला खोलवर जखमी झालेली व्यक्ती सापडेल. अशा व्यक्तींना पुन्हा एकदा अशा प्रकारच्या यातना सहन करण्याची इच्छा नसते.

अर्थातच आपण सगळे जण माणसंच आहोत. गुंतागुंतीच्या नातेसंबंधांतून जास्तीत जास्त उत्तम प्रकारे नातेसंबंध पार पाडण्याचे आपण प्रयत्न करत असतो. आपण जखमी झाल्याबद्दल किंवा दुखावले गेल्याबद्दल किंवा आपल्या नैराश्याबद्दल आपल्याला कोणीही दोष देत नसतं.

परंतु एका नातेसंबंधातील हृदयभंगाची स्थिती आपण त्यानंतरच्या नातेसंबंधाकडे नेऊ लागलो तर त्यातून अनपेक्षित आणि विचित्र समस्या निर्माण होतात. आपल्या आधीच्या नातेसंबंधांमधील वेदनांपासून आपण स्वतःला मुक्त केलं नाही, तर आपण त्याच त्या संरचना किंवा पद्धती वापरत राहण्याचा धोका असतो आणि त्यातूनच आणखी नाट्य व आव्हानं निर्माण होत राहतात. कृतींमुळे किंवा घटनांमुळे दुःखद, वेदनादायक स्मृती उफाळून वर येतात. आपण अत्यंत धोकादायक आणि विनाशक वावटळीत ओढले जातो.

दोन पायाभूत गोष्टी

एका बहुराष्ट्रीय कंपनीच्या एका व्यस्त सीईओनं आम्हाला असं विचारलं, ''मला वरचेवर प्रवास करावा लागतो आणि त्यामुळे माझ्यात आणि माझ्या पत्नीत दुरावा निर्माण होतो. हा दुरावा मी कसा काय मिटवू?''

फक्त तुमच्या वेळापत्रकात बदल घडवून आणून किंवा तुमच्या सुट्टीचा कालावधी निश्चित करून अगर वाढवून तुम्ही दोन व्यक्तींमध्ये निर्माण होणारा दुरावा दूर करू शकता का की याहूनही आणखी सखोल अशा कशाची तरी त्यासाठी गरज असते?

तुमच्या प्रत्येक नातेसंबंधात तुम्ही का आहात हे तुम्ही स्वतःला कधीतरी अधिकारवाणीनं विचारलं आहे का? ज्या वेळी तुम्हाला तुम्ही एकत्र येण्याच्या आध्यात्मिक ध्येयाचा शोध लागेल, त्या वेळी नातेसंबंधात वेळोवेळी उद्‌भवणाऱ्या बहुतांश प्रश्नांची उत्तरं तुम्हाला माहिती असतील. नेमका किती वेळ आपण एकत्र असलं पाहिजे आणि किती वेळ दूर राहिलं तरी चालू शकेल हे तुम्हाला माहिती असेल. तुमच्या आयुष्यांमध्ये एकत्रितपणानं आपल्याला काय काय करायचं आहे, ते तुम्हाला समजलेलं असेल. तुम्ही एकत्रित राहण्यानं समस्या सोडवण्यासाठी लागणारी विद्वत्ता निर्माण होत असल्याचं तुम्हाला जाणवेल आणि त्यामुळे तुमचं चिरंतन नातं तुम्ही तयार करू शकाल.

कृपया, इथे थोडं थांबा. सध्याच्या किंवा आधीच्या नातेसंबंधाचा विचार करा. ते तुमच्या जोडीदाराबरोबरचं किंवा भागीदाराबरोबरचंही नातं असू शकेल. कदाचित, ते तुमच्या मुलाशी किंवा पालकांशी असलेलं तुमचं नातं असू शकेल किंवा ते तुमच्या मित्राशी किंवा सहकाऱ्याशी असलेलं तुमचं नातं असू शकेल. ते खरोखरच तुम्हाला खूप महत्त्वाचं वाटणारं कोणतंही नातं असू शकेल.

स्वतःला विचारा : या व्यक्तीबरोबर मी भागीदारी का करत आहे? आमच्या नात्याचा पाया काय आहे? कोणत्या पायावर आमचं नातं उभारलं गेलं आहे? आमचं नातं एखाद्या वरवरच्या आणि सौंदर्य, संपत्ती, आनंद, दर्जा किंवा फक्त हजरजबाबीपणा यांसारख्या क्षणभंगुर गोष्टींच्या पायावर उभं आहे की ते याहून आणखी सखोल गोष्टींवर आधारित आहे? मला एकाकीपणाची भीती वाटते आणि सुरक्षिततेची किंवा स्वीकारार्हतेची मला अगदी खूपच गरज आहे म्हणून मी हे नातं जोडलं आहे की ते संलग्नतेच्या समृद्ध जाणिवेच्या पायावर उभं आहे?

स्वतःचा निवाडा करू नका. फक्त हे नातं कोणत्या पायावर उभं आहे, त्याचं निरीक्षण करा.

जर आपली नाती फक्त बाह्य घटकांवर आधारित असतील, तर ती अगदी नाजूक आहेत याची आपण खात्री बाळगली पाहिजे. अगदी छोट्याशा धक्क्यानंही असं नातं कोसळू शकतं. प्रत्येक आव्हानाबरोबर आपली हृदयं हेलकावू लागतात, डळमळीत होऊ लागतात. आत्म्याला पोषक असलेल्या संलग्नतेच्या सुंदर स्थितीचा अभाव असल्यामुळे आपल्या जोडीदारावर आपलं सौंदर्य, तारुण्य, संपत्ती किंवा वेळ आपण वाया घालवत आहोत, अकारणच उधळून टाकत आहोत, असं आपल्याला वाटू लागतं.

आपल्यापैकी ज्यांना भौतिक सुखसुविधा कधीही नको होत्या, त्यांनाही नातेसंबंधाचा प्रश्न येतो, त्या वेळी नातेसंबंधांच्या बाबतीतील या गरिबीच्या आंतरिक स्थितीचा अनुभव आला असेल; परंतु अशा प्रकारच्या नातेसंबंधात शांतता किंवा भावनांची सखोलता नसते. तुम्ही सतत दुसऱ्याला मोजत राहता आणि आपल्याला सतत मोजलं जात आहे, असं तुम्हाला वाटत राहतं. स्थितीत बदल झाला की उत्कट इच्छा खूपच झटपट नष्ट होतात किंवा तुम्ही ज्याचा शोध घेत असता अशा गोष्टी अधिक प्रमाणात असलेल्या दुसऱ्या व्यक्तीकडे तुमचं प्रेम अगदी चंचलपणानं झेपावतं. अशा प्रकारचे नातेसंबंध असलेले बहुतांश लोक हे सततच एकमेकांचं मूल्यमापन करत राहतात. आपण जे करू त्यामुळे लोकांना काय वाटेल याचा सतत विचार करत राहतात.

याचा अर्थ आपल्या संपत्तीचा आणि सौंदर्याचा आपण उपभोग घेऊच नये, असं आम्ही सांगत आहोत का? आपण सुखाचा अनुभवच घेऊ नये का? नाही; पण या गोष्टीच जर आपल्या नातेसंबंधाचा पाया असतील, आपलं नातं त्याहूनही मोठ्या गोष्टीत वाढत जात नसेल, तर आपल्या नशिबात दुःखच वाढून ठेवलेलं असतं हे नक्की.

काही वेळा आपण मोठ्या प्रमाणात नवीन नातेसंबंध सुरू करतो. कारण आपल्या आधीच्या नातेसंबंधातील जखम आपल्याला तशीच दाबून टाकायची असते किंवा आपल्याला एकाकी आणि कंटाळवाणं वाटत असतं. नात्याच्या नवेपणामुळे कदाचित एकाकीपणा आणि जखमा थोड्या काळापुरत्या बाजूला ठेवल्या जातील; परंतु या नवीन नातेसंबंधातही अस्तित्वाची अशीच स्थिती कधीही उद्भवू शकेल. तुमचं दुःख संपुष्टात आणण्यासाठी तुम्ही नवीन नातं निर्माण करू शकत नाही, तर तुम्हाला तुमच्या अस्तित्वाचा समग्रपणा वाटून घ्यायचा असेल, तरच तुम्ही नवीन नातं निर्माण करू शकता.

कृपया इथे थोडं थांबा. तुमच्या आयुष्यात तुम्ही प्रेम केलेल्या आणि काळजी केलेल्या व्यक्तीचा विचार करा. आता डोळे मिटा, मग त्या व्यक्तीची प्रतिमा हृदयात विराजमान करा, दीर्घ श्वास घ्या आणि काही क्षणांसाठी अगदी स्तब्ध राहा. तुमच्या मनात जे काही उद्भवत राहील त्याची फक्त जाणीव करून घेत राहा. मग त्या संलग्नतेच्या सुंदर स्थिती असोत किंवा उत्साहाच्या, शांततेच्या आणि आनंदाच्या स्थिती असोत अगर एकाकीपणाच्या, दुखावले गेल्याच्या किंवा कंटाळ्याच्या आणि अनास्थेच्या, बेपर्वाईच्या तणावपूर्ण स्थिती असोत. तुमची आंतरिक स्थिती तुम्ही ओळखली की शांतपणे स्मित करा.

या पुस्तकात आधी आम्ही आध्यात्मिक ध्येयाचं पहिलं परमरहस्य सांगितलं आहे. हे रहस्य फक्त व्यक्तींपुरतं मर्यादित नाही, तर ज्या वेळी अशा प्रकारच्या भक्कम पायावर नातेसंबंध उभारले जातात, त्या वेळी तेही समृद्ध बनतात.

ज्या वेळी दोन्ही जोडीदार त्यांच्या अस्तित्वाच्या परस्पर अगर अन्योन्य आंतरिक स्थिती वाटून घेतात, त्या वेळी नातं नैराश्यांतून बाहेर पडतं. आव्हानांवर मात करतं आणि भरभराटीला येतं. आध्यात्मिक ध्येयाच्या विद्वत्तेमुळे, सुज्ञतेमुळे अनेक लग्नं आणि मैत्री मोडण्यापासून वाचल्या आहेत. या दृष्टिकोनानं पालकांच्या आणि मुलांच्या हृदयातील जखमा भरून काढल्या आहेत आणि अनेक संघटनांमध्ये परस्पर सहकार्याच्या खऱ्या संस्कृतीची निर्मितीही केली आहे.

आपली नाती जर आध्यात्मिक ध्येयाच्या पायावर आधारित नसतील, तर दोन सावल्या आपले जीवन व्यापून टाकतात आणि त्यांच्यातून विभक्तता आणि दुफळी निर्माण होते. या दोन सावल्या असतात – दुखरेपणाची सावली आणि शिळेपणाची सावली.

या दोन सावल्यांच्या जाळ्यातून आता बाहेर पडू या आणि आध्यात्मिक ध्येयाच्या प्रकाशात प्रवेश करू या. सत्य, स्वातंत्र्य आणि संलग्नता यांच्या दिशेनं जाणारा हा प्रवास असाच आमच्याबरोबर करत राहा.

दुखरेपणाची सावली

दुखरेपणा आपल्या आयुष्यावर एक लांबलचक सावली टाकतो असं सांगणारी एक प्राचीन भारतीय बोधकथा आहे.

कोणे एके काळी एका जंगलातून चार मित्र निघाले होते. ते विविध कलांमध्ये आणि शास्त्रांमध्ये पारंगत होते. लवकरच त्यांना वाटेत हाडांचा ढिगारा पडल्याचं दिसलं.

पहिला मित्र इतरांना म्हणाला, ''हे बघा, माझ्या विद्येच्या ताकदीनं मी ही हाडं एकत्र करून त्याचा सांगाडा तयार करू शकतो.''

दुसरा मित्र म्हणाला, ''थोडा थांब. त्याच्यातून कोणाचा सांगाडा तयार होईल ते आपल्याला माहिती नाही.''

पण पहिल्या मित्रानं त्याचं काहीही ऐकलं नाही आणि निरखून पाहत त्यानं एका भल्या मोठ्या प्राण्याच्या सांगाड्याची पुनर्रचना केली.

तिसरा मित्र म्हणाला, ''हे पाहा, माझ्याकडच्या विद्येच्या ताकदीनं मी या सांगाड्यावर मांस चढवू शकतो.''

दुसऱ्या मित्रानं पुन्हा एकदा त्याला सांगितलं, ''कृपा करून थोडा थांब. त्याच्यातून कोणता प्राणी तयार होईल ते आपल्याला माहिती नाही.''

परंतु तिसऱ्या मित्रानंही त्याचं काहीही ऐकलं नाही. तोही खाली वाकला आणि आश्चर्यानं निरखून पाहत त्यानं त्या सांगाड्यावर मांस चढवलं. आता काही क्षणांतच तिथे भल्या मोठ्या सिंहाची आकृती तयार झाली होती.

आता चौथ्याची पाळी होती. तो म्हणाला, ''हे पाहा, माझ्याकडच्या विद्येच्या ताकदीनं मी या शरीरात प्राण फुंकू शकतो.''

दुसऱ्या मित्रानं पुन्हा एकदा त्यालाही सावधगिरीचा इशारा देण्याचा प्रयत्न केला आणि पुन्हा एकदा त्याच्या शब्दांकडे कोणीही लक्ष दिलं नाही. त्याचे शब्द तसेच हवेत विरून गेले.

त्यामुळे मग तो दुसरा मित्र स्वतःचा जीव वाचवण्यासाठी एका उंच झाडावर चढून बसला. चौथ्या मित्रानं त्या शरीरात जसे प्राण फुंकले तसा तो सिंह जिवंत झाला आणि नंतर मिनिटभराच्या आतच त्यानं त्या तिन्ही पढतमूर्खांना ठार मारून टाकलं.

अशा प्रकारे दुखावले गेल्याच्या जखमा दुफळीच्या, विभाजनाच्या विनाशक आंतरिक स्थितींची एका पाठोपाठ एक उभारणी करतात. दर वेळी आपण दुखावले जाणं थांबवण्यात आणि त्या स्थिती नाहीशा करण्यात अपयशी ठरतो. आपल्या आंतरिक त्रस्त स्थिती आपल्यावरच हल्ला करतात आणि आपला व आपल्या नात्याचा अधाशीपणानं चट्टामट्टा करतात.

तुम्ही किती वेळा तुमच्या प्रिय व्यक्तीबरोबर संध्याकाळी बाहेर पडला आहात आणि अचानकच काहीही झालेलं नसताना तुमची मनःस्थिती विचित्र, त्रस्त बनली आहे? किंवा कदाचित तुम्ही का अस्वस्थ आहात ते तुम्हाला माहिती असू शकतं. कदाचित, पुन्हा एकदा तुमच्या भागीदारानं किंवा जोडीदारानं पुढीलपैकी एखादी गोष्ट केल्यामुळे तुम्ही चिडता, वेड्यासारख्या चिडता हे माहिती असूनही पुन्हा तीच गोष्ट केली असेल. :

त्यानं पुन्हा एकदा खूपच वाईट पद्धतीनं एखादी गोष्ट केली...

ती कामावर खूप उशिरापर्यंत थांबली...

त्यानं तुमच्या मुलीला एक वाईट व्हिडिओ गेम खेळू दिला...

ती झोपायला गेलेली असताना, अंथरुणात असतानाही सोशल मीडियावर होती...

तुमचा संताप उफाळून येण्यास कोणती गोष्ट कारणीभूत झाली, यानं काहीही फरक पडत नाही. तुम्हाला जर तुमच्या जोडीदाराशी संलग्न होणं जमत नसेल, तर कोणत्या तरी खोलवरच्या गोष्टीवर काम करावं लागणार आहे.

संलग्नतेच्या मार्गात नेहमीच स्वतःविषयीची आसक्ती आडवी येते.

एखाद्या किरकोळ गोष्टीवरून किंवा गैरसमजातून प्रिय व्यक्तीशी भांडण सुरू होऊ शकतं; परंतु आपल्या अस्तित्वाच्या आंतरिक स्थितीकडे आपण लक्ष पुरवलं नाही, तर दुखावणाऱ्या लहानसहान गोष्टीही वेदनादायक भावनिक आसक्तींमध्ये परावर्तित होऊ शकतात आणि त्यामुळे संलग्न होणं अशक्य होऊन बसतं.

असंलग्नतेचे तीन टप्पे

असंलग्नता ही एखाद्या आक्रमक वनस्पतीच्या मुळांसारखी असते, असा विचार करा. आपल्याला डोळ्यांना एका फुलाची निष्पाप छोटीशी कळी दिसते किंवा काही पानं दिसतात; परंतु त्याची मुळं एवढी बळकट आणि खडबडीत असतात की, त्यांच्यात तुमच्या संपूर्ण बागेचं जीवन गुदमरवून टाकण्याची क्षमता असते.

पहिला टप्पा : दुखावले जाणे

बहुतेक वेळा तुमच्या मनाला झालेल्या दुखापती लहान असतात. तुमच्या जोडीदारानं अनावश्यक शेरेबाजी केलेली असते. तुमच्या मतांचा तो आदर करत नाही किंवा तुमचे कष्ट त्याला समजत नाहीत, असं तुम्हाला वाटतं; पण आपण क्षणभर थांबून तटस्थपणे याचं निरीक्षण केलं नाही, तर या जखमांचं पुढच्या टप्प्यांतील मोठ्या जखमांमध्ये रूपांतरण होतं.

तुमचं मन तक्रारी करण्यास उद्युक्त होतं, त्या वेळी 'ती खूपच पाषाणहृदयी, बेदरकार आहे' किंवा 'तो विचित्र आहे,' अशी विधानं केली जातात. त्या वेळी तुम्ही दुखावल्या जाण्याच्या गल्लीतून दूरवर प्रवास करत चालला आहात हे ओळखा.

आपल्यापैकी बहुतेक जणांकडे अशा प्रकारच्या दुखावल्या जाण्याविषयीची अशीच मूलभूत आकलनं असतात, तरीही आपल्यापैकी फक्त काही जण स्वतःला यापासून कसं मुक्त ठेवायचं हे शिकलेले असतात, त्यामुळे ज्या वेळी दुखापती

होतात त्या वेळी आपल्याला सहसा काय करावं ते माहिती नसतं. आपण एक तर त्या दुःख-स्थितीत गुंतून पडतो किंवा तिच्याकडे दुर्लक्ष करतो; परंतु आपला कितीही वेळा हृदयभंग झाला असला आणि आपण तो झटकून टाकला असला किंवा त्याच्याशी जुळवून घेतलं असलं तरीही त्यानं काहीही फरक पडत नाही.

आपण क्षणभर थांबलंच पाहिजे. अन्यथा, आपण हाडांच्या ढिगाऱ्यापासून एक सांगाडा तयार करतो.

दुसरा टप्पा : मूल्यमापन करणे

आपण थांबलो नाही आणि आपली घायाळ अवस्था विरघळवून टाकली नाही, नष्ट केली नाही, तर ती असंलग्नतेच्या दुसऱ्या टप्प्याकडे जाते आणि तो टप्पा असतो मूल्यमापन करण्याचा.

आता तुम्ही तुमच्या प्रिय व्यक्तींच्या बाबतीत निष्कर्ष काढू लागता. त्यांच्याकडे तुम्ही मूल्यमापन करण्याच्या दृष्टीनं बघू लागता.

माझी जोडीदार तापट व्यक्ती आहे. तिच्याकडे खरीखुरी मूल्यंच नाहीत.

माझा जोडीदार मूर्ख, अक्षम किंवा बांधिलकी नसलेला आहे. तो भित्रा ससा आहे आणि नेहमी तसाच राहील.

एका बहुआयामी व्यक्तीला तुम्ही तुमच्यासमोर विशिष्ट लेबलं चिकटवून छोटी करून टाकता. या टप्प्यावर आपण नेहमीच आपल्यातील मतभेदांवर लक्ष एकवटतो. विशेषतः प्रेमाशी संबंधित आपल्या मनातील विविध चौकटींशी आपण ते जोडतो. उदाहरणार्थ, आपण असा विचार करतो की, आपल्या जोडीदाराच्या तुलनेत आपण खूपच अधिक प्रणयी किंवा आकर्षक आहोत. आपलं कुटुंब खूपच विनम्र किंवा इतरांना काही ना काही देणारं आहे. आपल्या नात्यामध्ये आपण भरपूर योगदान देत आहोत... आणि अशा अनेक गोष्टी. आपल्याला अशा वेळी मनातून आपण दुसऱ्याहून वेगळे आणि श्रेष्ठ आहोत, हे सिद्ध करायचं असतं.

ज्या वेळी मनातल्या मनात आपण अशा प्रकारे तुलना करण्यात गुंतलेले असतो, त्या वेळी आपण दुसऱ्याशी संलग्न होण्याची शक्यता कशी काय असू शकेल?

आपण मूल्यमापन करू लागतो, त्या वेळी गोष्टी आणखी एक पाऊलभर अधिकच बिघडतात. ज्या वेळी जोडीदार मूल्यमापन करू लागतात, त्या वेळी ते एकमेकांचं ऐकून घेणं थांबवतात. आदर केव्हाच बाहेर निसटून गेलेला असतो. तुम्हाला आधी ज्या गोष्टी आकर्षक किंवा सुंदर वाटलेल्या असतात, त्या आता त्रासदायक वाटू लागतात. त्यांचा वेडगळपणा, त्यांची छोटी वेडगळ गाणी, त्यांनी तुम्हाला ठेवलेली टोपणनावं अशा गोष्टींचा यात समावेश असतो. मूल्यमापन करण्याच्या आंतरिक स्थितीतून काही वेळा असंवेदनशील अभिव्यक्ती, शब्द

आणि निर्णय बाहेर पडू शकतात. त्यांच्यामुळे एकमेकांच्या स्वाभिमानाच्या आणि आत्मविश्वासाच्या चिंध्या होतात. तुम्हाला दोघांनाही अधिक हृदयभंग झाल्यासारखं, नैराश्यग्रस्त बनल्यासारखं आणि एकाकी वाटू लागतं.

दुखावले गेल्याची सावली आता दाट आणि अधिक ताकदवान बनते. तुम्ही तिच्या सांगाड्यात नंतर मांसाची आणि त्वचेची भर टाकता.

तिसरा टप्पा : तिटकारा करणे

दुखापतीतून मूल्यमापन करण्याच्या वातावरणाची सहज निर्मिती झाली की कशाची सुरुवात होते? आता असंलग्नतेच्या तिसऱ्या टप्प्यासाठी म्हणजेच तिटकाऱ्यासाठी पुरेशी अनुकूल परिस्थिती निर्माण झालेली असते. या टप्प्यावर तुमच्या जोडीदाराची उपस्थितीही तुम्हाला त्रासदायक आणि वेदनादायी वाटू लागते. त्याचे दृष्टिकोन, वर्तन किंवा कृती तुम्ही सहन करू शकत नाही.

या स्थितीत तुमच्या मेंदूचं रसायनशास्त्र अशा प्रकारे बदललेलं असतं की, तुमच्या जोडीदाराकडे तुम्ही फक्त नकारात्मक प्रकाशातच बघू शकता आणि ही नकारात्मकता हळूहळू व्यापक बनत जाते. तुम्हाला आता त्याचा चांगुलपणा दिसेनासाच होतो. तुमचा त्याच्याविषयीचा अनुभव हा पूर्णपणे विकृत बनलेला असतो, बिघडलेला असतो. या स्थितीत दुसऱ्याविषयी मनात बिलकूल आदर उरलेला नसतो.

या टप्प्यावर आपण कोणा दुसऱ्याचे आहोत, असा विचार करणंही खरं तर वेदनादायी असतं. तुमचे निर्णय आणि कृती या फक्त असंवेदनशीलच नसतात, तर त्यांच्यामागे दुसऱ्याला वेदना देण्याचा हेतूही असतो.

या टप्प्यावर काय केलं पाहिजे?

तुम्ही जर इतर अनेकांसारखेच असाल तर तुमची प्रतिक्रिया थोडीफार पुढीलप्रमाणे असू शकेल.

मी दुखावला गेलोय. मी निराश आहे. मला आपल्याला काहीच किंमत नाही, असं वाटतंय. मला एकाकी वाटतंय. एक छानशी कॉफी घेतली पाहिजे किंवा डबल मार्टिनी अगर चॉकलेट चिप कूकी खाल्लं पाहिजे!

अशा प्रकारच्या डोपामाईनला (उत्तेजित स्थिती निर्माण करणाऱ्या मेंदूतील रसायनाला) खत-पाणी घालणाऱ्या पळवाटांमुळे कदाचित तुम्हाला तात्पुरतं बरं वाटू शकेल; पण नंतर तुमच्या मनातील कडवटपणा पुन्हा परत येईल. तुमची निराशा, तुमच्या इच्छा, तुमचा राग आणि तुमची चिंता यांना घालवून दिल्याखेरीज तुम्हाला हर्षोल्हासाचा, कृतज्ञतेचा आणि संलग्नतेचा अनुभव घेता येणार नाही. तुमच्या हृदयभंगाच्या स्थितीशी लढा देण्यात तुम्ही एवढे व्यस्त असाल की, प्रेमाच्या सुंदर

स्थितीत डोकावण्यासाठी तुमच्याकडे ऊर्जाच उरलेली नसेल. आता तुम्ही त्या सांगाड्यात प्राणही ओतलेले असतील.

या टप्प्यावर तुम्ही खूप छानशा प्रणयी सुट्टीवर जाल; परंतु त्या वेळीही एकाकीपणाची वेदनादायक स्थिती तशीच शिल्लक राहिलेली असेल. दुखरेपणाची सावली आपल्या प्रेमाच्या भावनांना अंधूक बनवून टाकेल. आपण एक तर त्याच नातेसंबंधांभोवती रेंगाळत राहू किंवा नवीन जोडीदाराच्या शोधात बाहेर पडू. सहसा नेहमीच या स्थितीत टिकून राहणाऱ्या प्रेमाचा अनुभव येण्याच्या शक्यतेविषयीच्या आपल्या सगळ्या आशा आणि विश्वास संपुष्टात आलेला असतो. त्याऐवजी आपण क्षुल्लक, पोरकट नातेसंबंधांत अडकतो; परंतु त्या सर्व काळात आपल्याला अंतर्यामी वेदनादायी पोकळी निर्माण झाल्याचा अनुभव येत असतो. नकळतपणे आपण तिलाच सत्यात आणू लागतो.

आमच्या अनुभवानुसार असंलग्नतेचे टप्पे समजून घेतल्यामुळे तिटकाऱ्याच्या मार्गावरून तुम्ही खूप लांबवर प्रवास करण्याआधीच तुमच्या आंतरिक स्थितीविषयी तुमच्या मनात जाणीव निर्माण होते. एक गोष्ट लक्षात ठेवा. कोणत्याही टप्प्यावर तुमच्याकडे नेहमीच संलग्नतेची निवड करण्याची ताकद असते.

संलग्नतेचं जीवन जगण्याचं एक सर्वांत महत्त्वाचं रहस्य म्हणजे तुमच्या दुखरेपणाची स्थिती सोडून देण्याचा विवेक आणि क्षमता तुमच्याकडे असली पाहिजे. अगदी उत्तम नातेसंबंधांतही नैराश्य झिरपू शकतंच. त्यामागची कारणं काहीही असोत, संलग्नतेचं परिपूर्ण आयुष्य जगण्यासाठी आणि चिरंतन प्रेमासाठी दुखावलेल्या स्थितीतून पूर्णतः बाहेर येणं हेच अतिशय महत्त्वाचं असतं.

ग्रामीण भारतात घरांमधून काही ना काही चोरण्यासाठी येणाऱ्या एखाद्या दांडग्या, खोडकर माकडाला पकडण्यासाठी ग्रामस्थांकडे एक हुशारीची; पण साधी पद्धत असते. झाडाच्या छोट्याशा ढोलीत ते एखादी सुगंधी आणि रसदार मिठाई ठेवतात. हर्षभरित झालेलं माकड त्या ढोलीत त्याचा हात खुपसतं; पण त्या ढोलीचं तोंड एवढं लहान असतं की, त्या मिठाईसह त्याची बंद मूठ ते त्या ढोलीतून काढून घेऊ शकत नाही. त्या माकडाला ती मिठाई तर बिलकूलच सोडून द्यायची नसते. अशा अडकलेल्या माकडाला पकडून नागरी वस्तीपासून दूर जंगलात सोडून देतात.

दुखावलेपणा आणि नैराश्य तसंच घट्ट पकडून ठेवणं हे असंच असतं. आपल्या दुःख-स्थितींना लटकत राहण्याचं आपण कितीही समर्थन केलं तरी आपल्यापैकी प्रत्येकानंच स्वतःला विचारलं पाहिजे की, कोणती गोष्ट अधिक महत्त्वाची आहे, दुखापती कुरवाळत बसणं की आपल्या नातेसंबंधांचं पोषण, संवर्धन करणं?

शिळेपणाची सावली

ओ अँड ओ अ‍ॅकॅडमीत पौर्वात्य देशातून आलेल्या एका जोडप्याची कथा आता सांगते. अ‍ॅकॅडमीचं प्रशासन त्यांच्या आगमनाची वाट पाहत होतं; परंतु ते त्या वेळी आलेच नाहीत. अखेरीस एका फॅकल्टीला त्यांचा फोन आला की, ते तोपर्यंत विमानतळावरून टॅक्सीनं आमच्या अ‍ॅकॅडमीत येण्यास निघाले होते आणि टॅक्सीतच त्यांचं जोरदार भांडण झालं होतं, जे अगदी विकोपाला गेलं होतं. खरं म्हणजे त्यांच्या आयुष्यातील ते सर्वांत वाईट भांडण होतं.

ते एकमेकांवर ओरडत होते. एक जोडीदार खूपच संतप्त झाला होता आणि दुसरी रडत होती. मग त्यांनी घरी परत जायचं ठरवलं. फॅकल्टीने शांतपणे त्यांचं म्हणणं ऐकून घेतलं. त्यांनी त्यांना सुचवलं की, ते प्रेमाचा शोध घेण्याच्या हेतूनं घरातून बाहेर पडले होते, तर त्यांनी स्वतःलाच एक अखेरची संधी देणं गरजेचं होतं. त्यांनी ते मान्य केलं आणि ते अखेरीस आमच्या कॅम्पसमध्ये पोहोचले.

आता परिस्थितीतील सत्य असं होतं की, डोरीसला क्लार्ककडून सतत प्रेम मिळावं, अशी आस होती आणि तो आपल्याकडे पूर्ण दुर्लक्ष करतोय, असं तिला वाटत होतं. परिणामी, ती खूपच दुखावली गेली होती आणि दुखरेपणाच्या स्थितीत पूर्ण गुरफटली होती. दुसरीकडे क्लार्कच्या मनात त्यांच्या नात्याविषयी काही शंका होत्या. गेल्या काही महिन्यांपासून त्याच्या मनातील विचारांनी अशी उचल खाल्ली होती की, बहुधा डोरीससाठी तो योग्य जोडीदार नव्हता. त्याच्या मनात हा आसक्तीपूर्ण विचार सतत डोकावत राहिला होता. कदाचित, तो पुरुषही नव्हता, त्यामुळे त्याच्या मनात असमाधान होतं.

क्लार्कच्या व्यवसायाला उतरती कळा लागली होती. सतत होणाऱ्या तोट्यातून निर्माण झालेल्या तणावामुळे त्याचं वजन वाढलं होतं, त्याला टक्कल पडलं होतं आणि ते खूपच जलद गतीनं वाढत चाललं होतं. त्याला प्रत्येक गोष्टीतच स्वतःविषयी कमीपणा वाटत होता. त्याच्या शरीराविषयी, त्याच्या व्यावसायिक कारकिर्दीविषयी, प्रेम करण्याविषयीच्या त्याच्या अक्षमतेविषयी... सगळ्याविषयीच तो स्वतःला कमी लेखत होता.

आमच्या संस्थेतील प्रक्रियेत त्यांची साधना सुरू झाल्यानंतर चौथ्या दिवशी क्लार्क आणि डोरीस बरेचसे शांत झाले होते. आता ते आपल्या आंतरिक सत्याचं निरीक्षण करू शकत होते. क्लार्कच्या लक्षात आलं की, डोरीस ही त्याची खरी समस्या नव्हतीच. त्याची लढाई त्याच्या स्वतःशीच होती. त्याला या वस्तुस्थितीची प्रकर्षानं जाणीव झाली. आपल्या स्वतःच्या समस्यांमुळे आत्ममग्नतेतच हरवून गेल्यानं तो डोरीसशी फटकून वागत होता. तो नैराश्याच्या आणि न्यूनत्वाच्या स्थितीत ओढला गेला होता आणि ती स्थितीच त्यांच्यामध्ये दरी निर्माण करत होती.

कृष्णाजींबरोबर आणि माझ्याबरोबर लिमिटलेस फील्ड मेडिटेशनच्या (असीमित क्षेत्र ध्यान) दरम्यान क्लार्कचं चैतन्य पूर्णत्वाच्या स्थितीपर्यंत जागृत झालं. त्याच्या चैतन्याच्या माध्यमातून त्याला विश्वप्रज्ञेच्या शक्तीची जाणीव झाली. तो गूढ अनुभव त्याच्या स्वतःच्या अंतःकरणात उलगडल्यानंतर त्याला निःशंकपणे असं वाटू लागलं की, आयुष्य सुंदर बनू शकेल आणि पुन्हा एकदा त्याचं नशीब त्याच्यावर प्रसन्न होईल. त्या विशालत्वाच्या अवकाशात त्याच्या स्वतःशीच सुरू असलेल्या संघर्षानं त्याच्यावरची आपली पकड सैलावली. डोरीसचं सौंदर्य पाहण्यापर्यंत त्याच्या मनात जागृती निर्माण झाली. जणू काही तो तिला खूप काळानंतर बघत होता.

दुसरीकडे या प्रक्रियेत डोरीसच्या असं लक्षात आलं की, ती एक असंलग्न व्यक्ती होती. तिला खरोखरच कसं प्रेम करावं ते माहितीच नव्हतं. अगदी किशोरावस्थेपासूनच तिनं प्रेम म्हणजे प्रेमाची उत्कट लालसा किंवा इच्छा असं समीकरण तयार केलं होतं. या प्रक्रियेत तिनं आपल्या आत्म आसक्तीच्या सत्याला विरोध केला नाही. तिच्या चैतन्यात विनयशीलतेची, विनम्रतेची एक सखोल जाणीव निर्माण झाली. क्लार्कला आणि स्वतःलाही तिनं दिलेल्या वेदनांसाठी तिच्या मनात स्वतःला क्षमा करण्याची वृत्तीही निर्माण झाली.

या प्रक्रियेनंतर क्लार्क आणि डोरीस यांना एकमेकांत एक प्रणयी जोडीदार आणि विश्वासू मित्र सापडला. एकमेकांविषयीच्या खूपच मोठ्या कौतुकामधून त्यांचं नातं उलगडत राहिलं.

क्लार्क आणि डोरीस यांनी अनुभवलेल्या सावलीसारखी दुखापत कदाचित आपल्याला झालेली नसेल; पण तरीही ज्या वेळी आपण संलग्नतेच्या सुंदर-स्थितीत जगत नसतो, त्या वेळी आपल्या नात्यात एक वेदानादायक पोकळी जाणवत राहते. आपण शोधत असलेली परिपूर्णता आपल्याला का बरं मिळत नाही?

काही वेळा जोडप्यांमध्ये समस्या उद्भवलेलीही नसते; पण त्यांच्या आयुष्यात ती उद्भवते आणि आव्हानं समोर उभी ठाकतात. ही आव्हानं पेलण्यास समर्थ नसल्यानं आपण काळजी, त्रस्तता किंवा चिंता यांच्या झाकोळलेल्या स्थितीला बळी पडतो. क्लेशाच्या या दुःख-स्थितीत बरबटून गेल्यामुळे आपण संतप्तपणे समस्या सोडवण्याच्या प्रकारात अडकतो. खरं तर त्यांच्यापैकी बऱ्याचशा समस्या मुळात अस्तित्वातच नसतात. त्या काल्पनिक किंवा अतिशयोक्तीपूर्ण असतात. झटपट बचाव करण्याच्या नादात आपण आत्मसंरक्षणाच्या मोहिमेत गुंतून पडतो. खरी परिस्थिती हाताळताना सर्वांसाठी अधिक आनंदीपणा आणि कल्याण निर्माण करणाऱ्या मार्गांचा वापर आपण करू शकत नाही.

आपली आंतरिक स्थिती आपल्याला शिणवते, थकवा आणते. आपल्या ज्ञानेंद्रियांद्वारे आपल्याला मिळणारा अनुभव मंदावतो. आपण ताजंतवानं नसलेलं

वयस्कर मन विकसित करतो. एकमेकांकडे पाहणं किंवा एकमेकांना भेटणं ही गोष्ट त्यानंतर रोमहर्षक किंवा हर्षोल्हासाची उरत नाही. असं नातं हे शिळं नातं बनतं. कदाचित, त्याच्यातून तुम्हाला काही प्रमाणात सुरक्षिततेची आणि सुखकारकतेची जाणीव होऊ शकते; पण आंतरिक समृद्धीची जाणीव होत नाही. आपण फक्त हक्काच्या जाणिवेनं एकमेकांसोबत राहतो. आपल्याला एकत्र राहायला आवडतं म्हणून नव्हे, तर एकटं राहण्याची आपल्याला भीती वाटते म्हणून आपण हे करतो.

यावरून एका प्राचीन चिनी कथेची आठवण होते. खूप पूर्वी एक माणूस एकटा राहत होता. त्याला स्वतःच्याच सावलीची आणि त्याच्या स्वतःच्या पावलांच्या आवाजाचीही भीती वाटत असे.

एके दिवशी तो फिरत निघालेला असताना आकाशात जमा झालेले ढग बाजूला झाले आणि उन्हात त्याची लांबलचक सावली पडली. ती पाहून तो एवढा विव्हळ झाला की, त्या सावलीपासून सुटका घेण्याच्या प्रयत्नात तो धावत सुटला; पण तो कितीही जोरात धावला तरीही त्याची सावलीपासून आणि पदरवापासून सुटका होत नव्हती. मग तो भीतीपोटी तसाच धावत राहिला आणि एका क्षणी खूप दमून खाली कोसळला व मरण पावला.

जर तो माणूस थोडा थांबला असता आणि झाडाच्या सावलीत बसला असता, तर त्याचा पदरव थांबला असता आणि त्याची सावलीही नाहीशी झाली असती.

आपल्याला ज्या वेळी दुसरी म्हणजे शिळेपणाची किंवा तोचतोचपणा आल्याची, साचलेपणाची सावली भेडसावू लागते, त्या वेळी आपण व्यायामशाळेत जाऊन, करमणूक करून घेऊन किंवा दारूत स्वतःला बुडवून अगर स्वतःला सदासर्वकाळ अतिरेकी कामात गुंतवून घेऊन तिच्यापासून पळ काढण्याचा प्रयत्न करतो. काही वेळा तर आपण गप्पा मारण्याच्या व्यसनात स्वतःला अडकवून घेतो. अशा वेळी आपण सतत काही ना काही बोलतच राहतो म्हणजेच असे लोक त्यांच्या आयुष्यातील नैराश्यापासून त्यांची अशा मार्गांनी सुटका करून घेऊ पाहत असतात.

काही वेळा धीर खचवणाऱ्या, आपल्याला घाबरवून सोडणाऱ्या आंतरिक पोकळीपासून सुटका करून घेण्यासाठी आपण नातेसंबंधात चक्क बुडी मारल्यासारखे शिरतो, त्यामुळे आपलं डोपामाईन लगेच उच्च पातळीवर पोहोचतं; पण जर आपण फक्त काही क्षण थांबलो आणि त्या सावलीपासून पळ काढण्याऐवजी ती सावली म्हणजे नेमकं काय आहे ते पाहिलं तर? तर मग आपण प्रकाशाच्या दिशेनं जाऊ शकू आणि संलग्नतेच्या सुंदर स्थितीपर्यंत आपली वाढ होऊ शकेल.

कृपया, इथे थोडं थांबा. मी तुम्हाला एक प्रश्न विचारतो. त्यावर कृपया सखोल चिंतन करा. जर तुमचं आयुष्य हा एक चित्रपट असता तर अगदी आता त्या चित्रपटाचा मध्यवर्ती गाभा म्हणून कशावर लक्ष एकवटण्यात आलं असतं? तो तुमच्याविषयीचा चित्रपट असता का?

त्या चित्रपटातील प्रत्येक पात्र हे तुमच्या पात्राला पुढे आणणारं पात्र आहे, असं तुम्हाला वाटतं का की त्या प्रत्येक पात्राचं आयुष्य पुढे आणण्यासाठी भूमिका पार पाडणारं आणि आयुष्याच्या चित्रपटात समृद्धता आणणारं पात्र म्हणून तुम्ही तुमच्याकडे पाहत आहात?

आत्म आसक्तीचा चक्रव्यूह

ज्या वेळी आत्ममग्नता ही आपल्या अस्तित्वाची सवयीची नेहमीची पद्धत असते, त्या वेळी आपल्या मनांची प्रवृत्ती भूतकाळात रमण्याची किंवा भविष्यकाळात डोकावण्याची असते. अगदी अर्ध्या तासापूर्वी किंवा वर्षापूर्वी किंवा दहा वर्षांपूर्वी घडलेल्या आठवणींच्या गल्लीबोळांत आपण पूर्ण हरवून जातो. भविष्यकाळातील वेदनादायक शक्यतांच्या काल्पनिक पाऊलवाटांवरही आपण हरवून जाऊ शकतो.

प्राचीन ग्रीक पुराणकथांमध्ये नेहमीच असं सांगितल्याचं आढळतं की, गुलामांना एका चक्रव्यूहात फेकलं जात असे आणि तिथून ते कधीही स्वतःची सुटका करून घेऊ शकत नसत. त्या चक्रव्यूहाच्या खोलवर मिनोटॉर नावाचा एक महाकाय राक्षस असे. त्याचं डोकं बैलाचं आणि शरीर माणसाचं असे. मिनोटॉर या गुलामांना खाऊन टाकत असे.

ज्या वेळी सवयीनंच आपण भूतकाळात किंवा भविष्यकाळात जगू लागतो त्या वेळी आपणही या चक्रव्यूहात खोलवर जाऊ लागतो. या चक्रव्यूहात आपल्या स्वतःच्याच दुःखाच्या किंवा चिंतेच्या अगर पश्चात्तापाच्या स्थिती आपला चट्टामट्टा करून टाकतात.

आपण एकमेकांसाठी उपलब्ध नसलेले कडवट लोक बनतो. नातेसंबंध कसे होते, याविषयीच्या आठवणींमध्ये किंवा कसे असले पाहिजेत, याविषयीच्या विचारांत आपण हरवून जातो.

नैराश्याच्या कोणत्याही स्थिती उद्‌भवल्या तरी त्यांच्यावर मात करण्यासाठी आपण अगदी जिवाच्या आकांतानं प्रेरणा आणि आनंद शोधू लागतो; परंतु आनंद शोधणारं मन हे अगदी सहजच कंटाळवाणं मन असतं. कारण, ते नेहमीच अधिकाधिक आणि अधिक नवीन अनुभवांच्या शोधात असतं.

दुखावलं गेल्याच्या आणि शिळेपणाच्या किंवा साचलेपणाच्या स्थिती या दोन्ही म्हणजे आत्म आसक्तीच्या स्थिती आहेत. त्यांच्यापैकी प्रत्येक स्थितीत तुम्हाला जर कशाची चिंता लागून राहत असेल, तर ती फक्त आणि फक्त तुमची स्वतःची असते. या असंलग्नतेच्या स्थिती आहेत आणि त्यांच्यामध्ये दुसरी कोणीही व्यक्ती तुमच्यासाठी अस्तित्वातच नसते.

आपल्या असं लक्षात येतं की, या जीवनप्रवासाचा विचार करताना तुमच्या आयुष्यातील सर्वांत महत्त्वाच्या नातेसंबंधांविषयीची कदाचित अस्वस्थ करणारी सत्यं उघडकीस येऊ शकतील. या प्रवासाला निघालेल्या अनेक लोकांना त्यांच्या भागीदारी, त्यांची नाती ही डळमळीत आधारावर उभारली गेल्याचं लक्षात आलं की, ते आश्चर्यचकित होतात. इतरांच्या मनात अशी भीती असते की, जर ते जोडीदाराशी अगदी गाढ जोडले गेले, तर पुन्हा सगळ्या गोष्टी योग्य मार्गावर आणण्यापासून ते खूप दूर जातील.

ते आम्हाला विचारतात : जर आमची नाती उथळ पायावर आधारित असतील तर ती वाचवता येतील का? अधिक सखोलपणे संलग्न होण्याचा मार्ग आम्हाला सापडेल का? आणि जर आपल्या जोडीदाराबरोबर आपलं आधीच सखोल आध्यात्मिक नातं असेल तर त्या नात्याची ज्योत आपण तशीच तेवत कशी ठेवू शकू?

आध्यात्मिक ध्येयाचा प्रकाश

या गोठवून टाकणाऱ्या आंतरिक वेदनेपासून आपण स्वतःला कसं काय मुक्त करू शकतो?

फक्त दुःखांना व्यवस्थित हाताळून हे करता येत नाही. फक्त आपल्या नात्यात आपल्याला जाणवणारा कंटाळा नीट हाताळून हे करता येत नाही, तसंच फक्त दुखापतींकडे आणि असुरक्षिततांकडे दुर्लक्ष करूनही हे करता येत नाही.

मग या दोन पुनःपुन्हा त्याच प्रकारे समोर येणाऱ्या, दिवसा पडणाऱ्या दुःस्वप्नांतून जागं होऊन आपल्याला संलग्नता कशी काय साधता येईल? याचं उत्तर असं आहे : आपल्या नात्यासाठी आध्यात्मिक ध्येयातून पाठबळ मिळवून.

काही क्षणांपुरतं आता आपण पहिल्या परमरहस्याकडे वळू या. संलग्नता निर्माण करण्यात आध्यात्मिक दृष्टिकोनाची महत्त्वाची भूमिका असू शकते. लोकांकडे त्यांच्या व्यवसायासाठी, त्यांच्या करिअरसाठी आणि त्यांच्या आरोग्यासाठी आध्यात्मिक दृष्टिकोन असू शकतात. एक गोष्ट लक्षात घ्या. आध्यात्मिक दृष्टिकोन या संज्ञेची इथे आम्ही करत असलेली व्याख्या अशी आहे : आपण करत असलेल्या आणि निर्माण करत असलेल्या प्रत्येक गोष्टीला स्पर्श करत असलेली आपली आंतरिक स्थिती म्हणजे आध्यात्मिक ध्येय होय.

आता तुम्हाला विचारार्थ एक प्रश्न देत आहे : तुम्हाला केवळ एक जोडीदार मित्र किंवा नेता व्हायचं आहे की एक *आनंदी* आणि *परिपूर्ण* जोडीदार, मित्र किंवा नेता बनायचं आहे?

हा एक गंभीर प्रश्न आहे आणि तो तितकाच अतिशय महत्त्वाचाही आहे. कारण, तुमच्याकडे जर ही आध्यात्मिक दृष्टी नसेल तर तुम्ही जे काही कराल, त्यात तुम्ही तणाव निर्माण कराल. अगदी महान नाती आणि कामगिरी करूनही तुम्हाला आनंद मिळणार नाही.

कारण, पुन्हा एकदा सांगते की, आपल्या चैतन्याच्या केवळ दोनच स्थितींमध्ये आपण जगू शकतो : तणावपूर्ण स्थिती (दुःख-स्थिती) किंवा सुंदर-स्थिती या त्या दोन अवस्था होत. एक गोष्ट लक्षात ठेवा. तुम्ही जर सुंदर-स्थितीत नसाल, तर तुम्ही आपोआपच तणावग्रस्त, दुःख-स्थितीत असता.

तुम्ही तुमच्या नात्याचा पहिला वर्धापन दिन किंवा पंचविसावा वर्धापन दिन साजरा करणार आहात का आणि त्या वेळी तुम्ही कोणाला आमंत्रित करणार आहात किंवा अगदी तुम्ही त्या दिवशी काय करणार आहात, हाही तुमच्या नात्यासंबंधी तुम्ही घेऊ शकत असलेला सर्वांत महत्त्वाचा निर्णय नसतो. सगळ्यात महत्त्वाचा प्रश्न असा असतो की, त्या दिवशी कोणत्या स्थितीत तुम्ही एकमेकांशी संबंध जोडाल, संलग्न व्हाल? त्या दिवशीच नव्हे, तर त्या दिवसानंतरच्या दिवशी, त्यानंतरच्या प्रत्येक दिवशी तुम्ही एकमेकांशी कसे संलग्न होणार आहात?

असंलग्न स्थितीत जगणं तुम्हाला ठीक वाटतं का की परस्परांविषयीच्या प्रेमाच्या, अत्यानंदाच्या, कनवाळूपणाच्या आणि कृतज्ञतेच्या स्थितीत जगणं तुम्हाला गरजेचं वाटतं? तुमच्या प्रिय व्यक्तीच्या बाबतीत तुम्हाला कशा प्रकारे प्रेम वाटलं पाहिजे, याविषयीची दृष्टी तुमच्याकडे आहे का? तुम्ही एकत्र असतानाच्या प्रत्येक दिवशी दुसऱ्याच्या आयुष्यात तुम्हाला आनंद आणायचा आहे, अशी दृष्टी तुमच्याकडे आहे का?

जोडीदार या तुमच्या सर्वनामाइतकंच तुम्हाला प्रेमळ जोडीदार हे विशेषणही महत्त्वाचं वाटतं का? अमक्या-तमक्याचा जोडीदार एवढंच तुमच्याबद्दल म्हटलं जाऊ नये, तर तुम्हाला प्रेमळ जोडीदार, संलग्न जोडीदार, एक आनंदी जोडीदार म्हटलं जावं, अशी तळमळ तुम्हाला लागून राहिली आहे का?

आध्यात्मिक ध्येय ही तुम्ही सुंदर-स्थितीत जगण्याविषयी असते. तुम्हाला महत्त्वाच्या वाटत असलेल्या लोकांच्या अंतर्गत अनुभवांशी तुम्हाला जोडण्याशी ती संबंधित असते.

स्वतःलाच काही प्रश्न विचारण्यातून आध्यात्मिक ध्येयाची सुरुवात होते.

मला कोणत्या स्थितीत जगण्याची इच्छा आहे?

माझ्या प्रियजनांनी कोणत्या स्थितीत जगावं, असं मला वाटतं?

माझ्या आवडत्या व्यक्तींच्या आंतरिक स्थितीवर परिणाम करून ती मी अधिक सुंदर कशी काय बनवू शकतो/शकते?

आपण जितक्या हिमतीनं आणि प्रामाणिकपणानं हे प्रश्न विचारू लागू, तितकंच एखाद्या तासापूर्वीच्या, दिवसापूर्वीच्या, वर्षभरापूर्वीच्या किंवा दहा वर्षांपूर्वीच्या जखमीपणाच्या, मूल्यमापनाच्या किंवा तिटकाऱ्याच्या दुःख-स्थितीमध्ये राहण्याचं समर्थन करणं आपल्याला कठीण वाटू लागेल. असंलग्नतेच्या स्थितीत राहणं अस्वीकारार्ह वाटू लागतं. हे अशक्य असल्यासारखं वाटत असेल, तर आम्ही तुम्हाला वचन देतो की, ते तुम्हाला वाटतं तसं अशक्य नाही. ज्या वेळी आपण संलग्नतेच्या सुंदर-स्थितीत राहण्याशी वचनबद्ध होतो, त्या वेळी साचलेपणा किंवा शिळेपणा व विभक्तता नाहीशी होते आणि आयुष्य ताजंतवानं झाल्याची जाणीव होते.

पण यासाठी प्रेमाविषयीच्या आणि संलग्नतेविषयीच्या आपल्या कल्पनांचा आपण पुनर्विचार करण्याची गरज असते. आधुनिक समाज ज्या प्रकारे संलग्नतेला समजून घेतो, त्यात मूलभूत दोष आहे. संस्कृतीकडून पोसला गेलेला तो एक गैरसमज आहे. परिणामी आपल्यापैकी अनेक जण त्यांनी ज्याचा कधीही प्रत्यक्ष अनुभवच घेतलेला नसतो, त्याविषयी तळमळत राहतात.

अगदी उत्कटपणानं दुसऱ्याच्या अपेक्षा पूर्ण करणं म्हणजे संलग्नतेची सुंदर स्थिती नव्हे किंवा तुमच्या स्वतःच्या गरजांच्या आधी दुसऱ्याच्या गरजा पूर्ण करण्याचं रुजवण्यात आलेलं नीतिमूल्य म्हणजेही संलग्नतेची सुंदर स्थिती नव्हे. ते काही आपण अमुक इतकं दिलं की, आपल्याला अमुक इतकं मिळेल, अशा प्रकारचं नियोजन नाही. संलग्नता म्हणजे त्याग नाही किंवा योजनाही नाही. ती चैतन्याची एक स्थिती आहे.

संलग्नतेवर आधारित नातं याचा अर्थ मतभेद नसलेलं नातं असाही नाही. तुम्हाला किंवा तुमच्या जोडीदाराला त्यानंतर कधीही अस्वस्थता किंवा भीती वाटणार नाही, एकाकीपणा जाणवणार नाही किंवा तुम्ही रागावणार नाही, असाही त्याचा अर्थ नाही.

त्याचा अर्थ ज्या ज्या वेळी विभक्ततेच्या स्थिती उद्भवतील, त्या त्या वेळी त्यांचं विसर्जन करणं, त्या नाहीशा करणं, असा आहे. त्यानंतर तुमच्या अंतर्यामातून संलग्नतेची स्थिती आपोआपच उदयास येईल.

संलग्नतेच्या सुंदर-स्थितीत तुम्ही फक्त आनंदाशी जोडले जाता. जगणं हाच एक आनंदी अनुभव असतो. ज्या वेळी आपल्या आयुष्यात आपण अशा प्रकारच्या प्रेमाला आमंत्रित करतो त्या वेळी आपल्याला दुसऱ्यापासून आपण विभक्त आहोत,

असं वाटेनासं होतं. आपण वेगवेगळी माणसं असतो. होय; पण आपण एकमेकांशी अत्यंत सखोलपणे संलग्न झालेले असतो. त्या दुसऱ्या व्यक्तीच्या वेदनांचा तुमच्यावर परिणाम होतो. दुसऱ्या व्यक्तीचा आनंद तुम्हालाही आनंदित करतो. तुमच्या आनंदानं आणि संपूर्ण अस्तित्वाच्या प्रभावानं तुम्ही एकमेकांना चेतना देता.

तुम्हाला इथे एक आठवण करून देते. फक्त प्रणयी जोडीदारांमध्येच प्रेम आणि संलग्नता आढळत नाही. चैतन्याची ती एक सुंदर-स्थिती आहे आणि ती तुम्ही मित्र-मैत्रिणींसोबत, मुलांसोबत, नातवंडांसोबत, ग्राहकासोबत किंवा अगदी पूर्णपणे अनोळखी व्यक्तीसोबतही अनुभवू शकता.

कृष्णाजींसोबतच्या मार्गदर्शन सत्रासाठी सुनील आमच्या कॅम्पसमध्ये आला होता. ''मी खूपच प्रेमळ व्यक्ती आहे,'' आल्याबरोबर त्यानं आम्हाला हे सांगितलं. ''खूपच प्रेमळ मुलगा आहे. माझे पालक अगदी आमच्या शेजारीच राहतात,'' तो म्हणाला.

पण खोलवर शोध घेतल्यानंतर त्याच्या असं लक्षात आलं की, त्याच्या कृती जबाबदारपणाच्या आणि काळजी घेणाऱ्या असल्या तरीही त्याच्या चैतन्याची स्थिती असंलग्नतेची होती. त्याच्या वडिलांचं बोलणं दहा मिनिटांहून अधिक काळ ऐकून घेणं त्याला सहन होत नव्हतं, त्यामुळे त्याला संताप येत होता.

सुनील किशोरावस्थेत असताना त्यानं शाळा सोडून मुंबईला कामासाठी जाण्याचा निर्णय घेतला होता. त्याच्या वडिलांना याचा धक्का बसला होता आणि त्याला त्यांनी शाळेतच जायला भाग पाडलं होतं. अखेरीस त्यांनी त्याच्या इच्छेसमोर नमतं घेतलं. मात्र त्यानं त्याच्या पगारातील निम्मा पगार घरी पाठवला पाहिजे, अशी अट त्यांनी घातली.

सुनीलचा मुंबईतील अनुभव वेदनादायक होता. त्यानं अनेक प्रकारचं क्रौर्य, कठोरपणा अनुभवला. त्या वातावरणात त्याला बिलकूल आरामदायी वाटत नव्हतं. ते वातावरण त्याला आवडलंच नव्हतं. त्यानं जवळजवळ लगेच त्याच्या वडिलांना फोन केला होता आणि सांगितलं होतं, ''मला घरी परत यायचं आहे...'' परंतु त्याच्या वडिलांनी त्यानं तिथेच राहावं, असा आग्रह धरला. पुढचे सहा महिने सुनील रोजच घरी फोन करून त्याला घरी येऊ द्यावं, अशी विनवणी करत होता. अखेरीस त्याच्या वडिलांनी त्याला मदत करण्यास नकार दिल्याबद्दलचा कडवटपणा सोडून देऊन त्यानं त्यांना परत येण्याविषयी विचारणं सोडून दिलं. मात्र घरी पैसे पाठवणं तसंच सुरू ठेवलं.

सुनीलच्या एकविसाव्या वाढदिवशी त्याच्या वडिलांनी त्याला एक 'गिफ्ट' पाठवली. ''गेली अनेक वर्षं तू घरी पाठवत असलेले पैसे मी घेतले आणि त्यांची पुनर्गुंतवणूक केली,'' त्यांनी त्याला सांगितलं.

सुनीलनं तो चेक घेतला आणि टेबलावर फेकून दिला. 'मला याची गरज नाही. मी याहून दसपटीनं पैसे मिळवू शकतो,' तो स्वतःशीच म्हणाला.

आपल्याला गरज असताना आपल्या पालकांनी आपल्याला जणू काही हाकलून दिलं होतं, आपला त्याग केला होता, या भावनेच्या दुःखातून सुनील कधीही बाहेर पडू शकला नव्हता. त्या दुःख-स्थितीतून तो किती यशस्वी होऊ शकतो, हे त्याच्या वडिलांना दाखवून देण्याच्या भावनेनं तो पछाडला गेला होता. आर्थिकदृष्ट्या आपल्या पालकांची काळजी घेण्याचा निर्णय त्यानं घेतला होता. 'मी वाईट मुलगा नाही,' हे सांगण्याचा त्याचा तो मार्ग होता.

त्याची पत्नी बनण्याजोग्या स्त्रीच्या प्रेमात पडल्यावर त्याही गोष्टीकडे त्यानं 'आपण आणखी एक गोष्ट जिंकलो,' अशा 'विजयी किंवा जिंकण्याच्या' दृष्टिकोनाच्या भिंगातूनच पाहिलं. त्यांना एक मुलगी होईपर्यंत त्याची पत्नी त्याच्याबरोबर खूपच सहनशीलतेनं वागली. त्यानंतर एके दिवशी ती म्हणाली,

''तुझं भटकणं आता खूप झालं, आता तू घरी आपल्या मुलीबरोबर राहावं आणि मदत करावीस, असं मला वाटतं.''

सुनीलला आता आपली पत्नी आपल्यावर नियंत्रण ठेवू पाहत आहे, असं वाटलं, त्यामुळे त्यानं तिच्या मागणीला नकार दिला. त्यांनी अखेरीस घटस्फोट घेतला आणि देशाच्या वेगवेगळ्या भागांत ते स्थायिक झाले, तेव्हापासून वडिलांविषयीच्या आणि त्याच्याकडे त्याची मुलगी येत असे त्या वेळी तिच्याविषयीच्या प्रत्येक कर्तव्याची परिपूर्ती करण्याचा तो कसोशीनं प्रयत्न करू लागला; परंतु त्यामागे एकच भावना होती : फक्त एक कर्तव्य.

अजूनही त्याच्या नात्यांविषयीची याहून आणखी मोठी जाणीव त्याला तोपर्यंत झाली नव्हती; पण ती लवकरच होणार होती.

गूढ अमर्याद क्षेत्र ध्यानातून बाहेर पडल्यानंतर तो नीरवतेच्या सखोल स्थितीत पोहोचला होता. त्यानं घेतलेल्या अभ्यासक्रमाचा तो एक भाग होता. या स्थितीत सुनीलला एका मार्गावर एक खेकडा पळत निघाल्याचं दिसलं.

त्याचं हृदय आणि मेंदू त्याच्याविषयीच्या कणवेच्या आत्यंतिक भावनेनं भरून गेलं. त्याच्या मनात झाडांविषयी, महासागरातील माशांविषयी, बागेत त्यानं ज्या मुलांचं हास्य ऐकलं त्यांच्याविषयी जवळिकीच्या नात्याची, आत्यंतिक प्रेमाची आणि काळजीची, आस्थेची भावना निर्माण झाली. त्याचं हृदय प्रेमाच्या भावनेपर्यंत उन्नत बनलं.

त्यानं विचार केला, *'अरे देवा म्हणजे अशा प्रकारे तुम्ही एखाद्या गोष्टीवर प्रेम करता तर! एखादी संवेदना जाणवणं, हे असं असतं. याला एखाद्यावर प्रेम करणं म्हणतात.'*

या स्थितीनं त्याच्यात परिवर्तन घडवून आणलं. या अनुभवाची तीव्रता काही दिवसांनी कमी झाली; पण तो कायमचाच बदलून गेला. त्याची आठ वर्षांची मुलगी तिच्या आईबरोबर ज्या शहरात राहत होती, तिथेच त्यानंही राहायचं ठरवलं, त्यामुळे दर महिन्यात एक आठवडा तो त्याच्या मुलीसोबत घालवू शकला असता.

पहिल्या दिवशी ती त्याच्याबरोबर काहीशी बिचकत बिचकत बोलली. त्याआधीही ती त्याच्याशी तशीच बोलत असे.

परंतु या वेळी त्याला दुसऱ्या व्यक्तीशी कसं संलग्न व्हायचं ते माहिती होतं. तिच्या भावनांशी, इच्छांशी, दृष्टिकोनांशी आणि शाळेतील तिच्या मैत्रिणींशी होणारी तिची भांडणं वगैरेंशी तो समरस झाल्यावर त्याची प्रेमाची स्थिती जिंकली. काही तासांतच त्याची मुलगी त्याच्याशी आनंदानं बोलण्यात इतकी मश्गूल झाली की, तिच्या गप्पा थांबता थांबेनात.

त्याच्या बदललेल्या, परिवर्तित झालेल्या नात्याविषयी त्यानं आम्हाला सांगितलं, त्या वेळी तो म्हणाला, ''दर वेळी मी तिला शाळेतून आणायला गेलो की, ती मला लांबूनच पाहायची. माझ्याकडे धावत यायची आणि जवळ आल्यावर माझ्याकडे आनंदानं झेपावायची, त्यामुळे माझा ऊर आनंदानं भरून येत होता.''

त्याला एक सुंदर जोडीदारही मिळाली. तिला त्याच्यासारखा जोडीदार मिळणं ही भाग्याची गोष्ट वाटत होती. कामावर असताना तिमाही नफ्यावर चर्चा करण्याबरोबरच आपल्या कर्मचाऱ्यांचा आनंदीपणा वाढवण्यावर त्यानं लक्ष केंद्रित केलं.

सुनीलची कथा ही प्रेमाच्या स्थितीपर्यंत उन्नत झालेल्या आणि कोणावरही प्रेम करू शकणाऱ्या व्यक्तीची एक आदर्श कथा आहे. सत्यात असा प्रवास करण्यासाठी प्रचंड धैर्य आणि तळमळ लागते. ही गोष्ट झटपट समाधान मिळवू पाहणाऱ्या सुस्त, उदासीन प्रेमिकांसाठी नाही. आपल्या चैतन्यात परिवर्तन घडवून आणण्याचा शोध घेणाऱ्यांसाठी हा मार्ग आहे.

हा प्रवास केलेल्या प्रत्येकानंच त्याच्या सध्याच्या जोडीदारासमवेत राहण्याचा निर्णय घेतला नाही, ही गोष्टही आपण लक्षात घेतली पाहिजे. होय, सुंदर-स्थितीत जगण्याचा तुमच्या सभोवतालच्या लोकांवर प्रचंड परिणाम होतो ही गोष्ट खरी आहे. तुमचं नातं नैसर्गिकरीत्याच अधिक एकात्म आणि आनंदी बनतं. तुमच्या आयुष्यात प्रेमळ आणि सहृदयी व्यक्ती येतात; परंतु अंतर्गत सत्याशी असलेल्या या बांधिलकीमुळे अनेक लोकांनी ही वस्तुस्थितीही शांतपणे स्वीकारली आहे की, त्यांच्या जोडीदारांहून भिन्न मार्गांवरून ते मार्गक्रमण करत आहेत. सुंदर-स्थितीत असणं याचा अर्थ दुःखी किंवा धोकादायक परिस्थितींमध्ये तसंच राहणं असा नाही. आंतरिक शांततेची रुजवण करण्याशी या स्थितीचा संबंध आहे, त्यामुळे तुम्ही संलग्नतेच्या आणि प्रेमाच्या स्थानावरून निर्णय घेऊ शकता.

यापैकी कोणतीही गोष्ट तुम्हाला नाउमेद करणारी किंवा घाबरवून सोडणारी आहे, असं वाटलं तर हे नक्की लक्षात ठेवा : आंतरिक सत्याच्या दुसऱ्या परमरहस्यात प्रवास करण्याएवढा धीट, धाडसी असलेला कोणीही प्रेमाचं आणि संलग्नतेचं हे स्थान प्राप्त करू शकतो.

कृपया, इथे थोडं थांबा आणि तुमचे लक्ष हृदयाकडे वळवा. जणू काही तुमच्या श्वासाला तुम्ही तुमच्या हृदयाच्या दिशेनं वळवत आहात, असा विचार करा आणि ती भावना अनुभवा. काही वेळ अशा प्रकारे श्वसन करा. कृपया काही वेळ फिरत किंवा बसून; पण एकट्यानं घालवा. सर्व भावनिक दुखावलेपणापासून मुक्त असल्यासारखी स्थिती कशी असेल, असा विचार करून त्या स्थितीत काही काळ ध्यान करा.

जणू काही तुमच्या जोडीदाराचे डोळे तुम्ही पहिल्यांदाच पाहत आहात, असं समजून त्याच्या नजरेत नजर मिसळून तुम्ही पाहिलंत तर कसं वाटेल ते डोळ्यांसमोर आणा. आपल्या चेहऱ्यावर स्मित आणून रोज सकाळी उठल्यावर तुमच्या आयुष्यातील लोकांसाठीच तुम्ही तिथे उपस्थित असाल, तर कसं वाटेल त्याची जाणीव करून घ्या. कारण, आता यापुढे संत्रस्त करणाऱ्या विचारांमध्ये तुम्ही हरवून जाणार नाही. सुंदर स्थितीतून जगण्याची ही उत्कट इच्छा तुमच्यात रुजू द्या.

माणूस असण्याचा अर्थ

माणूस असण्याचा काय अर्थ आहे, असा विचार कधी तुमच्या मनात आला आहे का? याचा अर्थ फक्त जन्म घेणं, वाढणं, काही महत्त्वाकांक्षा पूर्ण करणं, प्रजोत्पादन करणं, म्हातारं होणं आणि *अरेरे...* अखेरीस मरून जाणं एवढाच आहे का?

खरोखरचं जिवंत असणं याचा काय अर्थ आहे? आपल्याकडे चैतन्याच्या असामान्य स्थितींचा अनुभव घेण्याच्या, इतरांशी संलग्न असण्याच्या भावना अनुभवण्याच्या, इतरांशी संलग्न असण्याच्या, *प्रत्येक गोष्टीशी* संलग्न असण्याच्या संवेदना जाणून घेण्याच्या क्षमता आहेत. आयुष्याच्या या हालचालीकडे आश्चर्यानं पाहण्याची क्षमता आपल्याकडे आहे.

संलग्न होणं, प्रेम करणं, एकत्वाची जाणीव करून घेणं या मानवी चैतन्याच्या क्षमता आहेत. कोणतीही सीमारेषा, मर्यादा नसलेल्या प्रेमाचा अनुभव घेणं,

एकत्वाच्या संपूर्ण स्थितीचा अनुभव घेणं ही मानवी चैतन्याची क्षमता आहे. मानवी जीवनाची, मानवी मेंदूची आणि मानवी शरीराची ही क्षमता व उद्दिष्ट आहे. संलग्नतेच्या जाणिवेत जगणं याचा अर्थ संलग्नतेच्या स्व-निमग्नतेपासून दूर राहणं होय. हे खात्रीपूर्वक झालेलं अस्सल परिवर्तन होय आणि त्याच वेळी तुम्ही खऱ्या अर्थानं जिवंत असता. इतरांच्या दुःखाच्या वेळी आणि आनंदाच्या वेळी तुम्ही तिथे उपस्थित असणं ही तुम्ही त्यांना देत असलेली सर्वाधिक पोषक भेट असते.

तुम्हाला जे वाटलेलं असतं तेच तुमच्या जोडीदारालाही वाटणं ही तुमच्या नातेसंबंधांतील दुरावा, दुखरेपणा भरून येण्याची सुरुवात असते. भूतकाळात तुम्ही एकमेकांना दुखावलं होतं का यानं त्यात काहीही फरक पडत नाही. संलग्नतेच्या सुंदर स्थितीतून दोघांमधील अंतर नाहीसं होतं. हीच समीपता तुमच्या मुलांच्या, मित्र-मैत्रिणींच्या, तुमच्या पालकांच्या, तुमच्या भावंडांच्या बाबतीतही तुम्ही निर्माण करता, त्या वेळी तोच संलग्न कुटुंबाचा अर्थ असतो.

तुम्ही ज्यांच्याबरोबर काम करत असता त्या लोकांच्या बाबतीत ज्या वेळी आध्यात्मिक ध्येय विकसित करता, त्या वेळी तुमच्या मनात आपण त्यांच्यापासून भिन्न नाही, अशी भावना निर्माण होते. आता तिथे छळणूक नसते किंवा छळणूक होईल, अशी भीतीही नसते. ना तिथे वर्चस्व गाजवण्याची इच्छा असते ना आपल्यावर वर्चस्व गाजवलं जाईल, अशी इच्छा असते. तिथे कंड्या पिकवल्या जात नाहीत किंवा दुरावाही नसतो. तुम्हाला घरी असल्यासारखं वाटतं. तुम्हाला त्यांच्या चिंता आणि उत्कट इच्छा समजतात, त्यांचं नैराश्य आणि आपला स्वीकारार्हतेची त्यांची गरजही तुम्हाला समजते. संलग्नतेच्या या सुंदर स्थितीतून पाठिंब्याची आणि सहकार्याची नवीन संस्कृती निर्माण होऊ शकते.

आध्यात्मिक ध्येयाच्या साहाय्यानं पृथ्वीशीही आपल्या संलग्नतेची एक नवीन जाणीव निर्माण होते. पृथ्वी म्हणजे तुम्ही ज्याच्यावर वावरता, ज्याला पायदळी तुडवता असा कोणी चिखलाचा गोळा नाही. मग प्रत्येक सजीवाबद्दल अनुकंपा, दया निर्माण होते. या आध्यात्मिक ध्येयामुळे तुमची विचारपद्धती, तुमची दुसऱ्यांशी जोडलं जाण्याची आणि कृती करण्याची पद्धतीही बदलून जाते, असं आयुष्य खरोखरचं सुंदर आयुष्य असतं.

सोल सिंक साधना :
प्रेमळ जोडीदार बनणं

जर तुमच्या जीवनात प्रेम–स्थितीचं स्वागत करण्यास तुम्ही उत्सुक असाल, तर तुम्ही अनेक प्रकारे सोल सिंक साधना करू शकता. माझ्या आयुष्यात अधिक प्रेमळ आणि सुदृढ नाती असावीत, अशीही इच्छा तुम्ही ईश्वरापुढे व्यक्त करू शकता.

ही सोल सिंक साधना तुम्ही तुमच्या जोडीदारासोबतही करू शकता, तीसुद्धा सकाळी उठल्यावर, दिवसाची सुरुवात करण्यापूर्वी किंवा रोज रात्री झोपण्यापूर्वी! त्यानंतर तुम्ही पान क्र. ३१–३३ यांवर दिलेल्या एक ते पाच पायऱ्या पार पाडून सुरुवात करा.

१. जाणीवपूर्वक आठ वेळा दीर्घ श्वसन.

२. उच्छ्वासावेळी भ्रमराप्रमाणे गुंजन, असे आठ वेळा.

३. आठ वेळा दीर्घ श्वसन.

श्वास घेणं आणि सोडणं या दोहोंमधील छोट्याशा विश्रामाचं निरीक्षण.

४. आठ वेळा दीर्घ श्वसन आणि मनातल्या मनात 'अहम्' असा जप.

५. तुमचं शरीर प्रकाशात विस्तारित होत असल्याची कल्पना करा.

या वेळी सहाव्या पायरीवर अनुभूती घ्या की, तुमचं हृदय संलग्नतेच्या सुंदर स्थितीत उन्नत झालं आहे. अनुभवा की, या स्थितीत तुमच्या प्रियजनांमध्ये आणि तुमच्यात कसलीच सीमारेषा नाही. अनुभवा की, तुमच्या हृदयातून तुमच्या प्रियजनांविषयी असीम प्रेमभावना उसळत आहे, त्यांच्या मनावरच्या दुखऱ्या जखमा आता बऱ्या झाल्या आहेत आणि त्यांचं हृदयही तुम्ही सुंदर–स्थितीनं भरून टाकलंय.

४

चौथं परमरहस्य :
आध्यात्मिक योग्य कृती

८

चौथं परमरहस्य : आध्यात्मिक योग्य कृती

कृष्णाजी

अवघड समस्यांचे व्रण उमटल्याखेरीज तुमची त्यांच्यामुळे कशी काय वाढ होऊ शकेल?

त्रस्ततेच्या काळात विश्वप्रज्ञेचं परमरहस्य आपल्याला कसं मदत करू शकतं, याविषयी आपण आधीच बोललो आहोत; परंतु तुमच्या आयुष्यातील आव्हानं किंवा समस्या सोडवणं हाच आपला एकमेव हेतू नाही. या प्रक्रियेत तुम्ही तुमच्यात कसं परिवर्तन करून घ्यावं, हे आम्ही तुम्हाला सांगू इच्छितो.

चौथ्या आणि अखेरच्या परमरहस्यात आयुष्याच्या संपूर्ण जाळ्यावर परिणाम करण्याची क्षमता आहे.

आध्यात्मिक योग्य कृतीची हीच शक्ती आहे.

मी सोळा वर्षांचा असताना हायस्कूलमध्ये शिकत होतो. त्या वेळी घरापासून शाळेपर्यंत माझ्या मित्रांच्या पुढे शक्य तितक्या जलद गतीनं, वेगवेगळे जवळचे रस्ते शोधत सायकल दामटायची मला खोड होती. एके दिवशी मी असाच एका माहिती नसलेल्या रस्त्यावरून पेडल मारत निघालो असताना मला एक छोटासा अपघात झाला. एका मध्यमवयीन स्थलांतरित महिलेवर मी आदळलो. तीही त्याच वेळी तो रस्ता ओलांडून पलीकडे चालली होती. आम्ही दोघंही खाली आदळलो. सहसा भारतात नेहमीच अशा परिस्थितीत भरपूर गर्दी जमते आणि लोक त्यातल्या त्यात

गरीब माणसाची बाजू घेतात. मग चूक कोणाची का असेना! या वेळी अर्थातच माझी चूक होती आणि आता गर्दी जमू लागली होती. मला दुखापत झाली होती आणि मी घाबरलोही होतो.

ती स्त्री झटकन उठून उभी राहिली आणि तिनं अगदी निक्षून लोकांना तिथून जायला सांगितलं. मग ती माझ्याकडे आली आणि तिनं मला उठून उभं राहायला मदत केली. तिनं माझी सायकल उचलायलाही मदत केली. त्यानंतर ती मला रस्त्याकडेच्या एका कच्च्या झोपडीत घेऊन गेली. तिनं माझ्या जखमा धुतल्या आणि मला शाळेत जाणं जमेल का, ते विचारलं. त्यानंतर खूप प्रेमानं मला आशीर्वाद देऊन ती म्हणाली की, 'खूप शिकून मोठा माणूस हो आणि जगात खूप चांगलं काम कर.'

मला धक्का बसला होता. तिच्या दृष्टीनं त्या क्षणी न्यायाचं तत्त्व महत्त्वाचं नव्हतं. तिला फक्त जमावानं मला दुखापत करू नये, याचीच काळजी होती. मी सायकलवरून शाळेत जायला निघालो, तेव्हा तोंडातल्या तोंडात पुटपुटत तिचे आभार मानले. माझ्या मनात आश्चर्यानं विचार येत होते की, अगदी पूर्णपणे अनोळखी असलेल्या मुलाच्या बाबतीत ती एवढ्या प्रेमानं कशी काय वागू शकली होती? न्यायाच्या आधारावर तिनं कुठलीही कृती केली नव्हती किंवा नैतिकतेच्या जाणिवेतून किंवा कोणत्याही प्रकारच्या कायद्याच्या आधारावरही तिची कृती बेतलेली नव्हती. तिला फक्त माझ्या हिताची काळजी होती.

या प्रसंगाचा माझ्यावर सखोल परिणाम झाला. कारण, त्या वेळीच पहिल्यांदा मी कृतीच्या स्वरूपाविषयी चिंतन करण्यास सुरुवात केली.

कोणत्याही परिस्थितीत योग्य कृती काय असते? छोट्या आणि मोठ्या परिस्थितींमध्येही हा प्रश्न एकसारख्याच पद्धतीनं पुढे येतो. नाही का? आपण जे करत आहोत ते चूक आहे की बरोबर ते आपल्याला कसं काय समजतं? त्याचं एखादं सूत्र आहे का?

भीतीसाठीच्या आध्यात्मिक योग्य कृतीच्या परमरहस्याचं वर्णन करताना आम्ही सूत्र हा शब्द वापरणार नाही, कारण त्यामुळे तुम्ही ताठर आणि लवचीकतेचा अभाव असलेल्या ठाम विचारांत अडकून पडाल. संतप्त जमावाच्या तावडीतून मला वाचवणारी महिला एखाद्या मार्गदर्शक पुस्तकातील कोणत्याही सूत्राचा टप्प्या-टप्प्यानं अवलंब करत नव्हती. ती उत्स्फूर्तपणे कृती करत होती आणि सखोल काळजीतून नैसर्गिकपणे तिच्या कृती घडत होत्या.

परंतु आपल्या किती कृती अशा असतात? यातली सत्य गोष्ट अशी आहे की, मला भेटलेल्या अतिशय सुंदर लोकांपैकी अनेक जण कृती करताना बिचकतात. रावण या दहा मस्तकं असलेल्या राजाप्रमाणे ते वागतात. त्याची कथा आपण

आधीच वाचली आहे. 'असं असावं' आणि 'असं नसावं' याविषयी त्यांच्या मनात इतक्या परस्पर-विरुद्ध इच्छा आणि विश्वास असतो की, त्यांच्या दृष्टीनं एखादी लहानशी असलेली कृती करणंही त्यांना डोईजड वाटू लागतं.

विश्वाशी संवाद किंवा संपर्क साधणं म्हणजे 'आध्यात्मिक योग्य कृती' अशी मी आणि प्रीताजींनी ॲकॅडमीत व्याख्या केली आहे. आमच्या अवस्थेतून आम्ही सातत्यानं या असीमित विस्तारित असलेल्या चैतन्यात माहिती पाठवत राहतो. ज्या वेळी संलग्नता हे सार असलेल्या सुंदर-स्थितीत आम्ही पदार्पण करतो, त्या वेळी चैतन्याच्या एकसंध धाग्याशी आम्ही उदात्तपणे जोडले गेलेले असतो.

या स्रोताच्या शक्तीपासून तुम्हाला शोधून काढता येण्याजोगी योग्य कृतीची विशिष्ट तत्त्वं आम्ही तुम्हाला सांगू इच्छितो. या तत्त्वांवर आधारित असलेल्या कृतींना आम्ही 'आध्यात्मिक योग्य कृती' असं म्हणतो. जर 'आध्यात्मिक योग्य कृतीं'चा परिणाम म्हणून विश्वानं काही उपाययोजना केल्या, तर मी तुम्हाला पैजेवर सांगतो की, मग अनपेक्षित घटनाक्रमांमधून त्या योजना आकाराला येतात आणि तुमच्या आयुष्याला आणखी महान बनण्याच्या दिशेनं चालना मिळते.

व्यवहार्यदृष्ट्या विचार करता, ज्या वेळी आपण निराशेनं आणि जिवावर उदार होऊन जीवन प्रवाहाला नियंत्रित करण्याचा प्रयत्न सोडून देतो आणि त्याऐवजी चैतन्याच्या शक्तिशाली स्थितीतून जे समोर येतं त्यानुसार आयुष्याला प्रतिसाद देऊ लागतो, त्या वेळी ही 'आध्यात्मिक योग्य कृती' केली जाते.

आध्यात्मिक योग्य कृतीची तीन मूलभूत तत्त्वं आता पाहू या. जीवनातील मोठे किंवा लहान निर्णय घेताना ही तत्त्वं उपयुक्त ठरू शकतात; पण एक गोष्ट लक्षात ठेवा. ही तत्त्वं लक्षात ठेवणं हा कोणताही कठोर किंवा ठाम नियम नाही, तर ती एक स्फूर्तिदायक गोष्ट आहे. सुंदर-स्थितीची रुजवण करण्यात तुम्ही जितका अधिक वेळ व्यतीत कराल तितकंच 'आध्यात्मिक योग्य कृती'चं चौथं पवित्र रहस्य तुमच्याकडे अधिक स्वाभाविकपणे येत राहील.

पहिला सिद्धान्त : *आपला आंतरिक कलह किंवा परस्परविरुद्ध गोष्टींचा संघर्ष आपण संपवला की, मग आध्यात्मिक योग्य कृती करता येतात. जोपर्यंत आपण अंतर्गत कलहात गुरफटलेले असतो तोपर्यंत त्या करता येत नाहीत.*

कोणतंही नातं सुरू करण्याचा किंवा संपवण्याचा निर्णय हा बहुतेक वेळा रागाच्या किंवा एकाकी स्थितीत घेतलेला असतो. आपण असुरक्षिततेनं किंवा नैराश्यानं हतबल झालेले किंवा दडपून गेलेले असतो, त्या वेळी आपण सहसा नोकरी सोडतो. ज्या वेळी आपल्या मनात मंदीची भीती असते, त्या वेळी आपण खरेदीचा किंवा विक्रीचा विचार करतो. अविवेकी स्थितीतून विवेकी किंवा सुज्ञ कृती कशा काय निर्माण होतील?

सर्व दुःख-स्थिती या प्रज्ञेतील अडथळे असतात. त्या आपलं वास्तवाचं, सत्य परिस्थितींचं आकलन विकृत, विपर्यस्त बनवतात. राग किंवा नैराश्य यांच्यामुळे गैरवाजवी, बेसुमार उतावीळपणा निर्माण होतो. आपण कुढत असतो, त्या वेळी काळजी आणि एकाकीपणा आपल्याला निष्क्रिय किंवा सुस्त बनवतो किंवा आपल्याला नंतर पश्चात्ताप करण्याजोग्या कृती करण्यास भाग पाडतो. या गोष्टी तुमच्या लक्षात आल्या आहेत का?

काही लोक अनेक तास, आठवडे, महिने किंवा काही वेळा काही वर्षंही क्षोभाच्या आणि गोंधळाच्या स्थितीत जगतात. हे तळव्यावर अगदी गरमागरम बटाटा ठेवून नृत्य करण्यासारखं असतं. आपण वैपुल्याच्या संवेदनेतून नव्हे, तर नैराश्यातून निवडी करतो. आपल्याला एखादं ओझं अगदी असह्य होईपर्यंत आपण एका हातातून दुसऱ्या हातात ओझं धरत चालत राहतो, तसं आपण वागतो.

आध्यात्मिक योग्य कृतीचा मार्ग हा 'सरिन माइंड' या साधनेच्या माध्यमातून थोडा वेळ थबकण्यानं, गती मंद करण्यानं आणि आपल्या दुःख-स्थिती नाहीशा करण्यानं सुरू होतो. ज्या वेळी तुमचा तणाव पूर्णपणे नाहीसा होतो, फक्त त्याच वेळी तुम्हाला स्पष्ट दिसू लागतं आणि ज्ञानबोध प्राप्त होऊ शकतो.

आमच्या युथ चॅरिटी फाउंडेशननं तयार केलेला कोर्स पूर्ण केलेल्या एका तरुणानं हे अगदी परिपूर्णपणे दाखवून दिलं होतं. तो वीस वर्षांचा वगैरे होता. त्याला आयुष्याच्या प्रत्येक अंगाचा तिरस्कार वाटत होता. त्या वेळी त्याला तिरस्कार वाटणाऱ्या गोष्टींच्या यादीत नुकताच कशाचा समावेश झाला होता? कॉल सेंटरच्या माध्यमातून लोणच्यांची विक्री करण्याचा त्याचा नवीन व्यवसाय त्याला तिरस्कृत वाटत होता. त्या व्यवसायाबद्दलची प्रत्येक गोष्ट त्याला तिरस्करणीय वाटत होती. त्यासाठी वापराव्या लागणाऱ्या हेडसेट्सपासून ते लोकांना त्यानं कशाची तरी विक्री करण्यासाठी फोन केला आहे हे कळल्यावर लोक ज्या प्रकारच्या प्रतिक्रिया व्यक्त करत असत, त्यापर्यंतची प्रत्येक गोष्ट त्याला आवडत नव्हती. त्याला मिळणाऱ्या तुटपुंज्या वेतनाचाही त्याला तिटकारा वाटत होता; पण तो नोकरी सोडू शकत नव्हता. कारण, त्याला कुटुंबाच्या उत्पन्नाला हातभार लावावा लागत होता. त्याच्या वृद्ध वडिलांची लेक्चरबाजी आणि आरोप त्याला ऐकून घ्यायचे नव्हते.

शहरात बिन चेहऱ्यानं जगण्यानं तो निराश झाला होता. तिथे तो कोणाच्याही खिजगणतीत नव्हता. तो गावीही परतू शकत नव्हता. कारण, तो तसाच त्याच्या वडिलांसमोर उभा राहू शकणार नव्हता. त्याचे वडील एक सर्वसामान्य कुंभारकाम करणारे व्यावसायिक होते. त्याच्या गावासाठी मातीचे माठ तयार करून ते कशीबशी हाता-तोंडाची मिळवणी करत आले होते. त्यांच्या माठांना संपूर्ण गावातून चांगली मागणी होती, त्यामुळे त्याच्या वडिलांना कधीही त्यांच्या कौशल्याची रुजवणूक करण्याचा कंटाळा आला नव्हता. त्याची आई गृहिणी होती. ती कुटुंबासाठी स्वयंपाक करत होती

आणि एका श्रीमंत माणसाच्या शेतजमिनीत कामही करत होती. त्याच्या गरिबीत खितपत पडलेल्या घराचा त्याला तिटकारा वाटत होता म्हणून आपल्याला कुठेही जायला जागा नाही आणि करण्यासारखं काहीही अर्थपूर्ण काम नाही, असं त्याला वाटत होतं.

लोणच्याची विक्री करण्यासाठी त्याच्या दैनंदिन कामकाजाचा भाग म्हणून त्यानं केलेल्या अशाच एका फोनच्या वेळी तो आमच्या फाउंडेशनच्या एका स्वयंसेवकाशी बोलला. त्यांचं संभाषण तसं चांगलंच दीर्घकाळ चाललं आणि त्या स्वयंसेवकानं त्याला शाळेतील किशोरवयीन मुलांसाठी होणार असलेल्या एका कार्यक्रमाला उपस्थित राहण्याचं आमंत्रण दिलं. त्या तरुणानं तो अभ्यासक्रम केल्यानंतर त्याच्या असं लक्षात आलं की, स्वतःचा तिरस्कार करून तो त्याच्या आयुष्याची नासाडी करून घेत होता. त्यानंतर एका सखोल प्रक्रियेतून गेल्यानंतर त्याच्या मनात त्याच्या वडिलांविषयी आणि स्वतःविषयी असलेल्या तिरस्काराच्या ओझ्यातून त्याला मुक्त झाल्यासारखं वाटलं.

त्यानंतरच्या दीर्घ आठवडाअखेरीला आपल्या खेड्यात गेल्यानंतर तो तरुण स्वयंपाकघरात स्वयंपाक करत असलेल्या त्याच्या आईच्या शेजारी शांतपणे बसला. आयुष्यात पहिल्यांदाच त्याला आपण तिच्याशी सखोलपणे संलग्न झालो आहोत, जोडले गेलो आहोत, असं जाणवलं. कुटुंबासाठी जेवण बनवण्यात त्यानं तिला मदत केली. घरातली किरकोळ कामं करून गेल्या कित्येक वर्षांत पहिल्यांदाच त्याला इतका आनंद झाला होता हे त्याच्या लक्षात आलं.

पुढच्या काही दिवसांत त्यानं त्याच्या आईला प्रत्येक वेळी स्वयंपाकात मदत केली. त्यांनी जेवण एकत्रितपणे बनवलं. त्यानं सांगितलं की, त्या अन्नाच्या वासानं आणि स्वादानंच त्याच्या तोंडाला एकदम चव आली. त्याच्या हृदयात एक नवीन उत्कट भावना निर्माण झाली. अत्यंत स्पष्टतेनं आणि धाडसानं त्यानं कॉल सेंटरमधील त्याच्या नोकरीचा राजीनामा दिला. तो गावात परत गेला. त्यानं त्याच्या आईच्या आणि खेड्यातील इतर स्त्रियांच्या हाताखाली विविध चवींच्या स्थानिक पदार्थांची आणि त्यातील घटक पदार्थांची, मसाल्यांची माहिती घेतली. आज आमच्या एका कॅम्पसमध्ये तो मास्टर शेफ म्हणून काम करत आहे. सहभागी व्यक्तींच्या खाण्या-पिण्याच्या आवडीनिवडींची तो चांगली काळजी घेऊन काम करतो आणि त्यांना घरगुती जेवणाचा आस्वाद देतो. तो सुंदर-स्थितीत असलेला आचारी आहे. तो जे पदार्थ बनवतो त्या सर्व पदार्थांत त्याची ही स्थिती उतरते आणि त्या पदार्थांना खूपच आगळीवेगळी चव असते.

तुम्ही फक्त तुमच्या दुःख-स्थिती नाहीशा केल्यावर तुमच्या आयुष्याविषयीच्या निवडीच्या प्रक्रिया सुरू केल्या की, तुमच्या समोर आश्चर्यजनक संधी आणि वैभव अवतरतं. मात्र तुम्ही त्या स्थितींमध्ये असताना त्या तुम्हाला प्राप्त होत नाहीत.

आता 'आध्यात्मिक योग्य कृती'चा दुसरा सिद्धान्त पाहू या.

दुसरा सिद्धान्त : *आध्यात्मिकदृष्ट्या योग्य कृती ही सुंदर-स्थितीतून करता येते.*

सुंदर-स्थितीतून तुम्ही स्वाभाविकपणेच तुमच्या हिताचा आणि त्याचबरोबर इतरांच्याही हिताचा विचार करता. तुम्ही सुंदर-स्थितीत असता, त्या वेळी तुम्ही सर्व संबंधितांच्या अनुभवाशी संलग्न असता.

'आध्यात्मिक योग्य कृती' म्हणजे दुसऱ्या कोणासाठी आपल्या हिताचा त्याग करणं नव्हे. कारण, सहसा नेहमीच त्यागांनंतर आपण कडवट बनतो आणि आयुष्यात नंतर आपल्याला त्यागांचा पश्चात्तापही होतो. शिवाय ज्यांच्यासाठी आपण त्याग केलेला असतो, त्यांच्याकडून आपण त्यासाठी कृतज्ञतेच्या भावनेची अपेक्षाही ठेवतो; पण ज्या वेळी आपल्याला ते पुरेशा आदरानं वागवत नाहीत, असं आपल्याला वाटतं त्या वेळी आपण असंलग्नतेच्या स्थितीत जातो. त्यातून आपल्यासमोर समस्यांचा आणखी एक ढिगारा तयार होतो.

'आध्यात्मिक योग्य कृती' याचा अर्थ तुमच्या आजूबाजूला असलेल्या लोकांच्या हिताकडे दुर्लक्ष करणं असाही नसतो. योग्य कृती या संलग्नतेच्या सुंदर-स्थितीतून उदयास येतात. त्यांच्यामध्ये इतरांच्या हिताकडे डोळेझाक करणं केवळ अशक्य असतं. ज्या परिस्थितींमध्ये एकाहून अधिक व्यक्तींच्या भावनांचा विचार करावा लागतो, अशा गुंतागुंतीच्या परिस्थितींमध्ये तुम्हाला ज्यामुळे किमान हानी होईल, असं वाटतं अशा कृती तुम्ही करता.

अखेरीस आता तिसरा सिद्धान्त पाहू या.

तिसरा सिद्धान्त : *आध्यात्मिक योग्य कृती ही आदर्शांमधून स्फुरलेली नसते.*

आपल्या सर्वांकडे काही आदर्श आणि कल्पना असतात. त्यांच्यामुळे आपल्या आयुष्याला आकार प्राप्त होतो; परंतु ज्या वेळी आपण आदर्शांना आपल्या स्वतःच्या ओळखीच्या खूपच मध्यवर्ती स्थान देतो आणि आपल्या प्रत्येक कृतींवर ते हुकमत गाजवू लागतात त्या वेळी काय होतं? परिस्थितीच्या आगळ्यावेगळ्या स्थितींकडे आपल्याला ते दुर्लक्ष करायला भाग पाडतात, त्या वेळी काय होतं? ज्या वेळी आपल्या आताच्या जाणिवेचा, आकलनाचा आणि विवेकाचा आता इथे उद्भवलेल्या परिस्थितीसाठी वापर न करता आपण भूतकाळात काय करण्यात आलं होतं त्याची फक्त नक्कल करतो, त्या वेळी योग्य कृती कशी काय घडेल?

एकच आदर्श सर्व परिस्थितींसाठी मार्गदर्शक प्रकाश म्हणून कसा काय काम करू शकेल? ज्या वेळी आपण स्फूर्तीच्या शोधात असतो, त्या वेळी आपण लोकांची आत्मचरित्रं वाचतो. आपल्या समोरची आव्हानं दूर करण्यासाठी आपल्याला त्यांच्यात उपाययोजना सापडतील, अशी आपल्याला आशा असते. या मार्गावर दुर्दैवानं, आपल्याला आसक्ती तिच्या कह्यात ठेवते.

आदर्शाची भुरळ पडल्यामुळे आपण आपला दृष्टिकोन गमावून बसतो आणि त्याऐवजी त्या आदर्शाप्रमाणंच बनण्याच्या कल्पनेनं झपाटून जातो. त्या आदर्शाइतकंच प्रसिद्ध, प्रणयी किंवा कुशल बनण्याचं स्वप्न ही आपली नवीन समस्या असते. आपला आदर्श ही आपली आसक्ती बनते आणि आपल्या दुःखाचा स्रोतही बनतो.

आपण दुसऱ्यानं जगलेलं आयुष्य जगत असल्याचं आपल्या लक्षात येतं.

कोणत्याही आदर्शामुळे म्हणजे तो आदर्श अगदी चांगला असला तरी अशा आदर्शामुळे झपाटून गेल्यानं तुम्ही वर्तमानकाळातील प्रत्येक परिस्थितीपासून दूर जाता आणि त्या प्रत्येक परिस्थितीतील तुमची उपस्थिती तर अनिवार्य असते. आदर्शापासून स्फूर्ती घेऊन केलेली प्रत्येक कृती ही पूर्वनिर्धारित आणि यांत्रिक स्वरूपाची असते. अगदी उदार आणि विनम्र प्रतिसादही सराईत सवयी बनू शकतात. उत्स्फूर्तपणानं स्वतःची किंवा इतरांची काळजी घेण्यापेक्षाही आदर्शाचं अनुकरण करणं अधिक महत्त्वाचं बनतं. तुमचा आदर्श कितीही चांगला किंवा उमदा असला तरीही ज्या वेळी तुमच्या कृती या त्याच्या कृतींची किंवा सिद्धान्तांची परिपूर्ती करण्याच्या आसक्तीतून घडतात, त्या वेळी तुम्ही असंवेदनशील आणि निर्दयी बनता.

कन्फ्युशियस या चिनी तत्त्ववेत्त्याची आणि राजसल्लागाराची एक गोष्ट सांगितली जाते. प्रशासनाची कन्फ्युशियन प्रणाली ही स्पष्टपणानं व्याख्या करण्यात आलेले कायदे, तत्त्वं आणि नीतितत्त्वं यांच्यावर आधारित होती. अगदी मित्राशी, पालकांशी किंवा शिक्षकांशी बोलताना एखाद्यानं कोणती भाषा वापरलीच पाहिजे, याविषयीचे काही नियम करण्यात आले होते. कारण, कन्फ्युशियसचा असा विश्वास होता की, यामुळे सुव्यवस्था, पावित्र्य आणि प्रामाणिकपणा निर्माण होईल. परिणामी, कोणत्या कृतींना बक्षीस मिळेल आणि कोणत्या कृतींना शिक्षा मिळेल हे प्रत्येकाला माहिती होतं.

एकदा एका घोड्याची चोरी झाली आणि कन्फ्युशियसकडे त्याची तक्रार आली. त्यानं चोराला शोधण्यासाठी शिपायांना धाडलं. त्याबरोबरच चोराला शोधणाऱ्यासाठी इनाम निश्चित केलं आणि चोरासाठी तुरुंगवासाची शिक्षाही निश्चित केली. काही दिवसांनी एक तरुण कन्फ्युशियसकडे आला आणि त्यानं चोर कोण होता ते त्याला माहिती असल्याचं सांगितलं.

''तुला कसं काय माहिती आहे?'' कन्फ्युशियसनं विचारलं.

''कारण, ते माझे वडील आहेत,'' त्या तरुणानं उत्तर दिलं.

''त्या माणसाला शोधून काढा आणि तुरुंगात टाका...,'' कन्फ्युशियस बोलू लागला; परंतु त्यानं वाक्य पूर्ण करण्याआधीच त्याच्या मनात काही तरी आलं आणि त्यानं त्या तरुणाला विचारलं, ''एक क्षण थांब, मला सांग, तुझ्या शेजाऱ्याचा घोडा तुझ्या वडिलांनी का चोरला?''

''माझ्या कुटुंबाची उपासमार होत होती,'' तो तरुण म्हणाला. ''माझी उपासमार होत होती. माझ्या आईची उपासमार होत होती. आमच्याकडे खायला अन्न नव्हतं. आमचं पोट भरण्यासाठी माझ्या वडिलांनी घोडा चोरला.''

''पण ते तर तुझे वडील आहेत,'' तो राजसल्लागार म्हणाला. ''मग तू त्यांच्याविषयी का तक्रार केलीस?''

''कारण, मी प्रामाणिकपणानं वागलंच पाहिजे,'' तो तरुण म्हणाला. ''मला सत्य सांगावंच लागेल.''

कन्फ्युशियसनं मग त्याचा आधीचा निवाडा बदलला.

''याच्या वडिलांना निर्दोष म्हणून मुक्तच ठेवा,'' तो म्हणाला. ''आणि या मुलाला तीन दिवसांच्या तुरुंगवासाची सजा द्या.''

या कथेमुळे अनेक प्रतिक्रिया निर्माण होतात आणि लोकांच्या मनात तसेच अनेक प्रश्नही निर्माण होतात. तुमचाही गोंधळ उडाला असेल, तर ती चांगलीच गोष्ट आहे. तुमच्या स्वतःच्या आयुष्यावर तुम्ही अगदी बारकाईन दृष्टिक्षेप टाकण्यास ही कथा तुम्हाला मदत करेल.

मुलानं जे केलं ती एक नैतिकदृष्ट्या चांगली कृती होती. त्यानं सत्य सांगितलं होतं आणि कायद्याचं पालन केलं होतं; परंतु प्रामाणिकपणा हा त्याच्यासाठी फक्त एक आदर्श बनला होता. ज्या माणसानं त्या मुलाचं स्वतःचं पोट भरण्याचा प्रयत्न केला होता त्या माणसाशी संलग्न होण्यापेक्षाही प्रामाणिकपणाचा आदर्शवाद त्याच्यासाठी अधिक महत्त्वाचा ठरला होता. प्रामाणिक माणूस म्हणून आपल्याकडे पाहिलं जावं आणि आपल्याला ओळखलं जावं, या पलीकडे त्याच्या दृष्टीनं इतर कोणतीही गोष्ट महत्त्वाची नव्हती. त्याच्या आदर्शानं झपाटून गेल्यामुळे तो अविचारी आणि पाषाणहृदयी व सहानुभूतीशून्य बनला होता.

कदाचित, आपल्या कुटुंबाचं पोट भरण्यासाठी चोरी करणाऱ्या वृद्धापेक्षाही एवढा निर्दयी आणि विशेषतः तरुण असलेला असा माणूस रस्त्यांवरून मोकाट फिरत राहणं ही गोष्ट कन्फ्युशियसला अधिक धोकादायक वाटली असावी.

हे अंतिम परमरहस्य किती प्रभावशाली आहे, ते तुमच्या लक्षात येऊ शकेल, असं आम्हाला वाटतं. आध्यात्मिक योग्य कृती ही निर्णयप्रक्रियेतील टप्प्याटप्प्यानं पार पाडण्याची पद्धती नाही. इतर परमरहस्यांप्रमाणेच अंतर्गत संघर्ष नष्ट करण्याविषयीचं, स्वतःविषयीच्या आसक्तीतून बाहेर पडण्याविषयीचं आणि अविश्वसनीय बुद्धिमत्तेनं आयुष्याला प्रतिसाद देण्याविषयीचंच तेही एक रहस्य आहे. तुम्ही योग्य कृती करता, त्या वेळी गोष्टी अमुक एक प्रकारे घडल्याच पाहिजेत म्हणून तुमच्या स्वतःच्या आरोग्याचा, संपत्तीचा आणि आनंदाचा तुम्ही त्याग करत नाही. तुमच्या आनंदाची तुम्हाला काळजी असते आणि त्याची तुम्हाला किंमतही वाटते. योग्य कृतींची

सुरुवात तुमच्यापासून होते आणि अटळपणे त्या एखाद्या धबधब्याच्या खळाळत्या मालिकेप्रमाणे इतरांच्या आयुष्यांतही ओघळतात आणि त्यांच्याही आयुष्यांवर परिणाम करतात. अशा कृती म्हणजे नेहमीच आयुष्यात महान गोष्टी करण्याच्या दिशेनं टाकलेलं पहिलं पाऊल असतं.

तुमच्या आध्यात्मिक ध्येयाच्या आधारावर तुम्ही सुंदर आयुष्य जगता, तुमच्या अंतर्गत सत्याच्या सरावाच्या आधारावर तुम्ही तुमची दुःख नाहीशी करता आणि सुंदर-स्थितीपर्यंत उन्नत होता.

तुमच्या सुंदर-स्थितीच्या आधारावर तुम्ही आध्यात्मिक योग्य कृती करता, त्याद्वारे तुम्ही महान वैयक्तिक आणि सामुदायिक नियतीकडे जाता.

तुम्ही किती प्रमाणात विश्वप्रज्ञेशी संलग्न झालात, त्याच्या आधारावर तुमचं आयुष्य चमत्कारिक विश्वात प्रवेश करतं.

८

चौथा जीवनप्रवास : समृद्धीचे सजग निर्माते

कृष्णाजी

एखाद्या निवांत दुपारी तुम्ही झाडा-झुडपांच्या जंगलातून, शीळ घालत, तुमची आवडती धून शिळेवर वाजवत निघाला आहात, अशी कल्पना करा. अचानकच पक्ष्यांचा कर्कश कलकलाट सुरू होतो. तुम्ही तिरकी नजर करून पाहता त्या वेळी तुम्हाला तुमच्यापासून थोड्याच अंतरावरच्या उंच गवतात कसली तरी हालचाल होत असल्याचं जाणवतं.

तुम्ही संकटात आहात हे तुमच्या लक्षात येतं. तुमच्यावर कोणाची तरी नजर असते. तुमच्यावर झडप घालण्यासाठी वाघ दबा धरून बसलेला असतो. तुम्ही पळता; पण वाघ तुमचा पाठलाग करतो. काही क्षणांतच तुम्ही एका खोल, पसरलेल्या खड्ड्याजवळ येता. तुम्हाला वाघापासून सुटका करून घ्यायची असेल तर तुम्हाला त्यात उडी मारणं भागच असतं. तुमच्याकडे दुसरा पर्याय नसतो. तुम्ही खड्ड्यात उडी मारता. तुमचं असं कोसळणं धोकादायक असतं. कारण, तो भूप्रदेश खडकाळ आणि खडा असतो. तुम्ही गडगडत खाली जाता त्या वेळी तिथे गढूळ पाणी असल्याचं तुम्हाला दिसतं. तुम्हाला खरचटलेलं असतं, तुमचं शरीर रक्ताळलेलं असतं. तुम्ही खाली पाहता, त्या वेळी तुम्हाला तिथे एक भली मोठी मगर तिचा जबडा आ वासून पडलेली दिसते.

तुमच्या अंगावर शहारे येतात. भयावह स्थितीत तुम्ही त्या खड्ड्याला तसेच लटकून राहता. काही वेळा तुम्ही केलेले प्रयत्न अपयशी ठरतात; परंतु तरीही

तुम्ही अखेरीस एका जंगली वेलीवर चढण्यात यशस्वी होता. तुमचे पाय आता त्या मगरीच्या तोंडापासून थोड्याच फुटांवर वरच्या बाजूला असतात. वर वाघ असतो आणि खाली मगर असते. तुम्ही त्या दोघांच्या दरम्यान तुमचं प्रिय आयुष्य मुठीत धरून बसलेले असता. त्याच वेळी तुम्हाला दोन उंदिर दिसतात. त्यांच्यापैकी एक पांढरा आणि दुसरा काळा असतो. तुम्ही ज्या वेलीवर बसलेले असता तीच वेल ते कुरतडत असतात. दहशतीच्या त्या स्थितीत थरथरत असताना तुमच्या डोक्यावर काहीतरी सांडल्याचं तुम्हाला जाणवतं. तुम्ही मान वर करून बघता त्या वेळी तुम्हाला तुमच्यापासून बऱ्याच उंचावर एक मधाचं पोळं दिसतं. सुटकेच्या गोड क्षणाला आसावून तुम्ही जीभ बाहेर काढता आणि मधाचा पुढचा थेंब आपल्या जिभेवर पडावा याची वाट पाहत राहता.

पहिल्यांदा एवढ्या दहशतीच्या आणि भयावह काल्पनिक प्रवासात तुम्हाला ढकलल्याबद्दल आम्ही तुमची क्षमा मागतो; पण कृपया आमच्याबरोबर राहा. कारण, आम्हाला त्यामागचा जो हेतू दिसत आहे, तो आम्ही स्पष्ट करणार आहोत. समृद्धीविषयी विचार करण्याच्या नवीन मार्गापर्यंत तुमच्या चैतन्याला उन्नत करण्यासाठी या प्राचीन कथेच्या आकलनाची मदत होणार आहे.

ही कथा म्हणजे आपल्यापैकी अनेक जण आयुष्याचा अनुभव कसा घेतात, याचं दृश्य प्रतिनिधित्व आहे. स्वत्वाविषयीची आसक्ती नियंत्रणात असते तेव्हाच्या भयावह स्थितीचं वाघ प्रतिनिधित्व करतो. आपण खूपच क्षुद्र आहोत, अशी वाटणारी ही भीती असते. यालाच आम्ही 'अनामिक स्थिती (कोणीही नसण्याची स्थिती)' असं म्हणतो.

हा खड्डा म्हणजे संपत्ती-निर्मितीसाठीचे अवचेतन, आक्रमक आणि महत्त्वाकांक्षी उड्डाण आहे. खड्ड्यात खाली घसरत जाणं हा बहुधा अनामिक स्थितीतून बाहेर पडण्याचा मार्ग असावा असं वाटतं; परंतु हा प्रवास आपण भीतीपोटी करत आहोत, आनंदाच्या भावनेनं किंवा एखाद्या हेतूनं करत नाही.

मगर म्हणजे आर्थिक समस्यांची अंतहीन गुंडाळी आहे. आपल्या आत्म आसक्तीचा परिणाम म्हणून तिचा स्फोट होतो. खाली आ वासून बसलेली मगर ही आयुष्याची सर्वसामान्य, कमी प्रतीची स्थिती असते. आपण खाली घसरलो रे घसरलो की, आपला घास घेण्यास ती टपलेलीच असते.

तुम्ही ज्या वेलीला लटकून बसलेला असता ती वेल म्हणजे आशा असते. वेल कुरतडणारा पांढरा आणि काळा असे दोन उंदीर हे रात्र आणि दिवस यांचे पुढे सरकणारे मार्ग आहेत. ते जसजसे पुढे सरकत जातात तसतशा तुमच्या आशा फिक्या पडत, मंदावत जातात.

...आणि अखेरीस मध उरतो. मध हा सुखाच्या काही क्षणांचं प्रतिनिधित्व करतो. सगळ्या असुरक्षिततेच्या आणि गोंधळाच्या परिस्थितीत आपल्याला त्याची आस लागून राहिलेली असते.

अशा प्रकारच्या बिकट पेचप्रसंगातून कोणीही स्वतःची सुटका कशी करून घेईल?

ठीक आहे. आपल्याला सहसा नेहमीच जो मार्ग अनुसरला जातो तो माहिती आहे. वाघाला बघितल्या क्षणीच आपण कथेतील पात्र करतं तेच करू. आपण खड्ड्याच्या दिशेनंच धावत सुटू. मात्र हा खड्डा अनेक प्रकारचे मुखवटे धारण करू शकतो. आपल्या पालकांना आपण जी नोकरी करावी, असं वाटत असतं ती नोकरी म्हणजे हा खड्डा असू शकतो. हा खड्डा म्हणजे किशोरवयीन असताना आपल्याला कधीही जो आदर मिळाला नव्हता, तो देण्याचं वचन देणारा उद्योग-व्यवसाय असू शकतो. आपल्या भावंडांहून आपल्याला अधिक श्रीमंत बनवणारं पद असू शकतं. खड्डा म्हणजे पार्टीच्या वेळी आपल्याला सवलत न मिळू देणारा दर्जा असू शकतो.

अशा प्रकारचा मार्ग हा आपल्याला काहीतरी कामगिरी आणि आर्थिक यश मिळवून देण्याचा प्रस्ताव ठेवणारा मार्ग असल्यासारखं वाटू शकतं; परंतु आपण कोणतीही कृती केली तरी आपल्या आंतरिक पोकळीची दुःख-स्थिती आपण जेमतेम भरून काढू शकतो. आपला तणाव आणि चिंता यांच्याकडे आपल्याभोवती ऊर्जेचा नकारात्मक भोवरा तयार करण्याचा मार्ग असतो, त्यामुळे अधिक मोठ्या गोंधळाला आणि सामान्यत्वाच्या सलत राहणाऱ्या भावनेला आमंत्रण दिलं जातं. ज्या वेळी चैतन्याच्या एवढ्या कनिष्ठ स्थितीतून आपण जगत असतो, त्या वेळी आयुष्याच्या इतर प्रत्येक पैलूला आपण दुखावतो. हा निश्चितपणे समृद्धीच्या सजग निर्मात्यांचा मार्ग नव्हे.

ज्या स्थितीतून सजगपणे समृद्धी निर्माण होते ती नक्कीच ही स्थिती नव्हे.

परंतु त्यासाठी त्याहूनही मोठा असलेला एक मार्ग आहे. चैतन्याची आणखी एक स्थिती आहे.

'अनामिक' स्थितीतील आयुष्य

माईक हा एका अत्यंत यशस्वी आर्किटेक्चर फर्मचा सीईओ होता. कोणालाही आपल्याला पुन्हा कधीही कमी लेखता येऊ नये, असं त्यानं ठरवलं होतं, तो क्षण त्याला अजूनही आठवतो. तो किशोरवयीन होता त्या वेळी ते घडलं होतं; पण त्यानं जिच्यावर प्रेम केलं होतं त्या मुलीनं एका श्रीमंत मुलासाठी त्याला दूर केलं होतं, त्यामुळे त्याच्या मनात शरमिंदेपणाची भावना निर्माण झाली होती आणि ती बराच काळ टिकून राहिली होती.

त्याच्या फर्मला ओळख मिळवून देण्याचा त्याचा प्रवास कठीण आणि वेदनादायक होता; पण ती नावारूपाला आल्यानंतर आपल्याला आनंद मिळेल ही त्याची अपेक्षा फोल ठरली होती. अनेक वर्षं कडवटपणानं संघर्ष केल्यानंतर

तो उद्धट, मग्रूर बनला. कमतरतेच्या, अपुरेपणाच्या भावनेपासून सुटका करून घेण्यासाठी तो किती महान माणूस होता हे स्वतःला पटवून देण्यात आणि इतरांना सांगण्यात त्यानं त्याचा बराच वेळ खर्ची घातला.

माईक चाळिशीच्या जवळ आला असताना त्याच्या मनात असूया निर्माण झाली. त्याच्या क्षेत्रातील स्पर्धकाचा उदय त्याला सहन होत नव्हता. त्याच्या प्रतिस्पर्ध्याला खाली खेचण्यासाठी तो कावेबाजपणे काही लबाड खेळी खेळला; पण त्याची व्यूहरचना मोठ्या प्रमाणात त्याच्यावरच उलटली. अनेक घटनांची मालिकाच उघड झाली आणि त्यामुळे माध्यमांमधील त्याची प्रतिमा मलीन झाली. त्याची कंपनी डबघाईला आली आणि त्याचे ग्राहक इतर फर्मकडे वळले. त्याच्या कर्मचाऱ्यांनीही त्याच्याकडे पाठ फिरवली आणि भागीदारांनी भागीदारी काढून घेतली.

दोन दशकांचं काम असं पाण्यात गेल्याचं बघितल्यावर माईकच्या लक्षात आलं की, तो खड्ड्यात शक्य तितका खोलवर घसरला होता. आता धावणं थांबवण्याची वेळ आली होती.

आमच्या चार दिवसांच्या कोर्ससाठी आलेला माईक हा नाराज आणि नाखूश असलेला सहभागी विद्यार्थी होता. केवळ त्याच्या किशोरवयीन मुलीच्या आग्रहाखातर तो तिथे आला होता!

दुसऱ्या दिवशी मात्र तो खरोखरच आपल्या आत डोकावून पाहू लागला आणि त्याच्या डोक्यात प्रकाश पडला की, त्यानं तोपर्यंत ज्याच्याकडे एक प्रेरणा आणि लक्ष केंद्रित करण्याची गोष्ट म्हणून बघितलं होतं ते प्रत्यक्षात व्यसन होतं. तो वेदनादायक पद्धतीनं त्यानं केलेला श्रीमंतीचा आणि यशाचा पाठलाग किंवा पाठपुरावा होता. किशोरावस्थेत त्याच्या अंतरंगात त्याला पहिल्यांदा जाणवलेली आणि नंतर सतत जाणवत राहिलेली पोकळी भरून काढण्याचा तो त्याचा निष्फळ प्रयत्न होता.

त्याची अपुरेपणाची, कमतरतेची सलणारी भावना दूर करण्याचा त्यानं कधीही प्रयत्न केला नव्हता, त्यामुळे उलटणाऱ्या प्रत्येक वर्षाबरोबर ती भावना वाढत गेली होती. तिला शांत करण्याचा त्याच्याकडे असलेला एकमेव मार्ग होता, तो त्या क्षेत्रातील इतर कोणाहीपेक्षा मोठं होऊन दाखवणं हा! परिणामी, यशाच्या मागे धावत राहण्यानं त्याच्यात आक्रमकता आणि निर्दयीपणा निर्माण झाला होता.

अंतःकरणापासून मात्र त्याला तो किशोरवयीन असताना जशी आपण पोकळ, क्षुद्र, महत्त्व नसलेले आहोत, अशी भावना जाणवली होती, तशीच भावना तेव्हाही जाणवत असल्याचं त्याच्या लक्षात आलं. त्याच्या हाताखाली किती लोक काम करत होते किंवा त्याच्या व्यवसायात त्याच्याकडे किती अत्युच्च आदरानं पाहिलं जात होतं, यामुळे काहीही फरक पडला नव्हता. ज्या क्षणी आपल्याहून कोणीतरी मोठं होईल, असं त्याला वाटत असे, त्या क्षणी अजूनही त्याला आपण क्षुल्लक बनल्यासारखं वाटत असे. त्याला अजूनही दुःख होत असे.

कोर्सच्या अखेरच्या दिवशी माझ्याबरोबरच्या लिमिटलेस फिल्ड मेडिटेशनच्या (असीम क्षेत्र ध्यान) गूढ प्रवासात तो प्रचंड भीतीच्या तावडीत सापडला आणि त्याची सगळी गात्रं शिथिल झाली. आपली 'अनामिक स्थिती' मरण पावेल ही भीती त्याला ग्रासत होती. त्याच्या विचारांना दुसरी दिशा देण्याचा, त्यांना दुसरीकडे वळवण्याचा त्यानं कितीही निकराचा प्रयत्न केला, तरी ती भीती तो झटकून देऊ शकत नव्हता.

मात्र ज्या वेळी त्याच्या आयुष्याचं खरोखरच इतरांच्या दृष्टीनं महत्त्व नव्हतं, ही गोष्ट स्वीकारून, या भावनेला तो शरण गेला, त्यानंतर मात्र त्याला एक विनम्र सत्य दिसलं. ते म्हणजे कोणाच्याही आयुष्यातील त्याच्या उपस्थितीनं त्यानं कोणाचंही आयुष्य समृद्ध बनवलं नव्हतं.

गाढ ध्यानाच्या स्थितीत निरुद्देश अस्तित्वाच्या वेदनेला त्यानं मनाच्या तळाशी बसू दिलं. क्षणार्धात त्याच्या नाभीतून खूप मोठी उष्णता बाहेर पडली. त्याच्या हृदयात आणि आतड्यात जाणवणाऱ्या असमाधानाच्या अत्यंत परिचित अशा भावनेचं एका महान अग्नीत दहन होत असल्यासारखं त्याला वाटलं. सुमारे तासाभरानंतर तो गोड, गाढ झोपेच्या अधीन झाला.

माईक विमानानं परतत असताना त्याच्या आयुष्याचा आढावा घेत होता. अनामिक स्थितीतून संपत्ती मिळवण्याच्या ध्यासातील निष्फळता त्याच्या लक्षात आली. त्याच्या कोणत्याही भौतिक यशाने त्याला संपूर्णत्वाची, समग्रतेची भावना मिळवून दिली नव्हती.

आता त्याच्या खऱ्या परिवर्तनाच्या प्रक्रियेला सुरुवात झाली होती. एक नवीन आयुष्य त्याला खुणावत होतं; परंतु त्याला अनेक निर्णय घ्यावे लागणार होते. तो निवृत्त होऊन एखादा छंद जोपासणार होता की, एखादा नवीन व्यवसाय सुरू करणार होता? तो आपला जुनाच व्यवसाय तसाच पुढे सुरू ठेवणार होता का? तो त्याच शहरात त्याच्या नवीन करिअरची उभारणी करणार होता की तो दुसरीकडे जाणार होता? तो एकटाच काम करणार होता की इतरांसोबत काम करणार होता? तो कुठून सुरुवात करणार होता?

आपण लवकरच त्याच्या या प्रवासाकडे पुन्हा परतणार आहोत.

परिपूर्ण स्वत्वाची वेदना

माईकला जिची जाणीव झाली, त्या अनामिक स्थितीतून आपण समृद्धी निर्माण करण्याचे करत असलेले प्रयत्न म्हणजे एखाद्या कोंबडीनं आकाशात उंच भरारी मारण्याचा प्रयत्न करावा तसे असतात. अगदी मर्यादित आणि आपल्याला दमवून टाकणारे. अनामिक स्थिती आपल्याला तीन विविध मार्गांकडे नेते.

१. आपण शोध घेत असलेली संपत्ती मिळवण्यात आपण अपयशी ठरतो. कारण, प्रज्ञेच्या निम्न स्तरावरून आपण काम करत असतो.

२. अगदी आपल्याला थोडंफार यश मिळालंच तरीही यशाच्या पायऱ्या चढत जाणं वेदनादायक असतं, त्यामुळे आपल्याकडे समाधान वाटून घेण्यासाठी किंवा यश साजरं करण्यासाठी जागाच उरत नाही.

३. आपल्या दुःख-स्थिती समस्या निर्माण करतात, त्यामुळे आपण इतक्या कष्टांनी, परिश्रमांनी मिळवलेलं सगळं काही वाया जातं.

अशा प्रकारची दृश्यं असणं म्हणजे पुढचे सगळे मार्ग खुंटलेलेच असतात असं जरी वाटत असलं तरीही तुमच्या मनाला आता आपण हलकं करू या. अनामिक स्थितीचं आपल्यावर इतकं नियंत्रण असतं, त्यामागे एक कारण असतं आणि एकदा आपल्याला त्याची जाणीव झाली की, त्याची ताकद ओसरू लागते.

पण मुळातच ते एवढं भक्कम कसं काय बनलेलं असतं?

एक गोष्ट लक्षात ठेवा. आपण आपल्या मनाचं पोषण करण्यासाठी त्याला जाणीवपूर्वक जी माहिती पुरवतो फक्त तेवढ्याच माहितीतून आपलं मन तयार होत नाही. त्याखेरीज त्याच्यात महत्त्वाकांक्षा, पूर्वग्रह, भीती आणि आपले आजी-आजोबा, पालक, शिक्षक, मित्र-मैत्रिणी, हायस्कूलमधील प्रेमाच्या व्यक्ती, जोडीदार या सगळ्यांच्या इच्छांचीही भर पडते. एवढंच नव्हे, तर आपल्याला फारशा आवडत नसलेल्या लोकांच्या मतांचीही त्यात भर पडते.

माहितीचा हा सामुदायिक आंतरिक प्रवाह आपल्यामध्ये परिपूर्ण स्वत्वाची (परफेक्ट सेल्फ) स्पष्ट प्रतिमा तयार करतो. दुर्दैवानं, हे परिपूर्ण स्वत्व भावनिकदृष्ट्या सदाचारी, सद्गुणी, बौद्धिकदृष्ट्या खूपच बुद्धिमान, भौतिकदृष्ट्या आकर्षक आणि आर्थिकदृष्ट्या समृद्ध असतं. स्टीव्ह जॉब्ज, ओप्रा विनफ्रे, गिही हादिद आणि वॉरेन बफे यांचा विचार करा. ते सगळे एकाच साच्यातून तयार झाले होते आणि त्यात दलाई लामांचा झपाटा घालायला विसरू नका! तुम्ही बारकाईनं पाहिलं तर ही प्रतिमा कमी-जास्त प्रमाणात तुमच्या आदर्श स्वत्वाच्या प्रतिमेशी मिळतीजुळती असेल.

आपण जगातील सर्वाधिक कौतुकास्पद, यशस्वी किंवा आकर्षक व्यक्तिमत्त्वाच्या साच्यात जाणीवपूर्वक स्वतःला बसवत नसलो तरीही आपल्यावर अगदी पहिल्या दिवसापासून चांगलं, आनंदी आणि यशस्वी असणं म्हणजे काय याविषयीच्या संदेशांचा जोरदार मारा होत असतो. साहजिकच आपण कशी व्यक्ती असावं याविषयीची आपली कल्पना आयुष्यात खूपच लवकर तयार होते. आपलं कुटुंब, मित्र-मैत्रिणी आणि शिक्षक यांच्याकडून आपलं मूल्यमापन केलं जाऊ लागतं, तसतशा या कल्पना बऱ्याचशा अधिकाधिक गुंतागुंतीच्या बनत जातात.

आपल्या लक्षातही येण्याआधी हे परिपूर्ण स्वत्व म्हणजे आपण कोण असलं पाहिजे, याचं आंतरिक परिमाण बनतं. या आदर्शाच्या संदर्भात आपल्या वास्तव बाबींचं आपण सतत मापन करत राहतो आणि दर वेळी आपण कमी पडतो. आपण स्वतःविषयी आणि आपल्या आयुष्याविषयी निराश बनतो. आपल्याला पोकळी जाणवते आणि निराश, हताश स्थितीतून आपल्या उद्दिष्टांचा आपण पाठपुरावा करण्यास सुरुवात करतो.

आम्ही तुमच्याबरोबर जी चर्चा करत आहोत, त्यातून आम्ही तुम्हाला अधिक वाजवी, समजूतदार बनण्यास सुचवत आहोत, असं तुम्हाला वाटतंय का की आम्ही तुम्हाला तुमच्या अपेक्षा कमी करण्यास किंवा समाधानी आयुष्य जगण्यासाठी तुमच्या इच्छा सोडून देण्यास सांगतोय, असं तुम्हाला वाटतंय?

असो; पण हे काही आमचं तत्त्वज्ञान नाही. कारण, समजूतदार असणं आणि नसणं मोजण्यासाठीच्या नेमक्या फूटपट्ट्या काय आहेत?

शिवाय तडजोडींचं कमी दर्जाचं आयुष्य जगण्यावरही आमचा विश्वास नाही. तुम्ही इच्छा मारल्या पाहिजेत, त्यांचं दमन केलं पाहिजे, यावरही आमचा विश्वास नाही. आमच्या दृष्टीनं फक्त आपल्या सगळ्या इच्छांचा ज्या स्थितीतून आपण पाठपुरावा करतो, ती स्थिती सर्वांत महत्त्वाची आहे. मग आपल्या इच्छा अगदी महान असोत वा साध्यासुध्या, किरकोळ असोत.

मग ज्या वेळी 'अनामिक स्थिती' आपल्यावर नियंत्रण राखते, त्या वेळी आपण काय करतो? आणि आपल्याला हे सगळं आधीच माहिती असेल तर काय होईल?

आम्ही तुम्हाला हेच सांगू इच्छितो की, 'अनामिक' स्थितीत कोणीच जन्मलेलं नाहीए.

परिपूर्ण स्वत्वाच्या कल्पनेत रमण्यापूर्वी आणि अनामिक स्थितीचं भान येण्यापूर्वी आपण चैतन्याच्या सुंदर-स्थितीतच जगत होतो. लहान मूल असताना आपण कोणत्याही क्षणी ज्याचा अनुभव घेत होतो, त्याहून वेगळं कोणीतरी बनण्याचा विचार करत नाही. आपण आपल्या चैतन्य-स्थितीत असतो. मग ती स्थिती रागाची, आनंदाची, असूयेची, कंटाळल्याची किंवा खोडकरपणाची असो.

या चैतन्य-स्थितीत आपण पूर्णपणे, बिलकूल लज्जित न होता किंवा गोंधळून न जाता स्वतःबरोबर राहत असतो. निष्पापपणाची, निरागसतेची ही सुंदर-स्थिती म्हणजे नंदनवनाचा एक प्रकार असतो. दुःख हे आपल्या शरीरांवरून ओघळणाऱ्या पाण्याच्या थेंबांसारखं असतं.

आपल्या त्वचेचा किंवा डोळ्यांचा रंग काय असतो, याला काहीच महत्त्व नसतं. आपण आपल्या स्वतःचे असतो आणि त्याबद्दल आपल्या मनात कोणताही

खेद नसतो. आपल्याला अक्षरओळख असेल वा नसेल, आपल्याला आकडे माहिती होते किंवा नव्हते; पण आपण शांत-स्थितीत असतो. आपण आपल्या पद्धतीनं आपल्याला स्वतःला हवा तितका वेळ घेऊन गोष्टी शिकत असतो. प्रत्येक प्रयत्न हा एकमेवाद्वितीय सर्जनशील प्रयत्न असतो.

आपण मोठे होतो तसा आपण या आंतरिक सहजतेच्या जाणिवेचा, संवेदनेचा मापनाच्या किचकट यंत्रणांसाठी सौदा करतो आणि या यंत्रणांनी आपण कधीही समाधानी असणार नाही, याची हमी देतो! आपल्या परिपूर्ण स्वत्वापासून आणखी लांब गेल्यावर आपण खोलवर घसरतो आणि कोणीही नसण्याच्या वेदनादायी स्थितीत बुडून जातो. ज्या ज्या वेळी आयुष्य आपल्याला दुखावतं, त्या त्या वेळी ही अनामिक स्थिती अधिकाधिक शक्तिशाली बनते.

आपले पालक आपली तुलना आपल्या भावंडाशी करतात, त्या वेळी आपण कोणीही नसण्याची भीती आपल्या आत झिरपत जाते. शिक्षक दुसऱ्या मुलाला अधिक चांगल्या प्रकारे वागवतात, त्या वेळी ही कोणीही नसण्याची भीती आपल्याला दंश करते. आपलं जिच्यावर प्रथमदर्शनीच प्रेम जडतं ती आपल्याला झिडकारते, त्या वेळी किंवा आपल्या स्वप्नातील नोकरी पटकावण्यात आपण अयशस्वी ठरतो, तेव्हा ही कोणीही नसण्याची भीती आपल्याला गिळून टाकते.

अगदी ज्या लोकांनी खूप मोठी प्रसिद्धी मिळवली आहे, त्यांनी या 'अनामिक' स्थितीचा घेतलेला असतो; पण ते त्याच स्थानावर राहिले, तर त्यांनी अगदी प्रतिष्ठित पारितोषिकं आणि मानमरातब मिळवले, तरीही ते आनंदाच्या जवळपासही पोहोचू शकत नाहीत. कृपा करून हे जाणून घ्या : या 'अनामिक' स्थितीतून आपण संपत्तीच्या निर्मितीसाठी प्रयत्न करत नाही. आपण फक्त नैराश्याच्या खड्ड्यात जास्तीत जास्त खोलवर रुतत जातो.

इथे थोडं थांबा. संपत्ती उभारण्याच्या आणि समृद्धीचा, तिच्या विविध स्वरूपांत अनुभव घेण्याच्या आपल्या क्षमतेला ही अनामिक स्थिती कशा प्रकारे मर्यादा घालू शकते, याविषयी खरं बोलण्यासाठी क्षणभर थांबू या. अनामिक स्थिती तुम्हाला नैराश्याला तशीच चिकटून राहायला कशी भाग पाडते? लक्षात ठेवा, तुम्हाला विश्वप्रज्ञेनं तुमच्यासमोर उपाययोजना सादर कराव्यात, असं वाटत असेल तर प्रसन्न, शांत मनाचा सराव करून तुम्ही तुमच्या आसक्ती आणि स्वारस्यं बाजूला ठेवू शकता. (नव्यानंच साधना करणाऱ्यांनी कृपया पान क्र. ७०-७१ पाहा.) व्यापक दृष्टिकोनातून परिस्थितीकडे पाहा. एकूणच टाकलेला प्रभाव पाहा. मग तो

तुमच्या कुटुंबावरचा, तुमच्या संघटनेवरचा किंवा तुमच्या वातावरणावरचा असो. अंतःप्रेरणा किंवा ध्यानातील स्फूर्ती किंवा अनपेक्षित ठिकाणातून मिळालेल्या कल्पना म्हणून तुमच्याकडे उपाययोजना येतील.

सजग नेता म्हणून स्वतःला विचारा : माझ्या कामगिरीला ताकद पुरवणारी कोणती स्थिती आहे? माझ्या उत्थानासाठी मी तुलनेचा आणि कमी पडण्याच्या भीतीचा इंधन म्हणून वापर करून घेत आहे का की बदल घडवून आणण्याच्या सखोल आणि आनंदी उत्कट इच्छेच्या स्थितीतून मला स्फूर्ती मिळाली आहे?

घायाळ मनाचे उपचार

आपल्याला सर्वांनाच शरीराच्या दाहाचा अनुभव आलेला असतो. ज्या वेळी एखादी हानिकारक किंवा त्रासदायक गोष्ट सजीवाच्या शरीरात शिरते, त्या वेळी ती काढून टाकण्यासाठी हा जैव प्रतिसाद निर्माण होतो. दाहाची दृश्य लक्षणं आणि चिन्हं ही नेहमीच वेदनादायक किंवा त्रासदायक असली तरीही शरीर स्वतःचा दाह कमी करण्याचा प्रयत्न करत असतानाच युद्धाच्या किंवा संघर्षाच्या स्थितीत असल्याचा तो पुरावा असतो.

अर्थातच काही वेळा दाहामुळे शरीराचा समतोल ढळतो आणि त्यामुळे आणखी दाह होतो. तीव्र, कमी पातळीवरचा दाह होण्याचा धोका असा असतो की, त्याच्या मूक स्वरूपामुळे त्याची विनाशक शक्ती दडवून ठेवली जाते. खरं तर तणावामुळे निर्माण झालेला दाह एकदा सुरू झाला की, कित्येक वर्षं, काही वेळा काही दशकंही तसाच निदान न होता टिकून राहतो, त्यामुळे शरीरातील पेशींचे मृत्यू होत राहतात आणि हळूहळू ते वाढतातही. शरीरातील ही युद्धाची अवस्था मधुमेहातून, अल्झायमर्समधून, मेंदूज्वरातून, कर्करोगातून किंवा कोरोनरी हृदयरोगातून दिसून येते म्हणूनच आज दाह निर्माण करणाऱ्या आजारांशी लढा देण्यावर लक्ष केंद्रित करून त्यावर मोठ्या प्रमाणावर संशोधन सुरू आहे.

ज्याप्रमाणे शरीर अनेक वर्षं दाह होत असल्याच्या अवस्थेत राहतं, त्याप्रमाणेच आपलं अस्तित्वही दाह होत असल्याच्या स्थितीत वर्षानुवर्षं राहतं. दुखावल्या गेलेल्या भावनांना दिला गेलेला सर्वसामान्य प्रतिसाद म्हणून सुरू झालेले प्रतिसाद हे हृदयाचा आणि मनाचाही आजार बनतात. एकदा का मनाचा दाह सुरू झाला की, तो काही दशकांपर्यंत तसाच निदान न होता राहतो आणि आपली आयुष्यं विकृत बनवू शकतो.

भूतकाळातील धक्कादायक अनुभवांतून सावरल्याचा तुम्ही कदाचित दावा करत असाल, बालपणीचं दुःखद आयुष्य आता नसल्याचं तुम्ही दाखवत असाल. पण जर तुम्हाला पूर्णतः बरं व्हायचं असेल, समृद्धीचं स्वागत करायचं असेल आणि

सुंदर आयुष्य जगायचं असेल तर 'अनामिक' स्थितीतून येणाऱ्या भयाला तुम्ही सामोरं गेलंच पाहिजे. कसं?

संपत्तीशी टोकाची नाती असणं आणि 'अनामिक' स्थिती या दोन्ही गोष्टी एकमेकींच्या अगदी हातात हात घालून जातात, हे या स्थितीचं एक लक्षण आहे. दुःख-स्थितीचा अनुभव घेणारे लोक पैशाविषयीच्या आसक्तीनं पराकोटीचे झपाटून गेलेले असतात किंवा त्याच्याविषयी पूर्ण उदासीन असतात किंवा त्यांच्यात या दोहोंमध्ये हेलकावत राहणारं मिश्रणही दिसून येतं.

पहिल्यांदा पैशाविषयीच्या आसक्तीचा विचार करू या. आपल्याला सर्वांनाच आपलं शरीर संसर्गाशी लढा देत असताना दिसून येणारं एक विशिष्ट लक्षण माहिती असतं. ते म्हणजे ताप होय. आपल्यापैकी काही जणांना 'अनामिक' स्थितीशी लढा देताना जवळजवळ यासारखाच अनुभव येतो.

एक प्रकारच्या उन्मादानं झपाटले गेल्यामुळे आपण संपत्ती आणि दर्जा यांचा प्रचंड साठा करत जातो. ज्या वेळी हा ज्वर आपल्यावर संपूर्ण नियंत्रण मिळवतो, त्या वेळी आपल्याला सत्य परिस्थिती स्पष्टपणे पाहणं शक्य होत नाही. आपल्याला भविष्याच्या विकृत दृश्यांचे आभास होऊ लागतात. *माझ्याकडे जर आणखी थोडा पैसा असता, तर मला हवी असलेली प्रत्येक गोष्ट मी मिळवली असती, प्रेम, आनंद आणि सत्ता हे सगळं आज माझ्याकडे असतं, असं वाटू लागतं;* पण अशा प्रकारच्या दृष्टिकोनातून आपण संपत्ती मिळवण्यास उद्युक्त झालो असू तर आपल्याला कमतरता जाणवते; पण आपल्यामध्ये ऊर्जेचे असह्य स्फोट होत राहतात. दीर्घकाळात कोणत्याही भक्कम गोष्टीची उभारणी होणं कठीण असलं तरीही आपण याच मानसिक चौकटीत राहतो. आपण एककल्ली, एकेरी मनोवृत्तीनं झपाटले गेल्यामुळे आपल्याला अपयशाची भीती वाटू लागते. आपल्यासमोरच्या आव्हानांचा आणि समस्यांचा शोध घेण्यात व त्यांच्यावरच्या सर्जनशील उपाययोजना शोधण्यात आपण अक्षम ठरतो.

इकेबानाची शिक्षिका मेइ ही आपल्याकडे वृद्धावस्थेसाठी पुरेसा पैसा असणार नाही, या भीतीत जगत होती. खरं तर तिनं आसक्तीमध्ये बरीच वर्षं वाया घालवली होती. आपल्याकडे बँकेत किती पैसे आहेत, ते मोजण्यात आणि तिच्याकडे किती पैसे असू शकले असते, याचा विचार करण्यात तिची बरीच वर्षं गेली होती; परंतु तिनं त्यासाठी काहीही केलं नव्हतं. तिला समाधान वाटावं आणि सुरक्षितता वाटावी, एवढा पैसाही तिनं मिळवला नव्हता. मग तिनं दीर्घकाळ नैराश्यग्रस्त स्थितीत घालवला.

ज्या वेळी या भावनांच्या मुळांशी तिनं दृष्टिक्षेप टाकला, त्या वेळी तिच्या लक्षात आलं की, बालपणी तिच्या आईला खूश करण्यासाठी ती काहीही करू शकली नव्हती. तिची हीच मनोवस्था घेऊन ती सगळीकडे वावरली होती. तिच्या

मित्र-मैत्रिणींबरोबर, तिच्या प्रियकरांसोबत सगळीकडे ती त्याच मनोवस्थेत वावरली होती. अगदी हायस्कूलमध्ये असतानाही तिच्या मनात आर्थिक समृद्धीविषयी मोठीच आसक्ती होती. तिच्या मनात तिला जाणवत असलेली असुरक्षिततेची वेदनादायक स्थिती भरपूर पैसा आला की निघून जाईल, असं तिला वाटत होतं.

काळ पुढे सरकला तसं मेइचं पैशाशी असलेलं नातं अतिशय विकृत बनलं. ती निवृत्त होईपर्यंत तिच्याकडे किती पैसा साठलेला असेल, याचा हिशेब करण्यात आणि आपल्याकडे पुरेसा पैसा नाही म्हणून ऊर बडवून घेण्यात ती बराच वेळ घालवू लागली. या विव्हळपणातून ती अथक काम करण्यास आणि अधिक पैसा मिळवण्यास उद्युक्त होत असे; पण तरीही ती अगदी प्रबळ इच्छेपोटी खरेदी करत असे आणि नेहमीच अविवेकीपणानं गुंतवणुकीही करत असे. त्यानंतर आपल्या हातातून पैसा गेल्याबद्दल ती हळहळत आणि पश्चात्ताप करत बसत असे. ती गरिबीच्या आंतरिक स्थितीत जगली होती. तिची विव्हळता आणि दुःख काही वेळा इतकं पराकोटीला पोहोचत असे की, काही दिवस ती आजारी असल्यासारखी आणि अशक्तपणा वाटत असल्यासारखी पडून राहून घालवत असे.

तिच्या सध्याच्या समस्या या पूर्णपणे तिच्या आंतरिक स्थितीच्या परिणामांपोटी निर्माण झाल्या आहेत, हे मेइच्या लक्षात आल्यानंतर तिच्या मुक्तीची सुरुवात झाली. विश्व तिच्यासमोर समस्या निर्माण करून तिची परीक्षा पाहात नव्हतं, तर तिचं प्रक्षुब्ध मनच तिच्या आयुष्याला मोकाट सोडत होतं, त्याच्यावरचं नियंत्रण काढून घेऊन त्याला सैरभैर बनवत होतं. पुढच्या काही महिन्यांत तिच्या आंतरिक स्थितीची तिची जागृती आणखी सखोल बनल्यावर नैसर्गिकरीत्याच तिच्या मनात तिच्या इकेबानाच्या विद्यार्थ्यांविषयी आणि फुलांविषयी संलग्नतेची सुंदर-स्थिती निर्माण झाली.

मेइनं ज्या आध्यात्मिक प्रवासाला सुरुवात केली होती, त्यानं तिच्या मेंदूतील मज्जातंतूंच्या मंडलांमध्ये बदल घडवून आणला. जी मंडलं तिला एके काळी आर्थिक परिस्थितीविषयी चिंताग्रस्त आणि आसक्तीपूर्ण बनवत होती, तीच आता बदलून गेली होती. आता ती मोठ्या प्रमाणात सुंदर-स्थितीत जगत होती आणि जग हा तिचा एक मित्र आहे, असं तिला जास्त प्रमाणात वाटू लागलं होतं, त्यामुळे तिच्यासमोर अनेक सुदैवी घडामोडी आणि सुसंगती निर्माण झाल्या होत्या.

ज्याप्रमाणे ताप आपल्याला फ्ल्यू झाल्याची सूचना आहे, त्याप्रमाणे आपला पैशांविषयीचं विकृत वर्तनही आपल्याला एखाद्या सखोल आजाराची जाणीव करून देतं. मग आपण नक्कीच दाह लपवणाऱ्या औषधांवर अवलंबून राहतो किंवा आपल्या अनामिक स्थितीला तोंड देण्याचा मार्ग म्हणून अस्वस्थ होत राहतो.

अनामिक स्थितीतून आपण संपत्तीशी निर्माण करत असलेलं दुसरं नातं हे संपत्तीला टाळण्याचं असतं. आपल्यापैकी काही जण कोणीही नसण्याच्या अवस्थेला

बँक स्टेटमेंटविषयी प्रचंड आसक्ती बाळगून तोंड देत असले तरीही इतर काही जण अगदी थेट विरुद्ध दिशेला धावत सुटतात.

पैसा हा काहीही झालं तरी वाईट, सैतानासारखाच असतो, या धर्तीवर ते विचार करत राहतात. पैशानं आतापर्यंत जर काय केलं असेल, तर लोकांना मग्रूर बनवलं आहे आणि जगाला वाईट बनवलं आहे... पैशाच्या मागे धावण्यात किंवा त्याच्याविषयी आदर बाळगण्यात काहीच अर्थ नाही, असं त्यांना वाटतं.

अशा प्रकारे अंतर्गत उबग निर्माण झाल्यामुळे त्यातूनच त्यांच्या मनात संताप निर्माण होतो आणि त्याचं असं समर्थन केलं जातं की, ज्या वेळी जगातील इतरांकडे काहीही नसताना माझ्या शेजाऱ्याकडे एवढं मोठं घर कसं काय असू शकतं?

अशा प्रकारच्या आत्मसंयमनातून आपण देत असलेल्या योगदानाविषयी आपल्या मनात आदर नसतो. आपल्या सेवांचं खरं मूल्य मागण्यास आपण बिचकतो, कचरतो. लोक आपल्याला जे देऊ करतात ते अयोग्य असतं, अशी तक्रार आपण करतो; पण आपल्याकडे जे न्याय्य आहे, योग्य आहे ते मागण्याचं धाडस नसतं.

आणखी थोडं खोलवर शिरून पाहा. मग आपल्याला असं दिसतं की, पैशाविषयीची अशी नावड असण्याची आणि ज्या लोकांच्या मनात अशी नावड असते, त्या लोकांच्या मनात ती निर्माण होण्याची कारणं ही त्यांच्या भूतकाळातील एखाद्या दाहात दडलेली असतात. ही दुसरी आसक्तीही पहिल्या आसक्तीएवढीच मूर्खपणाची आणि धोकादायक असते. आपण तिथेच अडकून पडलो आहोत का?

इथे थोडं थांबा. या आंतरिक प्रवासात तुम्हाला आरामदायक, निश्चिंत वाटत असेल, तर इथे थोडा वेळ थांबू या. आपलं श्वसन मंद करून आपल्याला पुन्हा एकदा वर्तमान क्षणांमध्ये स्थिरावू या.

आपल्या अंतर्गत सत्यावर अधिक सखोल चिंतन करू या. कृपा करून स्तब्ध बसा आणि निरीक्षण करा. संपत्तीशी आपलं काय नातं आहे? आपल्याला तिच्याविषयी आसक्ती वाटते का? आपल्या बुटात अडकलेल्या खड्यासारखी ती आपण प्रत्येक पाऊल उचललं की आपल्याला डाचतेय का? आपलं लक्ष वेधून घेतेय का की आपल्या मनात संपत्तीविषयी अनास्था, बेफिकिरी आणि तुच्छता किंवा तिरस्कार आहे?

अनामिक स्थितीची भीती आपल्याला किती वरचेवर भेडसावत राहते? आपण जगलो काय आणि मेलो काय, यामुळे कोणालाही कसलाच फरक पडणार नाही, या विचारानं आपण किती वेळा झपाटून जातो? भविष्यात कोणीतरी

बनण्याच्या झपाटलेपणामुळे तुम्ही जगणं, इतरांशी संलग्न होणं आणि संवेदना जाणवून घेणं, या गोष्टी थांबवल्या आहेत का की तुमच्या आत्मशोधाच्या आणि तुमच्याकडे असलेल्या देणग्या जगाशी वाटून घेण्याच्या आनंदी स्थितीतून तुम्ही समृद्धीचा पाठपुरावा करत आहात?

आपण स्वतःला भीतीच्या दुःख-स्थितीसाठी कानपिचक्या देत, धारेवर धरत राहता कामा नये, हा यातला खरा मुद्दा आहे. याउलट असत्याकडून सत्याकडे आपल्या सुरू असलेल्या प्रवासाबद्दल आपलं स्वतःचं अभिनंदन करू या. कारण, हीच सुंदर-स्थितीची गुरूकिल्ली आहे!

आपण या अनामिक स्थितीतून मुक्त बनू शकतो. खरं तर आपण तसं मुक्त बनलंच पाहिजे, कारण अशा प्रकारच्या दुःख-स्थितीत आपल्याभोवती एक प्रकारच्या नकारात्मक ऊर्जेचं क्षेत्र निर्माण करण्याची क्षमता असते.

आपण सर्वांनीच ते पाहिलंही आहे, होय की नाही? आर्थिक आसक्तीपोटी कोणीतरी भयावहरित्या अविवेकी निर्णय घेत असल्याचं आणि त्यामुळे त्या व्यक्तीच्या सान्निध्यात येत असलेल्या प्रत्येकावर तिच्या त्या निर्णयाचे विपरीत परिणाम होत असल्याचं आपण पाहिलं आहे. अनामिक स्थिती काम करण्याच्या व्यसनातून किंवा नैराश्यातून कशी दिसून येते तेही आपण पाहिलं आहे. या स्थितीत असणाऱ्या कोणाच्याही जवळपास राहणं ही सोपी गोष्ट नाही. असे लोक नेहमीच संतापाच्या किंवा शरमिंदेपणाच्या भावनेनं ग्रासलेले असतात आणि त्यामुळे त्यांना कोणाचंही प्रेम समजत नाही.

व्यापक स्तरावर अनामिक स्थिती ही संपत्तीचा प्रवाह आपल्यापर्यंत आणण्यास प्रतिबंध करणारी शक्ती बनते. ती प्रज्ञेला रोखते. ती अनुकूलतेला, मंगलमय गोष्टींना रोखते. हिंदू संस्कृतीतील संपत्तीच्या देवतेसाठी म्हणजेच लक्ष्मीसाठी ती आपल्या घराचे दरवाजे बंद करून टाकते. लक्ष्मीला ती आपल्या आयुष्यात प्रवेश करू देत नाही.

पण आपण यातून मुक्त होऊ शकतो.

तुम्हाला एका आर्किटेक्चर फर्मचा सीईओ असलेला माईक आठवतोय ना? त्याच्या अंतर्गत प्रवासामुळे आर्थिक सुरक्षिततेचा पाठपुरावा करणं त्यानं सोडून दिलं नाही, तर त्यानं दुसरीच कुठली तरी गोष्ट सोडून दिली. आता तो संपत्तीचा पाठपुरावा पोकळीच्या स्थानावरून करत नाही. ज्या लोकांनी त्याला नावं ठेवली होती, त्याच्याकडे बघून तोंडं वेंगाडली होती आणि त्याच्याबरोबरची भागीदारी काढून घेतली होती, त्यांच्याविषयीच्या रागातूनही तो हा पाठपुरावा आता करत नाही. तो समाजात त्याची प्रतिमा गमावून बसला होता. तिची पुन्हा उभारणी करण्याच्या उत्कट इच्छेतूनही तो हा पाठपुरावा करत नाही.

माईकच्या मनात आता प्रसन्न धैर्याच्या सुंदर स्थितीची जागृती निर्माण झाली आहे. माईक आता निर्भयत्याच्या स्वतःच्या अवस्थेनं आणि कृतींनी त्याची किती वाताहत केली होती, याची त्याला जाणीव आहे. त्याच्या परिवर्तित चैतन्याची ताकद त्याला नवीन उद्दिष्टाकडे घेऊन गेली आहे. अधिक महान हितासाठी त्याच्या ज्ञानाचा उपयोग करण्याची त्याची तळमळ होती.

आज त्याच्याभोवती नवीन टीम गोळा झाली आहे. आम्ही हे शब्द लिहीत आहोत, त्या वेळी तो आणि त्याची टीम महत्त्वाकांक्षी अभ्यासूंसाठी आर्किटेक्चरविषयक ऑनलाइन उपाययोजना सुचवण्यात गढून गेले आहेत. शांततेच्या आणि उत्कट इच्छेच्या सुंदर स्थितींमध्ये प्रस्थापित होऊन ते एकेक वीट रचत त्यांच्या स्वप्नाची पूर्तता करत आहेत. या वेळी तो ज्या मार्गावरून वर चढत चालला आहे, तो त्याचा चढणीचा प्रवास अगदी विनासायास सुरू आहे.

सजग निर्माता बनणं

संपत्तीची निर्मिती हा जगातील सर्वाधिक चर्चिला गेलेला विषय आहे. श्रीमंत कसं बनावं हे सांगणाऱ्या अनेक तंत्रांविषयी आणि योजनांविषयी तुम्हीही नक्कीच ऐकलं असेल.

पण संपत्तीचा सजग निर्माता बनण्याचा हा प्रवास त्यांच्याहून खूपच वेगळा आहे.

आम्ही समृद्धीच्या निर्मितीसाठी जागृतीच्या दृष्टिकोनाचा सल्ला देतो. हा दृष्टिकोन आपल्या स्वप्नांना साकार होण्यापासून मागे खेचणाऱ्या विनाशक स्थितींपासून आपल्याला एक पाऊल दूर ठेवतो आणि अतिशय सर्जनशील व पूर्णपणे जागृत झालेल्या चैतन्याच्या दिशेनं आपल्याला झेपावू देतो. आता तुम्हाला अभावाच्या स्थानावरून संपत्तीची निर्मिती, उभारणी आणि संपादन करण्याची गरज उरत नाही. सर्जनशीलतेच्या अधिक सखोल विहिरीतून संपन्नतेचं पाणी कसं बाहेर काढायचं हे तुम्ही शिकाल.

विद्यार्थी ज्या वेळी चैतन्यातील हा प्रवास सुरू करतात, त्या वेळी त्यांच्या मनात नवीन उत्साहवर्धक संधींविषयी जाणीव निर्माण होते आणि त्यांना विस्मयजनक सुसंगतींचे आणि मेळांचे अनुभव येतात. आयुष्याच्या महान प्रवाहाविरुद्ध लढा देण्याऐवजी एक महान प्रवाह त्यांना जीवनाच्या नदीच्या अनेक आश्चर्यजनक किनाऱ्यांवरून पुढे नेत राहतो.

मग सजगतेनं संपत्तीची निर्मिती करणारा कोण असतो?

संपत्तीच्या सजग निर्मात्याला कोणत्या स्थानावरून संपत्तीचा आणि यशाचा पाठपुरावा केला पाहिजे, ते माहिती असतं.

आपल्या पाठपुराव्यामागच्या हेतूविषयी संपत्तीचा सजग निर्माता जागरूक असतो.

संपत्तीच्या सजग निर्मात्याला त्याच्या संपत्तीच्या निर्मितीचे त्याच्या सभोवतालच्या परिसंस्थेवर काय परिणाम होतील, याची जाणीव असते.

आता मी खूपच लोकप्रिय असलेल्या संघटनेच्या एका प्रसिद्ध सीईओचा अनुभव सांगतो. काही वर्षांपूर्वी त्यानं आणि त्याच्या पत्नीनं ॲकॅडमीत परिवर्तनाचा पहिला प्रवास पार पाडला होता.

त्या सीईओची कंपनी त्या वेळी आर्थिक अडचणीत सापडली होती आणि संचालक मंडळाच्या बैठकीत या अडचणीतून कंपनीला बाहेर काढण्याची जबाबदारी त्याच्यावर टाकण्यात आली होती.

अशा संकटांचं आव्हान समोर आल्यानंतर बहुतेक नेते जे ठरवतील तेच त्यानंही ठरवलं होतं. कंपनीचा खर्च कमी करण्यासाठी कर्मचाऱ्यांना कामावरून काढून टाकणं.

अत्यंत जड अंतःकरणानं त्यानं त्याच्या पत्नीला त्याच्यासमोरची समस्या आणि त्याचा कर्मचाऱ्यांना कमी करण्याचा निर्णय ऐकवला.

''तुम्ही लोकांना काढून टाकण्याचा निर्णय घेतला हे मी समजू शकते' पण तुम्ही हा निर्णय कोणत्या स्थितीतून घेत आहात? तुम्ही तो भीतीपोटी घेत आहात की प्रेमाच्या स्थितीतून घेत आहात?'' तिनं विचारलं.

त्या सीईओनं आध्यात्मिक ध्येयाच्या पहिल्या परमरहस्याशी संलग्न होऊन त्याचा प्रवास सुरू केला. त्याच्या समोरच्या आव्हानाला तो दुःख-स्थितीतून प्रतिसाद देत होता. सुंदर स्थितीतून तो प्रतिसाद देत नव्हता, याची त्याला जाणीव झाली. त्याला अगदी खात्रीपूर्वक हे समजलं होतं की, त्याच्या दुःखामुळे तो उतावळा आणि मूर्ख बनला होता. त्याची दुःख-स्थिती त्याच्यासमोर आणखी समस्या निर्माण करत होती. दुःख-स्थिती नष्ट करण्याची दृष्टी प्रस्थापित करून त्या सीईओनं आंतरिक सत्याच्या दुसऱ्या परमरहस्यातून त्याचा प्रवास सुरू केला. त्याच्या असं लक्षात आलं की, त्याचा निर्णय कंपनीच्या व्यापक हिताच्या अवकाशाऐवजी त्यानं आत्मसंरक्षणाच्या आणि आत्म आसक्तीच्या अवकाशातून घेतला होता आणि तो भीतीच्या स्थितीतून निर्णय घेत होता. संचालक मंडळ त्याच्याविषयी काय विचार करेल, याची त्याला भीती वाटत होती. संचालकांच्या नजरेत आपण यशस्वी असल्याचं सिद्ध करण्यासाठी तो उतावीळ बनला होता.

एकदा आपल्या मनातील भीती ओळखल्यानंतर त्यानं स्वतःला प्रश्न विचारला की, या परिस्थितीला मी कोणत्या स्थितीतून प्रतिसाद दिला पाहिजे?

उत्तर त्याच्या समोरच होतं. तो ध्यान करू लागला. त्याच्या सर्व कर्मचाऱ्यांशी संलग्न असलेल्या अवकाशातून त्यानं भविष्याचं चित्र रेखाटलं. ऐन ख्रिसमसच्या तोंडावर त्यांच्या नोकऱ्या गेल्या, तर त्यांना काय वाटेल हे त्याच्या लक्षात आलं.

त्यानंतर त्यानं 'आध्यात्मिक योग्य कृती'च्या चौथ्या परमरहस्याचं अनुकरण केलं. अगदी ठाम निश्चयानं आणि विश्वावरच्या ठाम विश्वासानं त्यानं आपल्या संपूर्ण कंपनीला एक कुटुंब म्हणून एकत्र येण्याची आणि प्रत्येक स्तरावर खर्च कमी करण्याची स्फूर्ती दिली. उत्पादनापासून पॅकेजिंगपर्यंत आणि वाहतुकीपासून मालाच्या प्रदर्शनापर्यंतच्या प्रत्येक टप्प्यावर खर्च कमी करण्याचं आवाहन केलं.

त्याच्या संलग्नतेच्या स्थितीचा कंपनीतील प्रत्येकावर अत्यंत सखोल परिणाम झाला. कंपनीला वाचवण्यासाठी ते अगदी एकजुटीनं एकत्र आले आणि कंपनी बुडता बुडता वाचली.

आणि इतर लोकही त्याच्या बाजूनं काम करू लागले.

ख्रिसमस येईपर्यंत कंपनीचं अर्थकारण पुन्हा बदललं होतं. मागणी वाढली होती. ती मागणी कंपनी पूर्ण करू शकली. अर्थातच त्यामागे केवळ एकच कारण होतं, ते म्हणजे कंपनीनं कर्मचाऱ्यांना काढून टाकलं नव्हतं, त्यामुळे अनुभवी कर्मचाऱ्यांनी मागणी पाहता पाहता पूर्ण केली होती.

त्याच्या तिथल्या कार्यकाळात वर्षानुवर्षं त्याच्या कंपनीत आधी कधीही झाली नव्हती, एवढी आर्थिक वाढ होत राहिली.

चार पाठलाग, दोन मार्ग

आम्हाला वैयक्तिकरीत्या संपत्तीचं किंवा कुठल्याही गोष्टीचं प्रदर्शन करणं आवडत नाही आणि ते योग्यही आहे; पण आम्हाला मार्गदर्शन करणारी विद्वत्ता वाटून घ्यायला नक्कीच आवडतं. आमच्या बावीस वर्षांच्या वैवाहिक आयुष्यात आम्ही यशस्वी आंतरराष्ट्रीय व्यवसाय सुरू केला आणि आमच्या अनेक विद्यार्थ्यांना संपत्तीचे सजग निर्माते बनायला मार्गदर्शन केलं. त्यासाठी या विद्वत्तेनं आम्हाला मार्गदर्शन केलं.

प्राचीन भारतीय ऋषी मुनींच्या मते सर्व मानवतेच्या उत्कट इच्छांचं चार पुरुषार्थांमध्ये वर्गीकरण करता येतं.

- अर्थ : संपत्ती आणि संपत्तीबरोबर येणाऱ्या सर्व सुखसोई व ऐषआराम.
- काम : ममता, जवळीक, आदर आणि कनवाळूपणा किंवा दया.

- धर्म : तुमच्या कुटुंबाच्या, संघटनेच्या आणि जगाच्या बाबतीत बदल घडवून आणण्याची तळमळ.
- मोक्ष : आध्यात्मिक जागृती. यालाच मुक्ती असंही म्हटलं जातं. यांमध्ये तुम्ही सर्व दुःखांपासून आणि विभक्ततेच्या आभासापासून मुक्त असता.

आपल्या इच्छा काहीही असल्या तरी त्यानं काहीच फरक पडत नाही, प्रत्येक इच्छेचं या चार पुरुषार्थांमध्ये वर्गीकरण करणं शक्य असतं. आम्ही दोघंही ज्या संस्कृतीत वाढलो, तिच्यात आधीपासूनच ही चौकट अस्तित्वात असली तरीही आम्ही ओ अँड ओ ॲकॅडमीच्या अभ्यासक्रमाचं स्वप्न पाहू लागल्यावरच आम्हाला या प्राचीन विद्वत्तेची मोठ्या प्रमाणात जाणीव झाली.

या चारपैकी प्रत्येक उद्दिष्टाचा आणि त्यांच्या विस्तारात समाविष्ट असलेल्या सर्व मानवी उत्कट इच्छांचा एक तर सुंदर स्थितीतून किंवा अनामिक स्थितीतून पाठपुरावा करता येतो.

पहिल्यांदा धर्मावर दृष्टिक्षेप टाकून आमच्या म्हणण्याचा काय अर्थ आहे ते शोधू या.

आपल्या सर्वांवरच जबाबदाऱ्या असतात : मुलं म्हणून पालकांविषयीच्या, जोडीदार म्हणून आपल्या जोडीदारांविषयीच्या, नागरिक म्हणून आपल्या समाजाविषयीच्या अशा अनेक जबाबदाऱ्या आपल्यावर असतात; परंतु ज्या वेळी आपल्या जबाबदाऱ्या आपण तणावग्रस्त स्थितीतून पार पाडतो, त्या वेळी ती आपल्याला सक्तीनं करावीच लागणारी, वाहून न्यावीच लागणारी कामं आणि ओझी बनतात. आपण आपली कर्तव्यं पार पाडतो. कारण, आपल्या आदर्शांमुळे ती पार पाडण्यास आपण उद्युक्त झालेले असतो किंवा यंत्रणेतील आपली भूमिका पार पाडण्याचा आपण प्रयत्न करत असतो; परंतु ही कर्तव्यं करत असताना त्यात कुठेही अंतःकरणातील प्रेमाचा ओलावा नसतो.

संलग्नता हे सुंदर-स्थितीचं सार आहे. आपण सुंदर-स्थितीत शिरतो, त्या वेळी धर्म ही आपल्या कुटुंबाचं, समुदायाचं आणि समाजाचं पोषण करण्याची तळमळ बनते. त्यासाठी सर्वांच्या संपूर्ण व्यापक हितासाठी आपल्या कौशल्यांचा, आपल्या प्रभावांचा, आपल्या कृतींचा आणि आपल्याकडच्या सगळ्या गोष्टींचा आपण वापर करतो. सर्व वस्तूंची परस्पर संलग्नता आपण ओळखतो आणि आपल्या स्थितीचे आणि आपल्या कृतींचे आयुष्याच्या जाळ्यावर होणारे सर्वांगीण सर्वदूर परिणामही आपण ओळखलेले असतात. आपण नैसर्गिकरीत्याच या परिणामांचे जे तरंग निर्माण करतो, त्यांचा विचार करता, आपल्यापैकी कोणी तरी खऱ्या अर्थानं कोणीही नसलेलं असं असू शकेल का?

त्याप्रमाणेच कामाचा म्हणजेच प्रेमाच्या पाठपुराव्याचा विचार करता तोही आपण या 'अनामिक स्थिती'तून करू शकतो. ज्या वेळी हे घडतं त्या वेळी प्रेमाची उत्कट इच्छा ही अंतहीन वासना बनते. आपण अगदी निकरानं इतरांना खूश करण्याचे प्रयत्न करतो किंवा इतरांनी आपल्याला खूश करावं, अशी त्यांच्याकडून अपेक्षा ठेवतो. सुखाचा हा जिवाच्या निकरानं केलेला पाठपुरावा नंतर अनियंत्रित आसक्ती बनतो.

याउलट सुंदर-स्थितीतून कामाचा पाठपुरावा केला, तर त्याची परिणती पोषक, उत्थान घडवून आणणाऱ्या आणि मुक्ती मिळवून देणाऱ्या प्रेमात होते.

ज्या वेळी अगदी मुक्ती किंवा आध्यात्मिक शोधही अनामिक स्थितीतून जन्म घेतो, त्या वेळीही ती ज्ञानाचा आणि आध्यात्मिक कौशल्यांचा प्रदर्शनासाठी संचय करण्याची एक महत्त्वाकांक्षी आणि आक्रमक प्रक्रिया बनते. आपण दुसऱ्या जगातील किंवा अलौकिक जगातील असल्याच्या भव्य स्वप्रतिमेच्या आधारावर आपल्या खऱ्या आयुष्यातील आव्हानांपासून सुटका मिळवण्याचा प्रयत्न करतो. परिणामी, नैराश्याच्या, एकाकीपणाच्या आणि संघर्षाच्या मार्गावर अधिक खोलात आपण भटकत राहिल्याचं आपल्या निदर्शनास येतं म्हणूनच अगदी धार्मिक वृत्तीच्या लोकांनाही त्यांचं जगाशी युद्ध सुरू आहे, असं वाटू शकतं आणि म्हणूनच बाकीच्या सगळ्यांसाठी हे अधिक सुलभ, सोपं का आहे हा आपल्या अंतरंगात उमटणारा छोटासा तक्रारीचा सूर शांत करणं, आपल्यातील सर्वांत उदार व्यक्तींनाही जमत नाही.

अनामिक स्थितीतून आध्यात्मिक मार्गाचा पाठपुरावा करण्याच्या संदर्भात नेहमीच एक आदर्श उदाहरण दिलं जातं. देवदत्त नावाचा बुद्धाचा एक पुतण्या होता. देवदत्त देखणा आणि बुद्धिमान होता. काही वेळा तर बुद्धापेक्षाही त्याच्याकडे बोलण्याचं अधिक कौशल्य असल्याची पावती त्याला मिळत असे.

याविषयीची एक कथा सांगितली जाते. बालपणी देवदत्तानं एका हंसाला बाण मारून बुद्धाच्या पायावर पाडलं. बुद्धानं लगेच पुढे होऊन त्या हंसाच्या जखमांवर उपचार केले आणि त्याला पुन्हा बरं केलं. आता तो हंस त्याचाच असल्याचा दावा देवदत्तानं केला. कारण, त्यानंच त्याला बाण मारून खाली पाडलं होतं; पण बुद्धानं त्याला जीवनदान दिल्यामुळे तो बुद्धाचाच आहे, असा निर्णय ज्येष्ठ व्यक्तींनी दिला.

कदाचित, देवदत्ताच्या अनामिक स्थितीची ती सुरुवात असावी किंवा कदाचित त्याच्याही आधीच्या एखाद्या प्रसंगातून ती सुरू झाली असावी. ज्ञानप्राप्तीनंतर अखेरीस ज्या वेळी बुद्ध घरी परतला, त्या वेळी देवदत्तानं त्याच्या मठात प्रवेश घेतला; परंतु त्याच्या मनात आपण बुद्धाहून अधिक महान गुरू असल्याचं सिद्ध करायचा हेतू होता आणि फक्त त्यापोटीच त्यानं मठात प्रवेश केला होता. त्यानं अनेक खडतर तपश्चर्या केल्या मात्र एक असमाधानी, अतृप्त व्यक्ती म्हणूनच तो मरण पावला.

या विशिष्ट कथेतील बुद्ध बनायची आपल्या सर्वांचीच इच्छा असते. मात्र तरीही देवदत्ताला कमी लेखण्याचीही गरज नसते. आपला महानतेशी आणि विशेषतः आपल्या नातेसंबंधातील किंवा मित्रमंडळीतील महानतेशी सामना होतो, त्यांच्यातील महानता आपल्या समोर येते, त्या वेळी कोणाच्या मनात असूया निर्माण होत नाही? आपल्याला कधीही साधता न आलेल्या संधी आपल्या भावंडानं किंवा मित्र–मैत्रिणीनं साधल्याचं बघितल्यावर कोणाच्या मनात आतल्या आत आपल्या भावंडाच्या किंवा मित्र–मैत्रिणीच्या विरोधात धुसफूस किंवा युद्ध सुरू होत नाही?

ही अनामिक स्थितीची दुर्दैवी ताकद असते आणि आपण तिला कमी लेखू शकत नाही. तिची खाली खेचणारी शक्ती अतिशय आकर्षक आणि भुरळ पाडणारी असते.

यातूनच आपण चौथ्या पाठपुराव्याकडे येतो. ज्याप्रमाणे ओझं म्हणून धर्म साध्य करता येत नाही, त्याप्रमाणेच निर्बुद्धपणानं संपत्ती संपादन करण्याच्या आसक्तीतून समृद्धीही प्राप्त होत नाही.

फक्त सुंदर–स्थितीतूनच अर्थाचा उच्चस्तरीय पाठपुरावा करणं म्हणजेच सजगतेनं संपत्तीची निर्मिती करणं शक्य होतं. सुंदर–स्थितीत आपण सदा सर्वकाळ जिंकण्याच्या आसक्तीनं किंवा काही गमावण्याच्या चिंतेनं काही करण्यास प्रवृत्त होत नाही. या अवस्थेत संपत्तीची निर्मिती करणं हे आपल्यासाठी एक प्रकारचं युद्ध नसतं. यश हा आपल्या दृष्टीनं जीवन–मरणाचा प्रश्न नसतो. कामगिरीपर्यंतचा किंवा काहीतरी संपादन करण्यापर्यंतचा आपला प्रवास हलकाफुलका, खेळकर बनतो. अशा प्रकारच्या चैतन्यात सर्जनशीलतेचा विस्फोट होतो. संपत्ती आपल्याला शोधत आपल्याकडे धावत येते.

अशा संलग्न आणि सर्जनशील स्थितीतून आपल्या मनात एका अधिक महान उद्दिष्टाविषयीची जागृती निर्माण होते. ही जागृती आपल्या आणि आपल्या पिढीनंतरही टिकून राहणारी असते. आपली प्रज्ञा, आपल्या क्षमता आणि आपले कल यांच्याकडे फक्त आपला प्रभाव किंवा दबाव वाढवण्याची शस्त्रं म्हणून न पाहता त्याऐवजी व्यक्तींमध्ये, परिस्थितीत किंवा आपल्या सभोवतालच्या जगात बदल घडवण्याची साधनं म्हणून त्यांच्याकडे पाहण्यातून ही जागृती होण्याची सुरुवात होते.

पण ज्या वेळी 'आपण काम करतो' यामागे एक उद्दिष्ट असतं; पण ते आपल्याला तणावातून आणि दुःखातून मुक्त करण्याएवढं पुरेसं नसतं, त्या वेळी आपण काय करतो?

संलग्नतेच्या सुंदर स्थितीतून आयुष्याच्या उद्दिष्टाचा पाठपुरावा करणं

एका कोरिअन तरुणाची कहाणी मी तुम्हाला सांगतो. त्यानं प्राण्यांच्या जीवनात सुधारणा करण्यास वाहून घेतलेल्या संस्थेची उभारणी केली होती. तो आमच्याकडे आला त्या वेळी तो निराश होता आणि त्याच्या मनात आत्महत्येचे विचार घोळत होते. कारण, नेता म्हणून आपण अपयश होत असल्याचं त्याला वाटत होतं.

आपल्यापैकी अनेकांना कामाच्या ठिकाणी उद्दिष्टाचा अभाव असल्यानं दुःख होत असतं. पण या तरुणाकडे तर उद्दिष्ट होतं. त्याला प्राण्यांची आयुष्यं आणखी चांगली बनवण्यासाठी तंत्रज्ञानाचा वापर करण्याची इच्छा होती. त्यानुसार त्यानं महाविद्यालयात असल्यापासूनच अशा तंत्रज्ञानाचा पाया घातला होता.

मग आपण असा विचार करतो की, कदाचित आपल्या हेतूची अंमलबजावणी करण्यात अपयश येण्यात दुःखाचं मूळ असतं; परंतु या माणसाची संस्था यशस्वी होती आणि सारखी वाढतच चालली होती.

मग कदाचित उद्योग जगतातील वाईट उतरंड हे त्याच्या दुःखाचं कारण असू शकेल, असं आपल्याला वाटतं; पण आमच्या या विद्यार्थ्याच्या बाबतीत त्या बाबतीतही कसलीच उणीव नव्हती.

मग त्याच्या दुःखाचं कारण काय होतं? त्याच्या उद्दिष्टाशी समन्वय साधणाऱ्या एका यशस्वी उद्योगाची उभारणी केल्यानंतरही त्याला तो अपयशी असल्यासारखं का वाटत होतं?

आमच्याबरोबरच्या प्रवासात तो आणखी खोलात शिरल्यानंतर त्यानं आम्हाला त्याच्या परिस्थितीविषयी आणखीही काही सांगितलं. त्यानं असं सांगितलं की, गेल्या पाच वर्षांत त्याच्या सुमारे शंभर कर्मचाऱ्यांनी संस्था सोडण्याचा निर्णय घेतला होता. त्यांची खूप मनधरणी करून त्यानं त्यांना संस्थेत ठेवून घेतलं होतं; परंतु त्यांना असाच आग्रह करून तो संस्थेत आणखी किती काळ ठेवू शकेल, याविषयी तो काहीच सांगू शकत नव्हता. तो कंटाळला होता. थकला होता. त्यांची मनधरणी करून, त्यांना कामासाठी प्रवृत्त करण्याचा प्रयत्न करून, त्यांना आग्रह करून तो आता अगदी दमून गेला होता.

ॲकॅडमीतील आध्यात्मिक प्रवासात त्याच्या असं लक्षात आलं की, त्याला कामामुळे थकवा आला नव्हता, तर त्याच्या आंतरिक स्थितीमुळे तो आला होता. ट्रेडमिलवर उभ्या राहिलेल्या आणि आता तिथून बाहेर पडू न शकणाऱ्या माणसासारखी त्याची आंतरिक स्थिती होती. त्याच्या वडिलांना त्याची किंमत पटवून देण्याचा तो प्रयत्न करत होता. ज्या हुशार अधिकाऱ्यांनी कंपनीत नोकरी पत्करली होती, त्यांच्याहून आपण कमी हुशार आहोत, असं आपल्याला वाटू नये यासाठी तो आटोकाट प्रयत्न करत होता. प्रत्येक बैठकीत तो संचालकांकडून आदर मिळवण्याचा प्रयत्न करत होता.

आपल्याला जमेस धरलं जाणार नाही, आपण कोणाच्याही खिजगणतीत नसू या भीतीतून त्याच्या सगळ्या कामगिरी करण्यास तो प्रवृत्त झाला होता, हे त्याला स्पष्टपणे दिसलं. तो एक असंलग्न व्यक्ती होता आणि कर्मचाऱ्यांविषयी त्याच्या मनात बिलकूल आदर नव्हता. त्यांच्याशी त्याचे फक्त कामापुरते, व्यवहारी संबंध होते.

तो मनाच्या गाभाऱ्यात आणखी आत शिरल्यावर या व्यक्तीच्या मनात त्याच्या वाढीसाठी आणि यशासाठी त्याला पाठबळ देणाऱ्या त्याच्या सर्व कर्मचाऱ्यांविषयी कृतज्ञतेची भावना निर्माण झाली. त्यांचं नैराश्य आणि त्यांचं असमाधान याची अखेरीस त्यालाही किंमत वाटू लागली.

त्याच्या परिवर्तनाच्या या प्रवासानंतर नऊ महिन्यांनी तो आला, त्या वेळी त्यानं सांगितलं की, हळूहळू टप्प्याटप्प्यानं संपूर्ण टीमला अधिक एकसंधतेच्या अवकाशात जाण्यास तो मदत करत राहिला होता. टीमला एकात्मतेनं काम करण्यास त्यानं प्रवृत्त केलं, त्यामुळे संस्थेत वाहणाऱ्या प्रवाहांमध्ये आधीच काही बदल घडून आले होते.

या कहाणीतून उलगडत जातं त्यानुसार अगदी सखोल अर्थपूर्ण असलेलं उद्दिष्ट असलं तरीही तणावपूर्ण स्थिती त्या उद्दिष्टाला क्षीण बनवतात. तुम्ही काम करता त्या वेळी तुमचं करिअर आणि तुमची उद्दिष्टं जर तणावपूर्ण स्थितीतून निर्माण झाली असतील, तर तुमचं करिअर हे विनाशक जागृतीहीन युद्धक्षेत्र बनतं.

दुसरीकडे, तुमच्या कामाला ज्या वेळी सुंदर स्थितीतून स्फूर्ती मिळालेली असते, त्या वेळी तुमचं कार्यक्षेत्र हे विश्वप्रज्ञेच्या अस्तित्वाचं कार्यक्षेत्र बनतं.

तुमची चैतन्य-स्थिती ही एखाद्या घोड्यासारखी असते. ज्या दिशेला रथ न्यायचा असतो, त्या दिशेनं तो त्याला ओढत नेतो. हा रथ म्हणजे तुमचं करिअर किंवा तुमचं कामाशी असलेलं नातं किंवा तुमच्या संपूर्ण परिसंस्थेवरचा तुमचा प्रभावही असू शकतो.

तुमच्या स्थिती तुम्हाला मार्गाकडे नेतात आणि त्यामागोमाग तुमचं आयुष्यही त्या मार्गावरून जाऊ लागतं.

तुम्ही कुठे चालला आहात?

आता काही आवश्यक प्रश्नांवर चिंतन करू या. तुम्ही कुठे चालला आहात? आणि कोणती गोष्ट तुम्हाला तिकडे जाण्यासाठी मार्गदर्शन करत आहे? तुमच्या टीमचं नेतृत्व तुम्ही कोणत्या स्थितीतून करत आहात? तुमच्या संघटनेत तुम्ही दिवसांमागून दिवस घालवत असता, तिथली संस्कृती कशी असावी, असं तुम्हाला वाटतं? तिथे तणावपूर्ण स्थिती असावी की सुंदर स्थिती असावी? तिथे संलग्न स्थिती असावी की असंलग्न स्थिती असावी?

कृपया, इथे थोडं थांबा. या क्षणी तुमच्या करिअरचा निर्णय कोणत्या गोष्टीनं प्रवृत्त होऊन तुम्ही घेत आहात? तुम्ही चिंतेतून तो घेत आहात का? तुमच्या कामाचा अर्थ फक्त जगण्यासाठी आवश्यक गोष्ट एवढाच आहे का? तुमच्याकडे पैसा असता तर तुम्ही ही नोकरी क्षणार्धात सोडून दिली असती का की तुम्ही नैराश्यग्रस्ततेनं आणि रागानं हे करत आहात? तुमचं काम हा तुम्हाला स्वतःला, तुमच्या जोडीदाराला, तुमच्या पालकांना, तुमच्या भावंडांना, तुमच्या शत्रूला किंवा तुमच्या अनुयायांना तुम्ही म्हणजे काय चीज आहे हे दाखवून देण्याचा तुमचा मार्ग आहे का?

कदाचित, या गोष्टींऐवजी तुम्ही कंटाळ्यातून तुमच्या कामाकडे प्रवृत्त झाला असाल. काम म्हणजे कंटाळ्यापासूनची फक्त सुटका आहे की वेळ घालवण्याचा एक मार्ग आहे?

तुम्ही कशाचं अनुसरण करत आहात?

तुम्ही कुठं जाण्याचा प्रयत्न करत आहात?

बिलकूल विरोध न करता कृपया, तुमचं अंतर्गत सत्य पाहा.

तुमच्या चिंतनाच्या अखेरच्या क्षणातून काय स्पष्ट झालं? तुम्ही आनंदाचं, तुमच्या कृतज्ञतेचं की तुमच्या अनुकंपेचं अनुसरण करत आहात की तुम्ही भीतीला आणि चिंतेला समृद्धीच्या तुमच्या मार्गाचं अपहरण करू दिलं आहे?

तुम्ही ऐश्वर्य-चैतन्याविषयी ज्या वेळी सजग बनता त्या वेळी समृद्धीच्या निर्मितीच्या सगळ्या प्रक्रियेचा तुम्ही आनंद घेऊ लागता. तुमच्या सेवेचा इतरांच्या आयुष्यांवर काय परिणाम होत आहे, त्याविषयी तुमच्या मनात जागृती निर्माण झालेली असते. तुमच्यावर इतरांच्या कामाचा आणि सेवांचा काय परिणाम होतो, याविषयी तुमच्या मनात जागृती निर्माण होते.

कारण, तुम्ही त्याविषयी विचार करा किंवा करू नका, त्याचा परिणाम होत असतोच.

हे प्रभावी सत्य मांडणारी एक कथा मी तुम्हाला आता सांगतो.

एके दिवशी एक माणूस त्याची कार चालवत निघाला होता. तो नेहमीच ज्या वळणाच्या रस्त्यावरून जात असे त्याच रस्त्यावरून त्याही दिवशी तो निघाला होता. पण मार्गात असलेल्या मोठ्या दगडावर त्याची कार धडकली आणि गरागरा फिरली. त्या अपघातात तो मरण पावला.

पण ही कथा इथेच संपत नाही. आधुनिक विज्ञानाच्या चमत्काराचे आभार मानावेत तेवढे थोडेच आहेत. आयसीयूमध्ये त्याला नेल्यानंतर त्याच्या शरीरात पुन्हा

प्राण संचारले, तो जिवंत झाला आणि ज्या क्षणी तो जागा झाला तेव्हापासून तो एक पूर्णपणे वेगळाच माणूस बनला होता.

काय घडलं होतं?

तो पुनरुज्जीवित होण्याआधीच्या क्षणांमध्ये त्याला आपल्या संपूर्ण आयुष्याचं नाट्य त्याच्या डोळ्यांसमोर दिसलं होतं. यात फक्त एवढाच फरक होता की, आता तो ते बाहेरून बघत होता. तो ज्या ज्या सजीवांच्या संपर्कात आला होता, त्या सर्वांच्या दृष्टिकोनातून तो त्याच्या आयुष्याकडे बघत होता.

तो लहान असताना त्यानं बकऱ्याला काठीनं मारलं होतं, ते त्याला दिसलं; परंतु या वेळी त्या बकऱ्याला जो धक्का बसला होता आणि ज्या वेदना झाल्या होत्या, त्या त्यानं अनुभवल्या होत्या. त्यानं शाळेत इतर मुलांना तो स्वतः मारझोड करत असल्याचं बघितलं; पण या वेळी त्या मुलांना वाटणारी भीती आणि अवमान याची त्याला जाणीव झाली. एखाद्या चित्रपटाप्रमाणे त्यानं आपलं समग्र आयुष्य ज्या वेळी आपल्या डोळ्यांसमोर प्रत्यक्ष पाहिलं, त्या वेळी तो सतत खलनायकच असल्याचं त्याला दिसलं आणि तो खूप मोठ्या दुःखात बुडून गेला.

माझ्यात आणि इतरांमध्ये नेहमीच एक भिंत होती आणि ती भिंत म्हणजे मी स्वतःच होतो, अशी जाणीव त्याला झाली.

त्याच्यासमोर त्याचं वाया गेलेलं आयुष्य आल्यानंतर तो दुःखाच्या खोल स्थितीत आकंठ बुडाला.

त्यानंतर त्याला अनेक गोष्टी आठवू लागल्या. कित्येक दिवस सकाळी तो त्या ओबडधोबड, खडकाळ रस्त्यावरून कामावर जात होता. त्या दिवशी त्याच रस्त्यावर त्याच्या कारवरचं त्याचं नियंत्रण सुटलं होतं. त्या रस्त्यावर काही कासवं रस्ता ओलांडताना त्याला नेहमी दिसत. वेगात कार चालवली, तर कासवं कारखाली येऊन चिरडली जातील हे त्याला माहीत होतं. त्यामुळेच तो आपली कार एका बाजूला उभी करत असे आणि त्या कासवांना उचलून त्यांना ज्या दिशेला जायचं असे त्या दिशेला दूरवर नेऊन ठेवत असे. मग आपली कार सुरू करून तो पुढे जात असे.

तो बेशुद्धावस्थेत असताना त्याला आपल्या हातून घडलेलं दयाळू कृत्य आठवलं आणि त्याला एक अनुभूती आली. आपल्या हातून ते जपून नेलं जाणारं आणि सुरक्षितपणे ठेवलं गेलेलं कासव आपण स्वतःच असल्याची ती अनुभूती होती. त्या एका क्षणी त्याचं हृदय प्रेमाची अनुभूती घेण्यासाठी खुललं. सर्व जीवांमध्ये असलेल्या एकाच 'जीवना'शी आपण संलग्न असल्याचं त्याला जाणवलं. आपण जेव्हा एखाद्याला दुखावतो, तेव्हा जणू जीवनाच्या या अखंड संरचनेलाच दुखावत असतो. आपण जेव्हा परस्परांची काळजी घेतो, एकमेकांवर प्रेम करतो तेव्हा थेट जीवनाच्या या संरचनेचं आपण भरणपोषण करत असतो.

हा साक्षात्कार होताक्षणीच तो भानावर आला. खरं तर त्या क्षणी त्याला एक गोष्ट जाणवली होती – 'मी आजवर जसं जगलोय, त्यापेक्षा वेगळ्या प्रकारचं आयुष्य जगण्यासाठी माझा जन्म झाला होता... होय! मी जगाला विलक्षण अनुभव देण्यासाठी जन्मलो होतो.'

आमच्या ॲकॅडमीत येणाऱ्या लोकांना चैतन्य-परिवर्तनाचे जे अनुभव येतात, ते एकमेवाद्वितीय असतात. या मनुष्याला 'मृत्युसमीपचा अनुभव' (नियर डेथ एक्सपिरियन्स) होताना जो ज्ञानबोध झाला, तशाच प्रकारचा ज्ञानबोध इथे येणाऱ्या अनेकांना झाला आहे; तो त्यांनी आम्हाला सांगितलाही आहे. लोकांना जेव्हा चैतन्याच्या व्यापकतेची प्रत्यक्ष अनुभूती होते, तेव्हा जगाकडे पाहण्याचा त्यांचा दृष्टिकोन आपोआप बदलतो.

पहिल्यांदाच त्यांना जीवनाची व्यापकता जाणवली. आपल्या कर्मांचे परिणाम आणि जीवनाची संपन्न संरचना ते जाणू शकले. या दोन्ही बाबी आपल्याला सहकार्य करत आपलं पोषण करत असतात.

परस्पर-संलग्नतेविषयीची जागृती

आपण परस्पर जोडणी किंवा संलग्नता असलेल्या जगात राहतो.

आपल्या कृतींचा परस्परांवर परिणाम होत असतो. त्या महत्त्वाच्या असतात.

सध्या तुम्ही आणि मी जो एक आरामदायी दिवस अनुभवतो त्यामागे लाखो लोकांचे वर्षानुवर्षांचे परिश्रम आणि मर्मदृष्टी आहेत. लाखो लोकांनी अथकपणे परिश्रम केले नसते, तर तुम्हाला किंवा मला एका वेळच्या चांगल्या जेवणाचा आनंद घेता आला नसता आणि तरीही आपल्यापैकी प्रत्येक जण हा या जगाला जिवंत ठेवणाऱ्या त्या लाखो लोकांपैकीच एक आहे!

रोज सकाळी आपण कामासाठी घरातून बाहेर पडतो, त्या वेळी प्रत्यक्षात आपण 'एकसंध, एकात्म जग' या मोहिमेवरच निघालेले असतो.

रोज दर वेळी तुमच्या मॅकवर तुम्ही काहीतरी टाइप करता...दर वेळी तुम्ही प्रयोगशाळेतील धोकादायक कामासाठी खास तयार करण्यात आलेले सूट घालता... दर वेळी तुम्ही नवीन व्यावसायिक संधीवर चिंतन करता... दर वेळी तुमच्या वर्गातील विद्यार्थ्यांना वाचून दाखवण्यासाठी तुम्ही पान क्र. ६३ काढता... दर वेळी तुम्ही असंख्य प्रकारांपैकी कोणत्या ना कोणत्या कामात गुंतता... त्या प्रत्येक वेळी तुम्ही प्रत्यक्षात जगाला एकसंध, एकात्म राहण्यास मदत करत असता. या सुंदर पृथ्वीच्या शाश्वततेसाठी आणि एकात्मतेसाठी तुम्ही अमूल्य बनता.

या परस्पर संलग्नतेच्या स्थितीपर्यंत आपली जागृती पोहोचते त्या वेळी आपली क्षमता अक्षरशः गगनाला गवसणी घालणारी बनते. वैयक्तिक पातळीवरच्या

योगदानातून आणि आपल्या संघटनेच्या प्रत्येक सदस्याच्या यशातील आपल्या सहभागाच्या साहाय्यानं जागतिक पातळीवरच्या योगदानातून, अशा दोन्ही पातळ्यांवर आपण महान यशाचा उपभोग घेत असतो.

आमची एक विद्यार्थिनी एका आधुनिक सलूनमधली केशरचनाकार होती. ती नेहमीच कंटाळवाणेपणानं फिरत असे आणि रोजच दिवसाअखेरीला तिला सारं काही अर्थशून्य असल्यासारखं वाटत असे. हुशारीनं बोलून तिच्या ग्राहकांचं ती मनोरंजन करत असे; पण मनातून तिला पोकळी जाणवत असे. दिवसांमागून दिवस केस कापणं आणि रंगवणं या गोष्टी तिला एकसारख्याच असल्याचं का वाटत होत्या?

आम्ही तिला आमच्या एका प्रक्रियेतून नेल्यानंतर तिच्या मनात प्रेमाच्या सखोल स्थितीची जागृती निर्माण झाली. परिणामी, तिच्या कामाविषयीच्या तिच्या अनुभवाचं संपूर्ण परिवर्तन झालं. आता तिच्या ग्राहकांच्या आंतरिक स्थितीशी ती जोडली जात होती. तिनं केशरचना करून दिली की, नोकरी करणाऱ्या, एकल आईला किती आनंद होतो, त्याचा ती अनुभव घेत होती. एका नवीनच स्टाइलमुळे आत्मविश्वासानं महाविद्यालयाच्या पहिल्या दिवशी महाविद्यालयात फिरणाऱ्या किशोरवयीन मुलाचा आत्मविश्वास तिला जाणवत होता. आमची या विद्यार्थिनीचं तिच्या ग्राहकांशी असणारं नातं आता घनिष्ट झालं होतं. उपजीविकेसाठी सुरू झालेली तिची करिअर आता लोकांवर परिणाम करणारी सजग प्रेमाची कृती बनली होती.

पण ती तिथेच थांबली नव्हती. खरंतर, एक केशरचनाकार या भूमिकेच्याही पलीकडे तिला खूप काही करायचं होतं. ती आतून असंतुष्ट होती आणि ही अतृप्तीच तिला काही मोठं कार्य करण्यासाठी प्रवृत्त करत होती. पर्यावरणपूरक उत्पादनांची शृंखला सुरू करण्याचं धैर्यही तिला याच अनुभवातून प्राप्त झालं.

आपण संपत्तीच्या निर्मितीचा सजग मार्ग अनसुरतो, त्या वेळी आपण ज्यांच्या समवेत काम करतो त्या लोकांविषयी आपल्या मनात प्रेमाची भावना निर्माण होण्याएवढी जागृती निर्माण होते. तसंच आपल्या कामातून आपण ज्यांच्यावर परिणाम करत असतो किंवा प्रभाव टाकत असतो, अशा लोकांविषयीही आपलं मन चैतन्याच्या उन्नत स्थितीपर्यंत पोहोचतं. त्यासाठी आपल्या हृदयांमध्ये जागृती होण्याची आवश्यकता असते. कारण इतरांना काय वाटतं याची आपण पर्वा केली नाही, त्यांच्यापासून आपण फटकून वागू लागलो आणि तरीही एकत्रितपणे काम करत राहिलो, तर आपल्याला मूलतः एकाकीपणा जाणवतो आणि आपण तणावग्रस्त स्थितीमध्ये अडकून पडतो. ज्या वेळी आपल्याला आपण इतरांशी संलग्न असल्याचं जाणवतं, त्याच वेळी आपल्याला सुरक्षिततेच्या आणि पोषकतेच्या किंवा संवर्धनाच्या जाणिवेचा अनुभव येतो.

कदाचित, अजूनही तुमच्या मनात अशी शंका असेल की, संलग्नतेची स्थिती हीच फक्त एकमेव मोडकळीस आली तर हे सगळं घडतं की काय? हे कसं काय होऊ शकेल? अशी शंका मनात येणारे तुम्ही एकटेच नाही.

'दुसऱ्या माणसाशी जोडलं जाणं इतकं महत्त्वाचं का असतं?' असा प्रश्न ॲकॅडमीत आलेल्या आमच्या स्कॉट नावाच्या एका विद्यार्थ्यानं आम्हाला पहिल्याच दिवशी विचारला होता.

स्कॉट तरुण आणि यशस्वी होता. बत्तीस वर्षांचा असतानाच तो त्याच्या कंपनीतील अत्युच्च व्यवस्थापकीय पदावर पोहोचला होता.

तो स्वतःला स्वयंभू व्यक्ती समजत होता.

''मी या टेबलाशी इथल्या इथे माझी आवडती कार, माझी वैयक्तिक कौशल्यं आणि क्षमता जोडू शकतो,'' तो पुढे बोलत होता, ''मग कोणत्याही वेळी बदलू शकणाऱ्या माणसावर मी का अवलंबून राहिलं पाहिजे? मी फक्त माझ्यावर विश्वास ठेवतो. माझ्या क्षमतांवर आणि मी प्रेम करत असलेल्या गोष्टींवरच विश्वास ठेवतो.''

त्यानंतर त्याच दिवशी उशिरा त्यानं असा उल्लेख केला की, आयुष्यात सारं काही गमावल्यासारखं वाटल्यामुळे तो आमच्या कॅम्पसमध्ये आला होता. रोजच सकाळी उठत असताना त्याच्या डोक्यात तीन प्रश्न असत होते.

१. या कंपनीत माझी ऊर्जा आणि सर्जनशीलता अशाच प्रकारे वापरत राहण्यात काय अर्थ आहे?
२. मी हे सगळं का करतोय?
३. आणि मी हे सगळं कोणासाठी करतोय? जी टीम मी इतकी वर्षं तयार केली, तिला आता यापुढे माझी गरज उरलेय, असं मला वाटत नाही.

स्कॉटचा आंतरिक प्रवास सुरू झाला तसं त्याला जाणवलं की, वर्षानुवर्षांच्या त्याच्या जखमांमुळे तो प्रतिक्रियावादी बनला होता. ज्या लोकांच्या बाबतीत त्याच्या वाट्याला निराशा आली होती, त्यांच्याशी असंलग्न होणं हाच योग्य मार्ग असल्याचं त्याला वाटलं होतं.

आपल्या उर्वरित आयुष्यभर त्याला एक असंलग्न व्यक्ती म्हणूनच जगत राहायचं होतं का?

स्कॉटनं त्याचा राग आणि नैराश्य सोडून देण्याच्या मार्गाची निवड केल्यावर त्याच्या स्वतःविषयीच्या आणि त्याच्या आयुष्याविषयीच्या धारणेत बदल होण्यास सुरुवात झाली. आता तो स्वतःला स्वयंभू व्यक्ती समजत नव्हता. त्याच्या प्रगतीसाठी योगदान दिलेल्या आणि त्याच्या प्रगतीत भूमिका बजावलेल्या माणसांचा आता तो

विचार करू लागला. त्याच्या टीमनं छोट्या-मोठ्या कृतींमधून त्याला दिलेल्या पाठबळावर तो विचार करू लागला.

त्याचं चैतन्य व्यापक बनल्यानंतर त्याच्या टीमला आणि त्याच्या कंपनीला अधिक आनंदी बनवण्याच्या विचारांची मुळं त्याच्या मनात रुजू लागली.

सहा महिन्यांनंतर स्कॉटनं भारतातील अभ्यासक्रम पूर्ण केला. त्यानंतर त्यानं असं सांगितलं की, त्याच्या उद्दिष्टाचा अर्थ आणि सार त्याला गवसलं होतं.

''आता कामावर जाणं आणि ते वाढवणं हे आनंदाचं काम आहे,'' असं त्यानं सांगितलं. ''जणू काही माझा मेंदू आता सर्जनशीलतेच्या अवकाशात प्रविष्ट झाला आहे. माझ्या भोवती अद्भुत, चमत्कारिक घटना घडत आहेत.''

तुमच्या जीवनाचा उद्देश हरवलाय असं तुम्हाला वाटतंय का? तुमचं उत्तर हो असेल, तर याचा अर्थ तुम्ही संलग्नता हरवून बसला आहात. जेव्हा प्रेमळ संलग्नतेप्रति जागृत होता, तेव्हा तुमच्या जीवनोद्देशाप्रतिही तुम्ही सचेत होता. मग परस्पर-सहकार्याचा अर्थही तुम्हाला समजतो.

एखाद्या संघटनेत अशा प्रकारची प्रेमळ संलग्नता का गरजेची असते? आणि नेते तिचं पोषण कसं काय करू शकतात?

प्रेमळ संलग्नता हा फक्त एखादा साधा दृष्टिकोन नाही किंवा तुम्ही एकत्रितपणे करत असलेलं कामही नाही. ती चैतन्याची एक स्थिती आहे. या स्थितीत तुमचं हित हे इतरांच्या हितातच असल्याचं तुम्हाला आढळतं. तुमचं हित इतरांच्या हिताहून भिन्न नाही, याची तुम्हाला जाणीव होते. मग तुमच्या सभोवताली असलेल्या सर्वांच्या आनंदात आणि हितात वाढ करण्याची नैसर्गिक ऊर्मी तुमच्या मनात निर्माण होते.

तुमच्यापैकी काही जण स्कॉट या आमच्या मित्राच्या तुलनेत कदाचित आणखी अधिक काळ आपापल्या कामात व्यग्र असतील. या कार्यक्रमात स्कॉटनं काहीशा आश्चर्यानं आम्हाला विचारलं होतं, *'इतकी सगळी वर्षं हे केल्यानंतर आताच हा बदल कशाला केला पाहिजे? त्याची खरोखरच गरज आहे काय?'*

आमच्या या कामात प्रीताजींना आणि मला प्रत्येक स्तरावरच्या संघटनांचं अंतर्गत कामकाज पाहण्याची संधी लाभली. अगदी जोडप्यांपासून ते कुटुंबांपर्यंत, लहान व्यवसायांपासून ते मोठ्या संस्थांपर्यंत, खूप मोठ्या बहुराष्ट्रीय कंपन्या, चळवळी, राष्ट्रं आणि त्यांचे नेते या सगळ्यांचं कामकाज आम्ही पाहू शकलो. नेते म्हणून प्रागतिक आणि बुद्धिमान यंत्रणांची किंमत काय असते ते आमच्या लक्षात आलं.

परंतु जोपर्यंत ही यंत्रणा बनवणाऱ्या लोकांचे चैतन्य मर्यादित स्तरावरचे असते, तोपर्यंत तुम्ही कोणत्या प्रकारच्या यंत्रणेची निर्मिती करता आणि कोणत्या

प्रकारच्या नियमांची अंमलबजावणी करता, यामुळे काहीही फरक पडत नाही. ती कधीही संस्थेसाठी आवश्यक दृष्टी संपादित करू शकत नाही. आत्म आसक्तीत बुडालेलं चैतन्य सर्वाधिक सक्षम बाह्य यंत्रणेला निष्प्रभ करून टाकतं म्हणूनच जगावर असामान्य प्रभाव टाकू इच्छिणाऱ्या कोणत्याही नेत्यानं परिवर्तनावर लक्ष केंद्रित केलंच पाहिजे.

आमचे अनेक विद्यार्थी अधिकारी पदावर कार्यरत होते. त्यांनी आम्हाला असं सांगितलं की, ज्या वेळी त्यांनी आपल्या चैतन्यात परिवर्तन घडवून आणण्याची बांधिलकी स्वीकारली, त्या वेळी त्यांच्या संघटनांतील लोकांनी आपोआपच त्यांचं अनुकरण केलं होतं. काही नवीन व्यवस्थापकीय तंत्रं जबरदस्तीनं लादण्याच्या प्रक्रियेच्या हे पूर्णपणे विरुद्ध होतं. खरोखरच्या सजग संघटनेची निर्मिती करण्याची कृती ही तुम्ही या जगात कसे राहू इच्छिता त्या पद्धतीशी पूर्णपणे निगडित असते. तुमच्या दुःख-स्थिती नष्ट करण्याच्या तुमच्या क्षमतांवर ते अवलंबून असतं, त्यामुळे तुम्ही ठामपणे वागू शकता. तुमच्या संघटनेतील प्रत्येकाच्या हिताशी संलग्न होण्याची तुमची इच्छा आणि त्याबरोबरच व्यापक प्रमाणात सर्वांसाठी लाभदायक ठरणारा परिणाम निर्माण करण्याची तुमची इच्छा यांवरही ते अवलंबून असतं.

बहुतेक नेते त्यांना पृथ्वीसाठी काय करायचं आहे, याविषयी बोलतात; पण त्यांच्या स्वतःच्या चैतन्य-स्थितीविषयी ते अत्यल्पच भाष्य करतात. तरीही आपल्या चैतन्यातील विभाजनापासून एकत्वापर्यंत परिवर्तन जोपर्यंत घडून येत नाही आणि त्याबरोबरच दुःख-स्थितींचे सुंदर-स्थितीत जोपर्यंत परिवर्तन होत नाही, तोपर्यंत मानवतेच्या भवितव्यासाठी आपण स्पष्ट दृष्टिकोन कसा काय तयार करू शकू?

आपल्या चैतन्यात पायाभूत क्रांती घडून आल्याखेरीज सर्व संकल्प, निर्णय आणि बदल हे वरवरचे, मर्यादित असतात. यातून तुम्हाला वैफल्य तर येतंच; इतकंच काय तर आंतरिक द्वंद्वातच तुम्ही संघर्ष करत राहता. एक गोष्ट नेहमीच लक्षात ठेवा : पहिल्यांदा चैतन्य, नंतरच निर्णय आणि मग कृती.

आज आपण मानवी इतिहासाच्या महत्त्वाच्या निर्णायक टप्प्यावर आहोत. या टप्प्यावर आपली सामुदायिक उत्क्रांती आपण पुढच्या टप्प्यावर नेऊ शकतो किंवा आपल्याला आणि इतर सजीवांनाही विनाशाच्या आणि नामशेष होण्याच्या गर्तेत ढकलून देऊ शकतो.

आपल्यापैकी प्रत्येकामध्ये ही शक्ती आहे. आपल्या भावी पिढ्यांचं आणि पृथ्वीवरच्या इतर अनेक प्रकारच्या सजीवांचं भवितव्य चैतन्यातील या उत्क्रांतीवर अवलंबून आहे. तुमच्या चैतन्याला तुम्ही दुःखांमध्ये, विभाजनात आणि एकाकीपणात नष्ट होऊ देणार आहात की तुम्ही जाणीवपूर्वक सुंदर-स्थितीत उत्क्रांत होणार आहात?

तुम्हाला कुठे जाण्याची इच्छा आहे?

सोल सिंक साधना :
समृद्धीचे सजग निर्माते बना

अधिक आनंददायी आणि तुम्हाला अधिक अर्थपूर्ण वाटणारं काम शोधण्यासाठी किंवा तुम्ही आधीच करत असलेल्या कामाचा परिणाम आणखी वाढवण्यासाठी किंवा तुमच्यासाठी आणि तुमच्या प्रियजनांसाठी खूप समृद्धी निर्माण करण्यासाठी अगर कोणत्याही गोष्टीला पाठबळ देण्यासाठी – तुमच्या आतील 'अनामिक' स्थितीवर मात करण्याची तुमची इच्छा असेल, तर सोल सिंकची तुम्हाला मदत होईल. सोल सिंक तुम्हाला समृद्धीच्या सजग निर्मात्याच्या भूमिकेत प्रत्येक पाऊल आत्मविश्वासानं टाकण्यासाठी मदत करेल.

पान क्र. ३१–३३ वर देण्यात आलेल्या सोल सिंक ध्यानाच्या पाच पायऱ्या पुन्हा एकदा पार पाडा.

तुम्ही सहाव्या पायरीवर पोहोचाल त्या वेळी तुम्ही म्हणजे प्रसन्न धैर्याच्या सुंदर स्थितीतील कोणीतरी आहात, अशी कल्पना करा किंवा अनुभव करा. आपल्या सभोवतालच्या लोकांसाठी बदल निर्माण करण्याच्या सखोल तळमळीनं तुम्ही जगत आहात, अशी कल्पना करा. तुमच्या आयुष्यात संपत्तीचा प्रचंड प्रवाह निर्माण झाला आहे, अशी जाणीव करून घ्या.

तुमच्या आणि तुमच्या प्रियजनांच्या आणि त्याबरोबरच जगाच्या दृष्टीनं या समृद्धीचा काय अर्थ आहे, त्याची कल्पना करा.

∞

समारोप

आमच्या ॲकॅडमीविषयीची प्रश्नोत्तरे

कृष्णाजी

प्रश्न : आनंद आणि संपत्ती याविषयीचे तुमचे दृष्टिकोन काय आहेत?

उत्तर : आमच्या दृष्टीनं यश, सलोख्याचं नातं, कामगिरी आणि प्रसिद्धी म्हणजे आयुष्याविषयीचं सारं काही नाही.

तसंच चैतन्याच्या उच्च स्थितीत पोहोचलं म्हणजे सारं काही संपलं, असंही नाही. दोन्हीपैकी कोणत्याही टोकाकडे अतिरेकी प्रमाणात झुकणं याचा अर्थ आयुष्याचा समतोल बिघडणं, असा होतो. या दोहोंच्या एकत्रीकरणातून सुंदर आयुष्य तयार होतं.

मी हे गमतीनं असं मांडतो, बुद्ध असणं आणि तुमच्या प्रियजनांबरोबर बेंझ गाडी चालवत फिरायला जाणं या दोहोंच्या समन्वयातून परिपूर्ण आयुष्य तयार होतं. यातून आम्हाला एवढंच सांगायचं आहे की, आपल्यापैकी प्रत्येकानंच ऐषआरामाकडे वळलंच पाहिजे असं नाही; परंतु त्याऐवजी आपण चैतन्याच्या सुंदर-स्थितीत जगायला शिकू शकतो आणि त्या स्थितीतील शक्ती प्राप्त करून घेऊन संपत्तीची आणि स्वतःविषयीच्या, आपल्या प्रियजनांविषयीच्या आणि आपल्या सभोवतालच्या जगाविषयीच्या प्रेमाची निर्मिती करू शकतो.

चार परम रहस्यं ही या महान ध्येयाविषयीची आहेत. आमचा असा विश्वास आहे की, या शिकवणुकीतून समृद्धीचे सजग निर्माते उदयास येतील. जागरूक

पालक, प्रेमळ जोडीदार आणि आनंदी व्यक्तींचा उदय होईल. असे लोक परिवर्तित चैतन्य-स्थितीत जगतील आणि त्या स्थितीतूनच कार्य करतील.

वैयक्तिकदृष्ट्या प्रीताजींचं व माझं परस्परांशी आणि लोका या आमच्या मुलीशी असलेलं नातं अत्यंत परिपूर्ण आणि समृद्ध आहे. आमच्या पालकांविषयी आणि सासु-सासऱ्यांविषयी आमच्या मनात गाढ आदर आणि काळजीची भावना आहे. आमच्या प्राध्यापकांच्या टीमला आणि आमच्या ॲकॅडमीतील हजारो विद्यार्थ्यांना मार्गदर्शन करायला आणि सल्ला द्यायला आम्हाला आवडतं. हे आणि आमचे इतरही अनेक नातेसंबंध समृद्ध आहेत. ते फक्त काही आदर्शांमुळे आणि मूल्यांमुळेच समृद्ध बनलेले नाहीत, तर आम्ही ज्या चैतन्य-स्थितीत जगत आहोत तिच्यामुळे ते समृद्ध बनले आहेत. आमच्या चैतन्यात दुःखाची मुळं रुजतच नाहीत.

आमची टीम खूपच छान, विलक्षण आहे आणि आम्हाला विश्वासू व्यावसायिक भागीदार आणि सीईओ लाभले आहेत. आमचे व्यवसाय चालवण्यास ते आम्हाला पाठबळ पुरवतात आणि त्यांच्यामुळे मानवी चैतन्याच्या परिवर्तनाची आमची मोहीमही आम्ही सुरळीत सुरू ठेवू शकतो. आमच्या मार्गात या विश्वानं अनेक सुसंगती आणल्या, त्या बाबतीत ते आमच्याशी अत्यंत दयाळूपणानं आणि परोपकारी वृत्तीनं वागले आहेत. आम्ही काही गोपनीय व्यवस्थापकीय तत्त्वांचं पालन करत असल्यामुळे हे सारं घडून आलेलं नाही, तर आमच्या चैतन्य-स्थितीचा हा परिणाम आहे.

समृद्ध आंतरिक स्थिती आणि समृद्ध बाह्य जीवन यांना एकत्र आणणं हा या चार परम रहस्यांचा हेतू आहे. कारण, आम्हाला सर्वांसाठीच असं परिपूर्ण आयुष्य शक्य करायचं आहे.

प्रश्न : तुमच्या ॲकॅडमीत लोक काय शिकतात?

उत्तर : ओ अँड ओ ॲकॅडमी ही मानवी चैतन्यात परिवर्तन घडवून आणण्यासाठी तत्त्वज्ञानाची आणि ध्यानाची शिकवण देणारी संस्था आहे. तिचं मुख्यालय भारतात आहे. सर्व देशांतील विविध वयोगटांतील लोकांसाठी त्यांच्या संबंधित भाषांमध्ये शिक्षण देणारे अभ्यासक्रम आम्ही राबवतो. विविध पातळ्यांवरच्या अध्ययनाचा समावेश असलेले अभ्यासक्रम आमच्याकडे उपलब्ध आहेत, तसंच विद्यार्थ्यांमध्ये परिवर्तन घडवण्यासाठी स्वतःची आयुष्यं वाहून घेतलेले शिक्षक आम्हाला लाभले आहेत.

अर्थातच बहुतांश लोक पहिल्यांदा भारताबाहेर या ॲकॅडमीशी संलग्न होतात. प्रीताजी जगभरातील प्रमुख शहरांत प्रवास करतात आणि **फील्ड ऑफ ॲबन्डन्स** हा चार दिवसांचा आध्यात्मिक कार्यक्रम त्या तिथे सादर करतात. **सोअर्स अँड**

सिन्क्रोनिसिटीज अँड बिईंग लिमिटलेस या दोन दिवसांच्या ऑनलाइन कार्यक्रमातही त्या अध्यापन करतात.

आमच्या अभ्यासक्रमाविषयी अधिक माहिती मिळवण्यासाठी कृपया, www.oo.academy या वेबसाईटला भेट द्या.

प्रश्न : लोक तुमच्या ॲकॅडमीत कशामुळे येतात?

उत्तर : प्राचीन भारतीय ऋषीमुनींनी आपल्याला द्विज किंवा दोनदा जन्मलेले बना, असं बजावलं होतं. त्याचा अर्थ, चैतन्यात परिवर्तन झालेले जागृत व्यक्ती बना असा होता म्हणजेच आयुष्याने दिलेल्या मर्यादित संस्कारांच्या पलीकडे जाऊन जीवनाच्या असीम चैतन्यशक्तींप्रति सचेत व्हा.

अशा प्रकारची जागृती प्रत्येकाच्या नशिबात असते का?

होय. प्रत्येक प्राचीन संस्कृती गाढ आध्यात्मिक प्रवासांविषयी भाष्य करते आणि अनेक संस्कृतींनी आपल्या वंशजांसाठी प्रतीकांच्या, पुराणकथांच्या, पवित्र कलांच्या आणि वास्तुरचनांच्या स्वरूपात, धाडसी कृत्यांतून अशी रहस्यं मागे ठेवली आहेत. क्षणभरासाठी ट्रॉयच्या पाडावानंतर इथाकाला परतणाऱ्या ओडिससचा, देवमाशाच्या पोटात जोनाहनं मारलेल्या खोल बुडीचा सखोल विचार करा. अर्जुन युद्धासाठी सज्ज झालेला असताना त्याच्या मनात निर्माण झालेल्या द्वंद्वाविषयी किंवा अंधाऱ्या गुहेत शिरून दिवसाच्या उजेडात ड्रॅगन बनून बाहेर पडणाऱ्या सापाच्या चिनी दंतकथेवर चिंतन करा. अशा कथा या निव्वळ मनोरंजनासाठी रचल्या गेलेल्या कथा नाहीत. त्या परिवर्तनासाठीच्या ब्ल्यू प्रिंट आहेत आणि त्यांच्यामध्ये प्रभावी विद्वत्ता समाविष्ट आहे.

अशा गूढ मार्गांचे विधी या अनेक संस्कृतींच्या उत्क्रांतीच्या गुरूकिल्ली आहेत आणि तरीही परिवर्तन घडवून आणणाऱ्या आणि जखमा भरणाऱ्या या अग्निदिव्यसदृश शक्तीशी आपल्यापैकी अनेकांचा संबंध तुटलेला आहे. ज्या वेळी आपत्ती ओढवते किंवा पालकांच्या मृत्यूमुळे, प्रेम गमावल्यामुळे, स्वप्न हळूहळू भंग पावल्यामुळे आयुष्य मंद गतीनं हळूहळू कडवट आणि नैराश्यपूर्ण बनत जातं, त्या वेळी काळाच्या प्रारंभापासून माणूस जे दुःख भोगत आला आहे, त्याच पुरातन चिरंतन दुःखाचा अनुभव आपल्याला येतो. आपण तंत्रज्ञानात मोठीच आश्चर्यकारक प्रगती केली आहे. मात्र तरीही उच्च चैतन्य-स्थितीच्या साहाय्यानं अशा संकटातून बाहेर पडण्यासाठी आणि आपल्याला आयुष्याच्या पुढच्या प्रवासासाठी आवश्यक असलेली साधनं आधुनिक समाजानं आपल्याला दिलेली नाहीत.

आयुष्याच्या प्रत्येक टप्प्यातून लोकांना अधिक एकसंधपणे, एकत्वाने बाहेर पडता यावं, यासाठी त्यांना मदत करणाऱ्या प्रक्रिया आम्ही तयार केल्या आहेत.

आपल्या सर्वांकडेच सखोल परिवर्तनाची असलेली क्षमता जागृत करण्याच्या दृष्टीनं या प्रक्रिया तयार करण्यात आल्या आहेत. आम्ही नेहमीच असं म्हणतो की, लोकांना त्यांच्या साधनेत आम्ही ज्यांच्या साहाय्यानं पुढे नेतो ते आम्ही ॲकॅडमीत शिकवत असलेले अभ्यासक्रम लोकांमध्ये परिवर्तन करतात. अशा परिवर्तित व्यक्ती असाहाय्यपणे हवेत कसेही बाण मारल्याप्रमाणे भविष्याचं चक्र फिरवत राहण्यापासून स्वतःला मुक्त बनवतात. त्या स्वतःसाठी नवीन नियती तयार करतात. आम्ही तुम्हाला सांगत असलेल्या साधना तुमच्या आयुष्यावर, तुमच्या नातेसंबंधावर आणि तुमच्या सवयींवर नवीन प्रकारच्या दृष्टीनं दृष्टिक्षेप टाकण्यास तुम्हाला मदत करतात.

आम्ही ॲकॅडमी उघडल्यापासून आतापर्यंत शेकडो, हजारो लोकांना त्यांच्या मूलभूत प्रश्नांची उत्तरं दिली आहेत. मात्र आम्ही फक्त एवढंच केलं नाही, तर केवळ थोड्याच लोकांनी ज्या प्रकारचं आयुष्य जगण्याची कल्पना केली असेल, तसं आयुष्य जगण्यास आम्ही सगळ्यांनाच साहाय्य केलं आहे. फक्त बारा वर्षं वयाच्या विद्यार्थ्यापासून ते एक्क्याऐंशी वर्षांपर्यंतच्या विद्यार्थ्यांना आम्ही शिकवलं आहे. दक्षिण कोरिया, उत्तर कॅलिफोर्निया आणि त्या मधल्या प्रत्येक ठिकाणाहून आमच्याकडे विद्यार्थी येतात.

काहींना त्यांच्या स्वप्नाची जाणीव करून घ्यायची असते किंवा काहींना दुःखी अनुभव नष्ट करायचे असतात. काही मोठ्या समस्यांशी झुंजत असतात : स्वतःवर किंवा दुसऱ्यावर खरं प्रेम करणं म्हणजे काय? खऱ्या अर्थानं जिवंत असणं म्हणजे काय? या विश्वात चैतन्य आहे का? माझं आयुष्य बदलण्यासाठी मी त्या शक्तीचा वापर करून घेऊ शकतो का? असे त्यांचे प्रश्न असतात.

इतर काही लोक मोठे निर्णय घेण्याशी संघर्ष करत असतात : मी या नातेसंबंधात राहावं की राहू नये? मी नवीन शहरात जावं का? उत्साहवर्धक परंतु अनिश्चित संधीसाठी नोकरी सोडावी का? असे काही प्रश्न त्यांच्या मनात उसळत असतात.

आणखी काही लोक साधक असतात आणि दुःखांपासून व विभक्ततेच्या भ्रमातून संपूर्ण मुक्ती मिळवण्यासाठी ते परिश्रम करतात.

काही साधक विश्वप्रज्ञेचा किंवा ईश्वराचा थेट अनुभव मिळवता यावा म्हणून आमच्याकडे येतात.

लोक आमच्याकडे विविध कारणांनी येतात; पण ते सर्व जण कोणत्या ना कोणत्या ध्यासाच्या किंवा इच्छेच्या पूर्ततेच्या शोधात असतात. त्यापैकी कोणतीही गोष्ट त्यांच्या पकडीतून किंचितशी जरी निसटून जाईल, असं त्यांना वाटलं तरी ते आमच्याकडे येतात. त्यांच्यापैकी प्रत्येक जणच एकच प्रश्न विविध प्रकारांनी विचारत असतो. *मी शोधत असलेली ती अज्ञात गोष्ट मी कशी काय प्राप्त करू*

शकेन? अर्थातच या प्रश्नांची आम्ही कोणालाही उत्तरं देत नाही. या प्रश्नांची उत्तरं शोधण्यास आम्ही तुम्हाला साहाय्य करतो. तुमच्यामध्ये मर्मदृष्टी, प्रभावी गूढ प्रक्रिया आणि साध्या ध्यानधारणा यांविषयीचे दृष्टिकोन रुजवून आम्ही तुमच्या या शोधात तुम्हाला मदत करतो.

प्रश्न : तुमचा देवाविषयीचा अनुभव काय आहे?

उत्तर : देव हा सापेक्ष अनुभव आहे. विविध लोकांनी देवाच्या वेगवेगळ्या व्याख्या केल्या आहेत. देवाविषयीचा साधकांचा दृष्टिकोन काय असतो, याची जाणीव करून घेण्यास मदत करतो. त्यानंतर देव हा त्यांच्यासाठी केवळ एक शब्द उरत नाही.

ज्याच्या त्याच्या संस्कृतीनुसार, काहींना ज्या देवावर त्यांची वैयक्तिक श्रद्धा असते त्याच्या अस्तित्वाचा साक्षात्कार होतो, तर काहींना प्रेम, दयाळूपणा आणि शक्ती या स्वरूपात विश्वप्रज्ञेचा अनुभव येतो. आपण जितके अधिक सुंदर-स्थितीत जगू, तितकं विश्वप्रज्ञेशी आपण अधिक संलग्न होत जाऊ आणि ती तितक्या अधिक प्रमाणात आपल्या आयुष्यांत प्रवाहित होत राहील. या अस्तित्वाची जाणीव व्हावी, यासाठी लोकांमध्ये जागृती निर्माण करण्यासाठी ॲकॅडमीत अनेक प्रक्रिया तयार करण्यात आल्या आहेत.

प्रश्न : मग चैतन्य म्हणजे नेमकं काय?

उत्तर : चैतन्य हेच तर सारं काही आहे. अशी कोणतीही गोष्ट नाही, जी चैतन्य नाही. तुम्ही स्वतःही चैतन्याचाच एक भाग आहात. तुम्ही त्याच्यातच आहात. तुम्ही तेच आहात. तसं पाहिलं तर चैतन्याचं तर्काच्या आधारावर आकलनही होऊ शकतं; पण त्याचवेळी चैतन्य गूढही भासतं. चैतन्य म्हणजे जडही आहे आणि त्या जडाचा तुम्हाला होणारा अनुभवही!

हे सारं फारच गडबडीचं, गोंधळाचं वाटत असेल, तर माफ करा. अलौकिकतेचं वर्णन करण्यासाठी शब्द अपुरेच पडतात, तरीही आम्ही ते सांगण्याचा प्रयत्न करतो. असं समजा की, सूर्याचं उगवणं हा जर चैतन्याचा एक भौतिक पैलू असेल, तर त्याचं सौंदर्य, तेज आणि त्याचा अभाव या गोष्टी म्हणजे आपल्या चैतन्याचा अनुभवजन्य पैलू असतो. असं म्हणू या की, तुमचं नवजात अर्भक हा चैतन्याचा भौतिक पैलू असतो आणि त्या बाळाला हातात घेतल्यानंतर तुमच्या मनात येणाऱ्या प्रेमाच्या किंवा त्याच्या जबाबदारीमुळे निर्माण होणाऱ्या भीतीच्या भावना हा तुमच्या चैतन्याचा अनुभवजन्य पैलू असतो.

पंचेंद्रियांच्या साहाय्यानं आपण विश्वाचा जो अनुभव घेतो तो म्हणजे चैतन्याचा भौतिक पैलू असतो आणि त्याचा सापेक्ष आंतरिक अनुभव म्हणजे चैतन्याची

अनुभवजन्य व्याप्ती असते. 'आय-कॉन्शसनेस'मधून (स्व-केंद्रित चैतन्य) बाहेर येणं आणि 'वन-कॉन्शसनेस'पर्यंत (एकत्व चैतन्य) पोहोचणं हेच चैतन्याच्या परिवर्तनाचं सार आहे.

प्रश्न : तुम्ही आताच ज्याचा संदर्भ दिला त्या 'आय-कॉन्शसनेस' (स्व-केंद्रित चैतन्य) **आणि** 'वन-कॉन्शसनेस'**विषयी** (एकत्व चैतन्य) **आणखी थोडी माहिती देऊ शकाल का?**

उत्तर : जगाविषयीच्या पौर्वात्य आणि पाश्चिमात्य अशा दोन्ही प्राचीन दंतकथांवर तुम्ही नजर टाकली तर त्यांच्यामध्ये युद्ध दाखवल्याचं आढळतं. देव आणि दानवांमधील युद्ध. प्रकाश आणि अंधारातील युद्ध. या कथांमध्ये काही वेळा देव जिंकतात आणि काही वेळा दानव जिंकतात.

काही वेळा हे युद्ध स्वर्गात घडत असतं, काही वेळा ते पृथ्वीवर घडत असतं आणि काही कथांमध्ये ते पाताळात घडत असतं; परंतु हे युद्ध म्हणजे काय असतं? आणि हे युद्ध खरोखरचं कुठे घडत असतं? हे युद्ध प्रत्यक्षात आपल्या चैतन्यात घडत असतं.

आपल्या दृष्टीनं चैतन्य हा एक वर्णपट असतो. त्याच्या एका टोकाला आपण ज्याला 'आय-कॉन्शसनेस' म्हणतो ते चैतन्य असते आणि दुसऱ्या टोकाला आपण ज्याला 'अद्वैत जाणीवजागृती' 'वन-कॉन्शसनेस' म्हणतो ते चैतन्य असते.

ज्या वेळी आपले विचार स्वतःभोवतीच आसक्तीनं घुटमळू लागतात, त्या वेळी तो 'आय-कॉन्शसनेस' असतो. यामध्ये सगळे विचार मी मी आणि मीवरच केंद्रित झालेले असतात... आपल्या चिंता, आपल्या काळज्या, आपलं सदाचरण, प्रामाणिकपणा, आपला आनंद, आपल्या इच्छा इ.... ही आत्ममग्नतेची अवस्था असते. चैतन्याच्या वर्णपटाचं हे टोक म्हणजे असमाधान, संताप, तिरस्कार, भीती, दुःख आणि नियंत्रण ठेवण्याची व वर्चस्व गाजवण्याची इच्छा अशा चैतन्याच्या विनाशक स्थितींची जन्मभूमी असते. 'आय-कॉन्शसनेस' ही सर्व दुःख-स्थितींमध्ये अधिक प्रभावशाली स्थिती असते. यात आपण कोण आहोत, याविषयीची आपली जाणीव अत्यंत मर्यादित, संकुचित बनते. जर आपलं चैतन्य (कॉन्शसनेस) म्हणजे एक वर्तुळ आहे, असं मानलं तर 'आय-कॉन्शसनेस'मध्ये ना आपली कुटुंबं, ना मुलं, ना आपले मित्र-मैत्रिणी अस्तित्वात असतात. काहीही अस्तित्वात नसतं. आपण दुःख-स्थितींमध्ये अडकतो, त्या वेळी यांपैकी कोणीही आपल्या दृष्टीनं खरोखरचं महत्त्वाचं नसतं. हे एक अत्यंत संकुचित आणि मर्यादित, वेदनादायक अस्तित्व असतं. या स्थितीत प्रत्येक गोष्ट आक्रसून जाते. आपली सर्जनशीलता शुष्क बनते. क्षमता कमजोर बनतात. त्यांना उतरती कळा लागते. संपत्तीचा नाश होतो आणि

नातेसंबंध नाजूक बनतात. सगळं विश्वच आपल्या विरोधात आहे, असं आपल्याला वाटू लागतं.

'आय-कॉन्शसनेस'तून आपण नकळत आणि स्वयंस्फूर्तीनं, लहरीपणानं आपल्याला व इतरांना वेदनांकडे आणि नुकसानीकडे नेणाऱ्या कृती करत राहतो.

ज्या वेळी 'आय-कॉन्शसनेस'कडून आपण 'वन-कॉन्शसनेस'कडे झेपावतो, त्या वेळी आपल्या आयुष्यात परिवर्तन घडतं आणि आपल्या चैतन्य-स्थितीत खरी क्रांती घडून येते. 'वन-कॉन्शसनेस'ला आपल्याला साध्या शब्दांत समजून घ्यायचं असेल, तर ती आपल्याशी- स्वतःशी आणि सर्व सजीवांशी आपण संलग्न असल्याची सखोल जाणीव असते. आपल्या स्वत्वाविषयीच्या जाणिवेत आपला स्वतःचा आणि इतरांचा, आपला आणि निसर्गाचा, आपला आणि पृथ्वीचा, आपला आणि विश्वाचा अशा सर्वांचा समावेश होतो. 'वन-कॉन्शसनेस'मध्ये आपली स्वत्वाची जाणीव वाढते आणि हळूहळू विस्तारित होत जाते. हा विस्तार एवढा अमर्यादपणे वाढतो की, त्याला परीघच नसतो. आपण अमर्यादित आणि असीम बनतो.

'वन-कॉन्शसनेस' ही कोणतीही विशिष्ट स्थिती नसते. ती अस्तित्वाची विस्तारत जाणारी स्थिती असते. अस्तित्वाच्या अशा स्थितीत तुमच्याभोवती महान एकात्मतेचं आणि शक्तीचं ऊर्जाक्षेत्र निर्माण करण्याकडे तुमचा कल असतो, त्यामुळे तुमच्या बाबतीत अनेक महान योगायोग घडू लागतात आणि आयुष्यात अनेक किमयाही घडतात. आयुष्यातील आव्हानं नाहीशी करणारी प्रज्ञा तुम्ही निर्माण करता. कोणतीही जखम भरून काढणाऱ्या प्रेमाची तुम्ही निर्मिती करता. तुम्ही संपत्ती निर्माण करता आणि तिच्या साहाय्यानं तुम्ही कल्पनाही केली नसेल इतक्या लोकांना पाठबळ पुरवता, आधार देता.

'आय-कॉन्शसनेस'पासून दूर जाणाऱ्या आणि 'वन-कॉन्शसनेस'च्या विविध प्रतलांमध्ये प्रविष्ट होणाऱ्या प्रवासाला आपण मुक्ती किंवा आत्मसाक्षात्कार असं म्हणतो.

प्रश्न : जागृती म्हणजे काय?

उत्तर : चैतन्यात होत असलेल्या उत्क्रांतीच्या प्रवासालाच झाझेन, सटोरी, मुक्ती, आत्मसाक्षात्कार इ. अनेक नावं आहेत. सुलभतेसाठी आपण इथे मुक्ती या शब्दाचा वापर करू या.

जगण्याचा वीट येणं, भीती, राग किंवा दुःख ही सगळी दिवसा पडणारी दुःस्वप्नं असतात. तुम्ही ज्याप्रमाणे भयावह दुःस्वप्नांतून सकाळी जागे होता, तशाच प्रकारची पण ही दिवसाची भयावह स्वप्नं असतात. या जणू दुःख-स्थिती असतात.

अशा दुःख-स्थिती आणि वियोगस्थिती म्हणजे दिवसा पाहिलेली दुःस्वप्नं असतात, हे आपल्या पूर्वजांनी जाणलं होतं. या दुःस्वप्नांतून आपण जागे असतानाच बाहेर पडलं पाहिजे. जेव्हा आपण यातून पूर्णतः जागे होतो, तेव्हा आपल्याला साक्षात्कार झाल्याच्या आनंदाने स्मित करतो. 'वन-कॉन्शसनेस'च्या तीन प्रागतिक प्रतलांमध्ये आपण जागृत होतो. सुंदर-स्थिती, अलौकिक स्थिती आणि मुक्ती-स्थिती ही ती तीन प्रतलं होत.

मुक्ती म्हणजे 'आय-कॉन्शसनेस'मधून मुक्त होत 'वन-कॉन्शसनेस'मध्ये प्रवेश करणं होय. पुन्हा कधीतरी आपण यावर अधिक चिंतन करू या.

प्रश्न : या पुस्तकात आम्हाला फक्त सुंदर स्थितीविषयी वाचायला मिळतं. तुम्ही सांगत असलेल्या या इतर दोन प्रतलांचं काय? आणि शिवाय दुःख-स्थिती व सुंदर-स्थितीअशा चैतन्याच्या फक्त दोनच स्थिती असतात, हो ना?

उत्तर : आपण नेहमीच दोनपैकी कोणत्या तरी एका स्थितीत असतो - एक तर दुःख-स्थिती किंवा दुःखरहीत स्थिती. या दोन स्थितींशिवाय तिसरी स्थिती ही अस्तित्वातच नसते.

दुःख-स्थिती ही कंटाळा, त्रस्तता, मतभेद किंवा ताणतणाव यांसारख्या अप्रसन्न स्थितींतून तयार होत असते. असमाधान, राग, भीती, असुरक्षितता, दुःख किंवा एकाकीपणा यांतून, तसंच जीवनाचा वीट येणं, नैराश्य, तिरस्कार किंवा दारुण निराशा, उद्वेग यांमुळे दुःखस्थितीची तीव्रता वाढू शकते.

ज्या वेळी दुःख-स्थिती नसते, त्या वेळी पुन्हा एकदा तिथेही वर्णपट असतो. आपण या स्थितींचं अनुभवाच्या तीन प्रमुख प्रतलांमध्ये वर्गीकरण करतो. सुंदर स्थिती, अलौकिक स्थिती आणि मुक्ती-स्थिती या त्या तीन स्थिती होत. चैतन्याच्या या प्रत्येक प्रतलात तुमचा आयुष्याविषयीचा अनुभव वेगवेगळा असतो. चैतन्य हा एक अंतहीन किनारे असलेला महासागर आहे. या पुस्तकात आपण या महासागराच्या एका किनाऱ्याविषयी बोलण्याची निवड केली होती आणि तो होता सुंदर-स्थिती. आता या तिन्ही प्रतलांची संक्षिप्त माहिती घेऊ या.

चैतन्याच्या सुंदर स्थिती या अति-उतेजनात्मक भावनिक स्थिती नव्हेत. त्यांच्यामध्ये आंतरिक परस्पर-विरुद्ध विचारांचे गोंधळ नसतात. सुंदर-स्थितींमध्ये तुम्हाला स्वतःशी, इतरांशी आणि जगाशी संलग्न असल्याच्या जाणिवेचा मोठा अनुभव येतो. जीवनाचा प्रत्येक क्षण तुम्ही समरसून जगत असता. शांतता, संलग्नता, प्रेम, करुणा, अनुकंपा, आनंद, प्रसन्न शांतता, आपुलकी, कृतज्ञता आणि धीटपणा या सगळ्या सुंदर-स्थिती असतात. आपल्या आयुष्यातील बराचसा काळ

आनंदी-स्थितींमध्ये घालवणं आपल्यापैकी बहुतेकांना शक्य असतं. आपले मेंदू, शरीरं आणि चैतन्य यांच्यात परिवर्तन होत असतं, त्या वेळी अगदी दुःख उद्भवलं तरीही आपण ते झटपट नाहीसं करू शकतो आणि सुंदर-स्थितीकडे परतू शकतो.

सच्चिदानंद, परमानंद, वैश्विक प्रेम, शांतता, समतोल वृत्ती, निर्भयपणा या सगळ्या अलौकिक स्थिती असतात. त्या दीर्घकाळापर्यंत टिकून राहत नाहीत. आपण अलौकिक स्थितींपर्यंत उन्नत होतो त्या वेळी आपण आयुष्यातील घटनांचे साक्षीदार बनतो. आपण आयुष्याच्या प्रवाहात असतो. वृक्ष, पृथ्वी, माणसं आणि प्रत्येक आकारातील सजीव आपल्यात प्रवाहित होत आहे आणि आपण त्यांच्यात प्रवाहित होत आहोत, याची आपल्याला जाणीव होते. सर्व जीवनांचा आपण अविभाज्य भाग असतो. या स्थिती म्हणजे सामान्य स्थितींच्या पलीकडच्या स्थिती असतात. गाढ ध्यानाच्या आणि प्रक्रियांच्या दरम्यान त्यांचे अनुभव येतात. अलौकिक स्थितींमध्ये आपल्याला गूढ गोष्टींची जाणीव होते. या स्थितींमध्ये काही लोकांना अलौकिक दृष्टीही प्राप्त होते किंवा ज्ञानेंद्रियांनी अनुभवता न येणारे असे अलौकिक अनुभव येतात. ॲकॅडमीत आमच्या असं लक्षात आलं आहे की, या तीव्र स्थितींमुळे अनेकांच्या आयुष्यात कायापालट घडून आला आहे.

मुक्ती-स्थितीत तुम्ही जड - चैतन्य, पवित्र - अपवित्र, दैवी - मानवी, दुःख - सुख, मी - अन्य यांप्रति जागृत होता. तुम्हीच एकम् आहात, ही जागृती तुमच्यात निर्माण होते. मुक्ती-स्थितीचा मानवी चैतन्यावर कायमस्वरूपी ठसा उमटतो, असं मानलं जातं.

अशा प्रकारच्या स्थिती पाहिल्यानंतर आपल्या दैनंदिन जीवनातील अनुभवही मूलभूतरीत्याच बदलणार नाहीत का? 'आय-कॉन्शसनेस'मध्ये जगणारे आपण म्हणजे आपल्या घरांच्या भिंतीवर टांगलेल्या समुद्रकिनाऱ्याच्या सुंदर चित्राकडे पाहून उसासे टाकत बसणारे दुर्बल, जर्जर जीव असतो. ज्या वेळी आपण 'आय-कॉन्शसनेस'च्या पलीकडे जातो आणि 'वन-कॉन्शसनेस'ची अधिक सखोल प्रतलं धुंडाळू लागतो, त्या वेळी आपण सखोल समुद्रात सौंदर्याचा शोध घेणाऱ्या धाडसी वीरांसारखे असतो. दुःख-स्थितींच्या दडपशाहीपासून मुक्त झालेले आपण आता खऱ्या अर्थानं जिवंत असतो. आयुष्य अधिक खेळीमेळीचं, आनंदी बनतं आणि त्याच वेळी ते गाढ पवित्रही होतं.

पृथ्वीवरच्या प्रत्येक माणसाला चैतन्याच्या प्रतलांचा अनुभव घेण्याची क्षमता असलेल्या मेंदूची देणगी लाभलेली आहे. मानवतेला दुःखापासून या उदात्त स्थितींपर्यंत जागृत करण्याची बांधिलकी आम्ही ॲकॅडमीच्या माध्यमातून पत्करली आहे.

प्रश्न : लिमिटलेस फिल्ड (असीम क्षेत्र) म्हणजे काय? लोकांच्या अनुभवांतून आम्हाला या पुस्तकात त्याचे जागोजागी संदर्भ सापडतात.

उत्तर : लिमिटलेस फिल्ड (असीम क्षेत्र) हे चैतन्याच्या अलौकिक स्थिती आणि मुक्ती-स्थिती अनुभवण्याचं एक माध्यम आहे.

त्याचा काय अर्थ आहे ते मी स्पष्ट करतो. इलेक्ट्रॉन हा कण आहे की, लाट आहे हा क्वांटम फिजिक्समधील (राशी भौतिकशास्त्रातील) सर्वज्ञात पेच आहे.

ज्या वेळी आपण इलेक्ट्रॉनकडे कण म्हणून पाहतो, त्या वेळी आपण तो एखाद्या जागी ठेवू शकतो. या दृष्टीनं त्याच्याकडे पाहतो.

ज्या वेळी आपण इलेक्ट्रॉनकडे एक लाट म्हणून बघतो, त्या वेळी आपण त्याच्याकडे एका स्थानी न ठेवता येणारा आणि अधिक व्यापक अवकाशात त्याचा प्रभाव पसरवत जाणारा म्हणून बघतो.

त्याप्रमाणेच आपल्यापैकी प्रत्येक जण स्वतःकडे शरीराच्या केंद्रस्थानी असलेल्या विशिष्ट स्मृतींच्या आणि जीवनानुभवांचा संच म्हणून पाहू शकतो. हे काहीसं आपल्याकडे एक कण म्हणून पाहण्यासारखं आहे.

आपल्या सभोवतालच्या इतरांवर परिणाम करणाऱ्या लाटा म्हणूनही आपण आपल्याकडे पाहू शकतो.

आपल्या चैतन्यात आपल्या सभोवती ऊर्जाक्षेत्र निर्माण करण्याची क्षमता असते. आपण सर्वांनीच याचा पुरावा पाहिलेला असतो. काही लोकांच्या सान्निध्यात आपल्याला अधिक शांतता आणि आनंद लाभतो. रागानं किंवा तिरस्कारानं खदखदत असलेल्या एखाद्या व्यक्तीच्या आवतीभोवती आपल्याला अस्वस्थपणाचा अनुभव येतो हेही आपण अनुभवलेलं असतं.

आपल्या चैतन्य-स्थितीनुसार, आपल्यापैकी प्रत्येक जण आपल्याभोवती एक क्षेत्र निर्माण करतो.

तुम्ही सुंदर-स्थितीत असलात तर तुमच्याभोवती प्रेम, अनुकंपा, आनंद किंवा प्रसन्नता यांचं क्षेत्र निर्माण होतं. तुम्ही एक शब्दही उच्चारला नाही तरी या क्षेत्राचा तुमच्या सभोवताली असलेल्या लोकांवर परिणाम होतो. हे घडतं, कारण तुम्ही म्हणजे तुमच्या शरीरात ठेवण्यात आलेला एक अनुभव नाही. तुम्ही 'चैतन्य' आहात.

प्रीताजींना आणि मला दीर्घकाळापासून ही पवित्र देणगी लाभली आहे. आमच्या इच्छेनुसार एकत्वाच्या त्या मुक्ती-स्थितीत कधीही प्रवेश करण्यास आम्ही सक्षम आहोत. या सर्वोच्च अवस्थेला प्राचीन ऋषी-मुनींनी एकम् म्हटलं होतं. एकम् म्हणजे तिथे कोणत्याही प्रकारची विभक्तता नाही. तिथे चैतन्याचं प्रचंड क्षेत्र निर्माण होतं. तुम्ही आमच्यासोबत ज्या वेळी या 'लिमिटलेस फील्ड'मध्ये म्हणजेच

असीमित ध्यानक्षेत्रात प्रवेश करता, त्या वेळी तुम्ही तुमच्यावर अवकाशात सर्वत्र परिणाम करत असलेल्या आत्यंतिक प्रभावशाली क्षेत्रात प्रवेश करता.

ज्या वेळी साधक या लिमिटलेस फिल्डमध्ये प्रवेश करतात, त्या वेळी त्यांच्या ज्ञानतंतूंच्या रचना आणि ज्ञानतंतूंचं रसायनशास्त्र बदलतं. त्यांचं चैतन्य उच्च स्थितीत पोहोचतं.

लिमिटलेस फिल्ड म्हणजे असा अवकाश आहे, जिथे ना कुठले प्रयत्न करावे लागतात; ना कुठले कष्ट! तिथे अद्भुत, चमत्कारिक घटना अगदी सहजतेनं आपोआप घडतं.

प्रश्न : या पुस्तकात आधी तुम्ही एकम्च्या बांधकामाच्या प्रक्रियेविषयी सांगितलं आहे. एकम् या भव्य रचनेचा हेतू लोकांना जागृतीचा, मुक्तीचा अनुभव मिळवून देणं हा आहे. एकम्विषयी आणि त्याच्या वास्तुरचनेविषयी तुम्ही आणखी थोडी माहिती द्याल का?

उत्तर : एकम ही अद्वैत-चैतन्याची अशी सर्वोच्च स्थिती आहे, जी मानवी शरीरात असताना अनुभवता येते.

एकम् हे अलौकिक शक्तीक्षेत्र आहे. ते तीन पवित्र हेतूंनी निर्माण करण्यात आलं आहे.

१. इथे सर्व धर्मांचे, सर्व प्रकारच्या श्रद्धा बाळगणारे, सर्व पार्श्वभूमीचे लोक त्यांच्या आयुष्यातील महत्त्वाचे निर्णय घ्यायचे असतात, त्या वेळी विश्वप्रज्ञेशी संलग्न होऊ शकतात आणि अंतःप्रेरणेच्या महान जाणिवेचा अनुभव घेऊ शकतात. एकम् हे दैवी शक्तीचं गर्भगृह आहे.

२. एकम हे एका अत्यंत दुर्मीळ भूमीवर उभारण्यात आलं आहे. या ठिकाणी ध्यानसाधना केल्यानं मानवी ऊर्जाकेंद्रांवर प्रभाव तर पडतोच; पण शिवाय मानवी चैतन्य हे वैश्विक ऊर्जेनं ओतप्रोत भरून जातं. तुम्ही चैतन्याच्या मुक्ती-स्थितीप्रत पोहोचावं या उद्देशानेच इथल्या प्रक्रिया तयार करण्यात आल्या आहेत. त्यामुळेच लोकांना एकम येथे सर्वोच्च अलौकिकतेचा अनुभव येतो.

३. प्राचीन स्थापत्य-शास्त्राच्या गूढ तत्त्वांनुसार एकम्ची निर्मिती करण्यात आली आहे. जेणेकरून एकम् एखाद्या 'विस्तारका'प्रमाणे (ॲम्प्लिफायर) काम करू शकेल. एकम्मध्ये ज्या वेळी हजारो लोक एकत्रीतपणे ध्यानसाधना करतात, त्या वेळी मानवी चैतन्यात आमूलाग्र परिवर्तन घडल्यानं शांतीची लहर दौडते.

एकम् हे समकालीन पवित्र वास्तुशास्त्राचं एक अत्यंत सुंदर उदाहरण आहे. इथला प्रत्येक दरवाजा, प्रत्येक खिडकी आणि जमिनीवरची प्रत्येक संरचना यांमध्ये गूढ माहात्म्य भरलेले आहे. इथल्या सर्व रचना या पृथ्वीच्या आणि विश्वाच्या संजीवक शक्तींशी एकरूप झाल्या असून त्या शक्तींना ॲम्प्लिफाय करण्याचं कार्य करतात.

एकम्ची रचना हीच मुळात एक अद्भुत, चमत्कारिक घटना आहे. तुमच्या चैतन्यावर परिणाम करून ती तिचं उत्थान घडवते आणि तुमच्या चैतन्याला अलगद अलौकिक क्षेत्रात घेऊन जाते. तुम्ही ध्यान करता आणि इथल्या प्रक्रियांमध्ये सहभागी होता, त्या वेळी एकत्वाच्या दिशेनं मार्गदर्शन करणाऱ्या एका प्रभावी शक्तीक्षेत्रात तुम्ही प्रवेश करता. एकम्ची आणि इथे आपण भाग घेत असलेल्या प्रक्रिया यांच्या रचनाच अशा प्रकारे करण्यात आल्या आहेत की, ध्यान करणाऱ्या लोकांना त्या चैतन्याच्या उन्नत स्थितीपर्यंत नेतात. त्यामुळे सामुहिकरीत्या तिथल्या माणसांवर त्यांचा अधिक चांगला परिणाम होतो.

एकम्मध्ये तीन प्रमुख वार्षिक महोत्सवांचं आयोजन केलं जातं. एकम् ऐश्वर्य उत्सव (एकम् अबन्डन्स फेस्टिव्हल), एकम् विश्वशांती उत्सव (एकम् वर्ल्ड-पीस फेस्टिव्हल) आणि एकम् मुक्ती-उत्सव (एकम् एनलाइटन्मेन्ट फेस्टिव्हल) असे हे तीन महोत्सव असतात.

एकम् ऐश्वर्य उत्सवाविषयी थोडी चर्चा करू या. या महोत्सवाची उभारणी एका मूलभूत सिद्धान्तावर आधारित आहे. सर्वसाधारपणे आपण जेव्हा जागरूक नसतो, तेव्हा एका कुतर्काला बळी पडत असतो, तो कुतर्क असा - 'आयुष्य हे कारण आणि परिणाम अशा सरलरेषीय अनुक्रमानुसार पुढे जात राहतं, असं आपल्याला वाटतं.'

आपण असं मानतो की, मला जोडीदार मिळाल्यावर माझं आयुष्य प्रेमाने भरून जाईल, यश मिळाल्यावर मी समाधानी होईन, पोषक आहार मिळाल्यावर मी तणावमुक्त होईन. पण प्रत्यक्षात मात्र आपलं आयुष्य 'सबॲटोमिक वर्ल्ड'प्रमाणे काम करतं. आधी परिणाम, मग कारण.

आधी तुम्ही प्रेम अनुभवा जेणेकरून तुम्हाला तसा जोडीदार मिळेल; आधी समाधानाची अनुभूती घ्या जेणेकरून तुम्हाला यश मिळेल, आधी तणावमुक्त व्हा जेणेकरून तुमचं वजन नियंत्रित राहील.

आपण जगत असलेलं विश्व अनेक पवित्र नियमांवर चालतं; पण मानवतेचा मोठा भाग त्यांच्यापासून अनभिज्ञ आहे.

प्रश्न : एकम् विश्वशांती महोत्सव काय आहे? जगातील लोक त्याच्यात कसे सहभागी होतात?

उत्तर : आपल्यापैकी प्रत्येकासाठी शांतता म्हणजे काय असते त्याचा पहिल्यांदा शोध घेऊ या.

आपण ज्या वेळी शांततेचा विचार करतो, त्या वेळी आपल्यापैकी बहुतेकांच्या नजरेसमोर करड्या रंगाच्या सुटातील हस्तांदोलन करणारे आणि अण्वस्त्रांवरच्या बंदी संदर्भात किंवा सीमांवरील दहशतवादाच्या करारावर चर्चा करणारे पुरुष येतात. हाही नक्कीच शांतता निर्माण करण्याचा एक मार्ग आहे; पण या प्रतिमेत एक आभास आहे. तो म्हणजे ज्या वेळी जगात शांतता निर्माण करण्याचा प्रश्न येतो, त्या वेळी बहुसंख्य लोक हे फक्त बघे असतात, ते शांततेचे सक्रिय निर्माते नसतात, असं यातून पुढे येतं.

पण आपण फक्त बघे असतो का? तुम्ही पुढील प्रश्नांची ठाम उत्तरं देऊ शकता का?

- तुमच्या आयुष्यात तुमच्यावर कधी भावनिक किंवा शारीरिक छळाचा परिणाम झाला आहे का?
- तुमच्या आयुष्यात तुम्हाला कधी विभाजनाच्या किंवा दुफळीच्या परिणामांमुळे दुःख भोगावं लागलं आहे का?
- दुसऱ्याच कोणीतरी निर्माण केलेल्या संघर्षाचा तुमच्यावर कधी परिणाम झाला आहे का?

आपल्यापैकी ज्यांनी पालकांकडून होणाऱ्या छळाचा, शिवीगाळीचा अनुभव घेतला असेल, त्या प्रत्येकाला शांततेचं मूल्य माहिती असतं. आपल्यापैकी ज्यांनी वेदनादायक घटस्फोटाला किंवा विभक्ततेला तोंड दिलं असेल त्या प्रत्येकाला शांततेची किंमत माहिती असते. आपल्यापैकी ज्यांना कामाच्या ठिकाणी, घरी किंवा शाळेत भेदभावाला तोंड द्यावं लागलं असेल, त्या प्रत्येकाला शांततेचं मोल माहिती असतं.

...आणि म्हणूनच हा काही फक्त जागतिक नेत्यांपुरता आणि मध्यस्थांपुरता मर्यादित प्रश्न नाही.

एक लक्षात घ्या. चैतन्य-स्थितीत आपण सर्व परस्परांशी संलग्न असतो. त्यामुळे वैयक्तिक चैतन्य-स्थितीत जे काही घडत असतं, त्याचीच विश्वात मोठ्या रूपात अभिव्यक्ती होत असते. ती कधी युद्धाच्या रूपात होते, तर कधी हिंसेच्या. म्हणूनच जेव्हा तुम्ही शांततेप्रति जागृत होता किंवा सर्वांच्या जीवनात शांती यावी यासाठी ध्यानस्थ होता, तेव्हा ती विश्वशांतीसाठीची एक मुख्य पायरी असते.

शांतता हे रुजवण्यात आलेलं मूल्य नाही. ती चैतन्याची एक स्थिती आहे - सुंदर आंतरिक स्थिती.

मग आपली संघर्षमय आंतरिक स्थिती आपण कशी काय संपुष्टात आणू शकतो आणि शांतीपूर्ण जग कसं काय साकार करू शकतो? आपण खऱ्या अर्थानं आपलं, आपल्या कुटुंबांचं आणि आपल्या समाजाचं परिवर्तन कसं करू शकू?

आता प्रथम आपण सर्वाधिक सामाईक दृष्टिकोनांचा विचार करू या. नैतिक शिक्षणाच्या (मूल्याधारित दृष्टिकोन), धार्मिक शिक्षणाच्या (श्रद्धेवर आधारित दृष्टिकोन) किंवा कारणावर आधारित दृष्टिकोनाच्या (परस्पर लाभाच्या किंवा नुकसानीच्या आकलनावर एकवटलेला दृष्टिकोन) यांच्या माध्यमातून एकात्म, एकसंध समाज निर्मिती करण्यात आपण कितपत यशस्वी झालो आहोत?

फक्त शिक्षणातून संघर्ष नष्ट करणं शक्य आहे का?

फक्त मूल्यांची रुजवण करून परिवर्तन करणं शक्य आहे का?

कारणांवर किंवा मूल्यांवर आधारित मार्गांच्या साहाय्यानं काही तात्पुरत्या स्वरूपातील सुधारणा जरी प्राप्त करता आल्या तरीही चिरंतन परिवर्तन घडून येण्यासाठी युद्धाचं किंवा हिंसाचाराचं मूळ कारणच नष्ट करण्याची गरज असते. बहुतांश प्रकरणात हिंसाचाराच्या अगर युद्धाच्या प्रत्येक घटनेच्या गाभ्यात दुःख-स्थिती असते, त्यामुळेच कोणीही प्रक्षोभक भाषण करतो किंवा विघातक, विनाशक कृती स्वैरपणे करतो.

आपल्या चैतन्य-स्थितीत परिवर्तन करणं हा शाश्वत शांतता मिळवण्याचा खात्रीशीर मार्ग असतो.

म्हणूनच एकम् विश्वशांती महोत्सव ही शांतता चळवळ नाही. तर ती चैतन्य-स्थितीत घडून येणारी चळवळ आहे. दर वर्षी ऑगस्ट-सप्टेंबर महिन्यात हा महोत्सव साजरा केला जातो. एकम्‌मध्ये येणाऱ्या हजारो लोकांबरोबरच जगभरचे शांतता प्रस्थापित करणारे लोक रोज संध्याकाळी एकम्‌शी ऑनलाइन कनेक्ट होतात. हे सगळे जण शांततेच्या विविध पैलूंवर केल्या जाणाऱ्या सामुहिक ध्यानात सहभागी होतात. यात धार्मिक सहिष्णुतेपासून प्राण्यांवर दया करण्यापर्यंतच्या, महिलांविषयी आणि मुलांविषयी गाढ आदराचं पोषण करण्यापासून, आर्थिक शोषण बंद करण्यापासून ते वांशिक एकात्मतेला उत्तेजन देण्यापर्यंतच्या अनेक पैलूंचा समावेश असतो. अकराव्या दिवशी जगभरातील दहा लाखांहून अधिक लोक एकम्‌शी ऑनलाइन कनेक्ट होतात. त्यानंतर आम्ही जागतिक शांततेसाठी सामुहिक ध्यान करतो. या समारंभात एकम्‌चं स्थान आगळंवेगळं आहे. कारण, मानवी चैतन्याची तीव्रता वाढवण्याचं आणि मानवी चैतन्यावर परिणाम करण्याचं काम ते करतं.

प्रश्न : एकम् मुक्ती-उत्सव म्हणजे काय? मी त्यात कसा सहभागी होऊ शकतो?

उत्तर : आणखी एक प्रश्न विचारून माझ्या उत्तराला मी सुरुवात करतो. *मुक्तीच्या किती स्थिती असतात?*

आपल्या मेंदूत एक अब्जाहून अधिक मज्जातंतू किंवा ज्ञानतंतू असतात आणि त्यांच्यासोबत क्वाड्रिलियन मज्जातंतू-जोडण्या असतात म्हणून तांत्रिकदृष्ट्या विचार करता, आपण मुक्तीच्या क्वाड्रिलियन विविध स्थितींचा अनुभव घेऊ शकतो.

मात्र इतिहासात सर्वत्र असीमित चैतन्य-स्थितींविषयी विविध संस्कृतींनी वेगवेगळ्या मार्गांनी केलेलं भाष्य पाहता, या एकमेवाद्वितीय स्थितीला तुम्ही मुक्तीच्या पाच अभिजात स्थितींमध्ये ठेवू शकता.

प्रीताजींनी आणि मी एकम् मुक्ती-उत्सवाची रचना तुम्हाला या पाचही स्थितींचा अनुभव घेता यावा, अशा प्रकारे केली आहे. हा सात दिवसांचा महोत्सव डिसेंबर महिन्यात साजरा केला जातो. या वेळी एकम्‌मध्ये सुमारे साठ देशांतील तळमळीचे साधक येतात.

परंतु हा महोत्सव म्हणजे फक्त आयुष्यात एकदा करायचा धाडसी प्रकार नाही. या स्थितींमुळे तुमच्या मेंदूच्या रसायनशास्त्राचं परिवर्तन होतं. त्यामुळे तुमच्या मेंदूत नवीन मज्जातंतूशास्त्रीय मंडलं तयार होतात, त्यामुळे तुम्ही इथून परत जाता, त्या वेळी तुमच्या स्वप्नात आणि जागेपणीही तुम्ही पुनःपुन्हा याच परमानंदाच्या स्थितींकडे परतत राहता.

इथं आम्ही तुम्हाला जे मार्गदर्शन करू त्यामुळे तुम्हाला काही अनुभव प्राप्त होतील. हे अनुभव तुमचं जीवनमुक्तीच्या अस्सल आणि तळमळीच्या साधकात परिवर्तन करतील.

तुम्ही पुन्हा जगात परतता आणि तुमच्या मनात संभ्रमाचे, गोंधळाचे किंवा संघर्षाचे क्षण निर्माण होतात, त्या वेळी तुम्हाला हे माहिती असतं की, तुमच्या चैतन्यात अशी एक जागा आहे जिला गोंधळ किंवा प्रक्षुब्धता स्पर्शही करू शकत नाही. तुम्ही जगात परत जाता आणि दुःख-स्थितीनं वेढले जाता, त्या वेळी तुम्हाला हे माहिती असतं की, चैतन्याची अशी एक स्थिती आहे, जिच्यात सगळं अस्तित्व हाच एक परमानंद आहे. ज्या वेळी तुम्ही जगात परत जाता आणि विभक्ततेच्या दुःखात सापडता, त्या वेळी तुम्हाला हे माहिती असतं की, चैतन्याची अशी एक स्थिती आहे, जिच्यात दुसरी व्यक्ती तुमच्यापासून बिलकूल असंलग्न, वेगळी नाही.

ज्या वेळी तुम्ही जगात परत जाता आणि तुम्हाला एकाकीपणा जाणवतो किंवा मृत्यूची भीती भेडसावू लागते, त्या वेळी तुम्हाला हे माहिती असतं की,

चैतन्याची अशी एक स्थिती आहे, जिच्यात सर्व लोक एकच आहेत, तुम्हीही ते एक आहात, त्या एकाचाच भाग आहात.

प्रश्न : *चार परमरहस्ये* या पुस्तकात दिलेल्या ध्यानपद्धतीशी मी कसा जोडला जाऊ?

उत्तर : तुम्ही आमच्याबरोबर रोज सराव करू शकता. आमचं ॲप डाऊनलोड करण्यासाठी www.breathingroom.com ला भेट द्या. *The Four Sacred Secrets* वर ध्यानाच्या पद्धती आणि आणखीही माहिती उपलब्ध आहे. तुमच्या खास ऑफरसाठी 'soul sync' हा सांकेतिक शब्द वापरा.

ऋणनिर्देश

कृतज्ञता हा चैतन्याचा विस्तार आहे. जीवनाच्या पावित्र्याविषयीची ती जाणीव आहे. ज्या वेळी आपल्या आयुष्यांचा आपण विचार करतो, त्या वेळी आपल्याला प्रत्येक अनुभवात अनेक लोकांचं प्रेम आणि निष्ठा असल्याचा अनुभव येतो.

त्यामुळेच हे पुस्तक लिहिणं ज्यांच्यामुळे शक्य झालं, त्या सर्वांच्या नावांचा उल्लेख करणं अशक्य आहे.

मात्र तरीही आम्ही सारा रेनवन यांचे आभार मानू इच्छितो. त्यांनी या पुस्तकाच्या इंग्लिश आवृत्तीची शब्दरचना करण्यास आम्हाला मदत केली. अट्रिया बुक्सचे संपादक मायकेली हेर्रेरा मुल्लीगन यांच्या संपादनाबद्दल आम्ही आभार मानतो. त्यांनी पुस्तकाला योग्य तो आकार दिला आणि अखेरीस तुम्हा सर्वांचे आणि ज्या लोकांचे अनुभव आम्ही या पुस्तकात दिले आहेत, त्या सर्वांचे आम्ही विशेष आभार मानतो. या पुस्तकाच्या मराठी आवृत्तीसाठी अनुवादक मीना शेटे-संभू आणि पुस्तकावर संपादकीय संस्कार करणारे श्री. चेतन कोळी (मुख्य संपादक, मंजुल पब्लिशिंग हाउस) यांचेही आभार.

लेखकांविषयी

प्रीताजी आणि कृष्णाजी हे परिवर्तन घडवून आणणारे लिडर्स असून, ओ अँड ओ ॲकॅडमीचे सहसंस्थापक आहेत. ओ अँड ओ ॲकॅडमी ही मानवी चैतन्यात परिवर्तन घडवून आणण्यासाठी तत्त्वज्ञानाची आणि ध्यानाची शिकवण देणारी संस्था आहे. एकम् हा या संस्थेचा गाभा असून, या गूढ शक्तीक्षेत्रात साधकांचे चैतन्य अलौकिक स्थितीपर्यंत जागृत होते.

प्रीताजी, कृष्णाजी आणि लोका ही त्यांची मुलगी यांनी दोन मोठे चॅरिटेबल ट्रस्ट स्थापन केले आहेत. *वर्ल्ड युथ चेंज मेकर्स* ही संस्था तरुणांच्या चैतन्य-स्थितीत परिवर्तन घडवून त्यांना नेतृत्व करण्यासाठी सक्षम बनवते. *वन ह्युमॅनिटी केअर* या संस्थेचं उद्दिष्ट भारतातील संस्थेभोवतालच्या एक हजार खेडेगावांतील ग्रामस्थांची आयुष्यं अधिक चांगली बनवणं हे आहे.

ज्यांच्या ध्यानामुळे अलौकिक ऊर्जेची वलयं निर्माण होतात असे तत्त्वज्ञ आणि परिवर्तनकारी लीडर कृष्णाजी हे जगभरातील अनेक नेत्यांचे व संघटनांचे मार्गदर्शक आहेत.

प्रीताजी या गूढ अध्यात्मवादी आहेत आणि त्यांनी ध्यानाच्या अनेक प्रसिद्ध प्रकारांची निर्मिती केली आहे. आज जगभर त्या प्रकारांची साधना, सराव केला जात आहे. त्यांची TEDx Talks वीस लाखांहून अधिक लोकांनी पाहिले आहेत. दर वर्षी फील्ड ऑफ अबन्डन्स या चार दिवसांच्या कार्यक्रमांचं त्या आयोजन आणि नेतृत्व करतात. या कार्यक्रमाला जगभरच्या प्रमुख शहरांतून हजारो लोक उपस्थित राहतात. याखेरीज त्या Source and Synchronicities आणि Being Limitless या ऑनलाइन उपक्रमांत मार्गदर्शन करतात. प्रीताजींच्या शिकवणुकीत शास्त्रीय आणि अलौकिक अशा दोन्ही जगांचा मिलाफ असतो. त्या तर्कबुद्धी व भावना या दोन्ही गोष्टींचा संगम करून अध्यापन करतात.

BREATHING
ROOM

ब्रीदिंग रूम

इच्छुक लोकांना सखोल शांतता अनुभवता यावी, ते तणावमुक्त व्हावेत
आणि जीवनाप्रति त्यांना सकारात्मक दृष्टिकोन मिळावा यासाठी
ब्रीदिंग रूमची निर्मिती करण्यात आली.

ब्रीदिंग रूम हे मेडिटेशन ॲपपेक्षाही अधिक काही आहे. यात संबंधित विषयांशिवाय अनुभवी शिक्षकांचे मार्गदर्शन आणि आपल्या मनाला व्यग्र ठेवण्याचा संवेदनशील दृष्टिकोनही आहे. मानवी चैतन्यात जागृती आणि परिवर्तन घडवणाचं केंद्र असलेल्या भारतातील *ओ ॲन्ड ओ* ॲकॅडमीने या ध्यानसाधनांची निर्मिती केली आहे. आमच्या मनोवेधक, कुशल आणि प्रेरक ध्यानसाधनांमुळे रोजचा सराव विनासायास, सहजपणे होतो. ध्वनी, विभिन्न हालचाली आणि श्वासप्रक्रिया यांचा आनंद अनुभवत आपल्या जीवनात परिवर्तन घडवलेल्या लाखो लोकांशी तुम्हीही जोडले जा. अधिक माहितीसाठी पाहा – BreathingRoom.com

Breathing Room

BREATHING ROOM WAS CREATED FOR THOSE LOOKING FOR
GREATER CALM, REDUCED STRESS AND A MORE
OPTIMISTIC OUTLOOK ON LIFE.

Breathing Room is more than a meditation app. It features relatable topics, experienced teachers and a unique sensory approach to keep your mind engaged. Our meditations are created by the O&O Academy in India, our center for consciousness and transformation. Our beautiful, masterful and inspiring meditations make creating a regular practice effortless. Join the millions who have changed their life by simply participating in the joy of sound, movement and breath. Visit BreathingRoom.com to learn more.